AF741723

ആരായിരുന്നു സവർക്കർ

Arayirunnu Savarkkar
Politics

Shamsul Islam

Translation
Arunima O
Arabhy M S

CHINTHA PUBLISHERS
Thiruvananthapuram

First Edition
May 2023

Published & Typesetting
Chintha Publishers, Thiruvananthapuram

Printed at
Repro India Ltd, Mumbai

Cover Design
Vinod Mangoes

ISBN : 978-81-19131-22-8

CO - 3282 / 6530

₹ 210

Email: chinthapublishers@gmail.com
Website: www.chinthapublishers.com

A version is available at National Libraries
Kolkata, Mumbai, Chennai and Delhi

Distribution
DESHABHIMANI BOOKHOUSE
H O Thiruvananthapuram 695035

Branch
Head Office Kunnukuzhi • Statue Thiruvananthapuram
KSRTC Bus Terminal Thampanoor • Saphalyam Complex Thiruvananthapuram
KSRTC Bus Station Alappuzha • KSRTC Bus Station Ernakulam
Machingal Lane Thrissur • IG Road Kozhikode
Mavoor Road Kozhikode • NGO Union Building Kannur
Central Bus Terminal Complex Thavakkara Kannur

ആരായിരുന്നു സവർക്കർ

ഷംസുൽ ഇസ്ലാം

പരിഭാഷ

അരുണിമ ഒ

ആരഭി എം എസ്

ചിന്ത പബ്ലിഷേഴ്സ്
തിരുവനന്തപുരം-695 035
വില : ₹ 210

ഡോ. ഷംസുൽ ഇസ്ലാം

ഡൽഹി യൂണിവേഴ്സിറ്റിക്കു കീഴിലുള്ള സത്യവതി കോളേജിലെ രാഷ്ട്രതന്ത്രവിഭാഗം പ്രൊഫസറായി വിരമിച്ചു. തെരുവുനാടകരംഗത്ത് സജീവം. സാമ്രാജ്യത്വത്തിനും ഫാസിസത്തിനും സ്ത്രീവിവേചനത്തിനുമെതിരെ നിരന്തരം എഴുതുന്നു.

Undoing India the RSS Way, Know the RSS, Golwarkar's We or our nationhood defined A Critique, Religious Dimensions of Indian Nationalism എന്നിവ പ്രസിദ്ധീകരിക്കപ്പെട്ട കൃതികളിൽ പ്രധാനം.

അരുണിമ ഒ

ജനനം കോഴിക്കോട് ജില്ലയിലെ വടകര. കോഴിക്കോട് സർവ്വകലാശാലയിൽനിന്നും മലയാളത്തിൽ ബിരുദവും ബിരുദാനന്തര ബിരുദവും ബി എഡും കരസ്ഥമാക്കി. ഹൈസ്കൂൾ മലയാളം അദ്ധ്യാപിക, അക്ഷയ പ്രോജക്ട് ബ്ലോക് കോ-ഓർഡിനേറ്റർ (ആലപ്പുഴ), സുനാമി പ്രോജക്ട് കോ-ഓർഡിനേറ്റർ (ആലപ്പുഴ) എന്നീ നിലകളിൽ സേവനം അനുഷ്ഠിച്ചിട്ടുണ്ട്. നിലവിൽ ചിന്ത പബ്ലിഷേഴ്സിലെ കോപ്പി എഡിറ്ററായി പ്രവർത്തിച്ചുവരുന്നു.

അച്ഛൻ : ഓമനക്കുട്ടൻ
അമ്മ : ലക്ഷ്മി

ആരഭി എം എസ്

കൊല്ലം ജില്ലയിലെ കുണ്ടറയിൽ ജനനം. കൊല്ലം എസ് എൻ കോളേജിൽനിന്നും ഇംഗ്ലീഷ് സാഹിത്യത്തിൽ ബിരുദവും കൊല്ലം എസ് എൻ വിമൻസ് കോളേജിൽനിന്ന് ബിരുദാനന്തര ബിരുദവും കരസ്ഥമാക്കി.

അച്ഛൻ : മോഹനചന്ദ്രൻപിള്ള ജി
അമ്മ : സുഷമ ചന്ദ്രൻ
സഹോദരൻ : ബിലഹരി എം എസ്
വിലാസം : വിജയലക്ഷ്മി സദനം
കുരീപ്പള്ളി, പെരുമ്പുഴ പി ഒ
കൊല്ലം, പിൻ - 691504.
ഇ-മെയിൽ : arabhymohan2459@gmail.com

ഉള്ളടക്കം

പ്രസാധകക്കുറിപ്പ്

മഹാന്മാരായ സ്വാതന്ത്ര്യ സമരസേനാനികളുടെ നിരയിലേക്ക് സവർക്കറെ ഉയർത്താനുള്ള സംഘപരിവാർ ശ്രമങ്ങളാരംഭിക്കുന്നത് തൊണ്ണൂറുകളുടെ ആരംഭത്തിലാണ്. ഗാന്ധി വധത്തിലെ ഗൂഢാലോചനക്കാരിലൊരാളായി വിചാരണ നേരിട്ട സവർക്കറുടെ ഛായാചിത്രം ഇന്ന് ഇന്ത്യൻ പാർലമെന്റിൽ മഹാത്മാഗാന്ധിയുടെ ചിത്രത്തിനോട് ചേർന്ന് പ്രതിഷ്ഠിക്കപ്പെട്ടിരിക്കുന്നു!

കല്ലുവെച്ച നുണകൾ നേരുകളായി മാറുന്ന ഈ കാലത്ത് സവർക്കറെ സംബന്ധിച്ച് പ്രചരിപ്പിക്കപ്പെടുന്ന വസ്തുതകൾ ആഴത്തിൽ മനസ്സിലാക്കാനുള്ള ശ്രമമാണ് ഈ പുസ്തകത്തിലൂടെ വിഖ്യാത പണ്ഡിതനായ ഷംസുൽ ഇസ്ലാം നടത്തുന്നത്. മഹാനായ വിപ്ലവകാരി, അജയ്യനായ സ്വാതന്ത്ര്യസമരപോരാളി എന്നിങ്ങനെയുള്ള വിശേഷണങ്ങളിൽ പൊതിഞ്ഞു സവർക്കറെ മഹത്വവൽക്കരിക്കാൻ നടത്തുന്ന ശ്രമങ്ങളുടെ പൊള്ളത്തരമാണ് ഈ പുസ്തകം തുറന്നുകാട്ടുന്നത്. ഇന്ത്യാ ചരിത്രത്തെ വളച്ചൊടിക്കാൻ ഇന്ന് നടക്കുന്ന വ്യാപകമായ ശ്രമങ്ങളെ പ്രതിരോധിക്കാൻ ഈ കൃതി ഏറെ സഹായകരമാണ്.

ചിന്ത പബ്ലിഷേഴ്സ്

ആമുഖം

'വീര്' (ധീരൻ) സവർക്കർ എന്നറിയപ്പെടുന്ന വിനായക് ദാമോദർ സവർക്കർ, രാഷ്ട്രപിതാവായ മോഹൻദാസ് കരംചന്ദ് ഗാന്ധിയുമായി ഇപ്പോൾ ദേശീയ മഹത്വം പങ്കിടുന്നു!

അവരുടെ ഛായാചിത്രങ്ങൾ ഇന്ത്യൻ പാർലമെന്റിന്റെ സെൻട്രൽ ഹാളിന്റെ ചുവരുകളിൽ അടുത്തടുത്തായി തൂങ്ങിക്കിടക്കുന്നു! ഗാന്ധി വധത്തിൽ സവർക്കർക്കുള്ള പങ്കിനെക്കുറിച്ച് ഇന്ത്യയുടെ ആദ്യ ആഭ്യന്തര മന്ത്രി സർദാർ വല്ലഭഭായ് പട്ടേൽ പറഞ്ഞത് ഇവിടെ പ്രസക്തമാണ്. 1948 ഫെബ്രുവരി 27 ന് നെഹ്റുവിന് എഴുതിയ കത്തിൽ, "സവർക്കറുടെ കീഴിലുള്ള ഹിന്ദു മഹാസഭയുടെ ഒരു മതഭ്രാന്തൻ വിഭാഗമാണ് ഗൂഢാലോചന നടത്തിയതും അത് നടപ്പിലാക്കിയതും" എന്ന് സർദാർ എഴുതി.

സവർക്കറുടെ ഛായാചിത്രം ഗാന്ധിയുടെ അരികിൽ ഇടം കണ്ടെത്തിയത് സവർക്കറെ വിഗ്രഹവൽക്കരിക്കാനുള്ള ഇന്നത്തെ ഹിന്ദുത്വ അനുയായികളുടെ പ്രചാരണത്തിന്റെ ഫലമാണ്. 1990 കളുടെ അവസാനത്തിൽ ആർ എസ് എസിന്റെ സ്വയംസേവകരായ (സ്വയം സേവകർ/ഔപചാരിക അംഗങ്ങൾ) അടൽ ബിഹാരി വാജ്പേയിയുടെയും ലാൽ കൃഷ്ണ അദ്വാനിയുടെയും നേതൃത്വത്തിലുള്ള നാഷണൽ ഡെമോക്രാറ്റിക് അലയൻസ് സർക്കാർ അധികാരത്തിൽ വന്നതോടെയാണ് സവർക്കറുടെ ഈ മഹത്വവൽക്കരണത്തിന് തുടക്കമിട്ടത്. ഹിന്ദുത്വ സിദ്ധാന്തത്തിന്റെ പ്രചാരകനെ ഇന്ത്യയുടെ സ്വാതന്ത്ര്യ സമരത്തിന്റെ പ്രതീകമാക്കി മാറ്റുന്നത് ഹിന്ദു രാഷ്ട്രമെന്ന ആർ എസ് എസ് തത്ത്വചിന്തയെ നീതീകരിക്കാനുള്ള പ്രക്രിയയുടെ ഭാഗമാണ്. 2002 മെയ് 4 ന് പോർട്ട് ബ്ലെയർ വിമാനത്താവളത്തിന് വി ഡി സവർക്കറുടെ പേരുനൽകിയ അവസരത്തിൽ, അന്നത്തെ ആഭ്യന്തര മന്ത്രി എൽ കെ

അദ്വാനിയുടെ വാക്കുകളിൽ തന്റെ ആർ എസ് എസ് വീക്ഷണം പ്രതിദ്ധ്വനിച്ചു, "സവർക്കർ മുന്നോട്ടുവച്ച ഹിന്ദുത്വം, രാജ്യത്തിന്റെ പൈതൃകത്തിൽ അധിഷ്ഠിതമായിട്ടുള്ള എല്ലാവരെയും ഉൾക്കൊള്ളുന്ന പ്രത്യയശാസ്ത്രമാണ്." ഹിന്ദുത്വ പ്രവാചകന്റെ മഹത്വവൽക്കരണം അവിടെ തീരുന്നില്ല. 2003 ഫെബ്രുവരി 26 ന് സവർക്കറിന്റെ ഒരു ഛായാചിത്രം പാർലമെന്റിൽ അനാച്ഛാദനം ചെയ്യുകയുണ്ടായി. അതിലൂടെ സവർക്കർ പാർലമെന്റിന്റെ സെൻട്രൽ ഹാളിൽ, ഗാന്ധിക്കും സ്വാതന്ത്ര്യ സമരത്തിലെ മറ്റ് പ്രമുഖ നേതാക്കൾക്കുമൊപ്പം സ്ഥാനം പങ്കിടുന്നവനായി. ദ്വിരാഷ്ട്ര സിദ്ധാന്തത്തെ അത്രമേൽ മുറുകെപ്പിടിച്ച, ബോധപൂർവ്വം സ്വാതന്ത്ര്യ സമരത്തിൽനിന്ന് മാറിനിന്ന സവർക്കറെ, ദേശീയ വാദിയും ദേശ സ്നേഹിയുമായി മഹത്വവൽക്കരിക്കാമെങ്കിൽ എന്തുകൊണ്ട് മുഹമ്മദ് അലി ജിന്നയ്ക്കും അതേ പദവികൊടുത്തുകൂട എന്ന ചോദ്യത്തിന് നാം ശാശ്വതമായൊരുത്തരം കണ്ടെത്തേണ്ടതാണ്.

1966 ൽ തന്റെ 83–ാമത്തെ വയസ്സിലാണ് അദ്ദേഹം മരിച്ചത്. അത് ഏറെ ചർച്ചകൾക്കൊന്നും ഇട നൽകിയില്ല. മഹാത്മാഗാന്ധിയുടെ ജീവൻ അപഹരിച്ച ഗൂഢാലോചനയുടെ ഭാഗമായിരുന്നു താനും, എന്ന മുറിവ് മറികടക്കാൻ താൻ ജീവിച്ചിരുന്ന കാലത്തോളം അദ്ദേഹത്തിന് കഴിഞ്ഞിരുന്നില്ല. 1990 കളിൽ സവർക്കറെ മഹാന്മാരായ സ്വാതന്ത്ര്യ സമര സേനാനികളുടെ നിരയിലേക്കുയർത്താനുള്ള ശ്രമം ആരംഭിച്ച സമയം വരെ അദ്ദേഹത്തെക്കുറിച്ച് കൂടുതലായൊന്നും കേട്ടിരുന്നില്ല എന്ന് പ്രമുഖ കോളമിസ്റ്റായ വീർ സാംഗ്വി പറഞ്ഞിട്ടുണ്ട്. 'ഹിന്ദുത്വ' യുടെ സ്ഥാപകൻ, ഇന്ത്യൻ വിമോചന പോരാട്ടത്തിന്റെ നായകൻ... എന്നിങ്ങനെയെല്ലാം അദ്ദേഹത്തെക്കുറിച്ചു പറയപ്പെടുന്നതായി നമ്മൾ കേൾക്കുന്നു. ഭാരതീയ ജനതാ പാർട്ടി (ബി ജെ പി) അധികാരമേറ്റപ്പോൾ 'സവർക്കറെ പുനരധിവസിപ്പിക്കുക' എന്നത് അവരുടെ ഒരു ഔദ്യോഗിക നയമായിരുന്നു.

ഇത് തികച്ചും സത്യമാണ്. 1998 ന് മുമ്പുവരെ, സവർക്കറെ ഒരു ദേശീയ ചിഹ്നമാക്കാൻ ഹിന്ദുത്വ ബ്രിഗേഡ് ഒരു താല്പര്യവും കാണിച്ചിരുന്നില്ല. നിരവധി വർഷങ്ങൾ (1998 ന് മുമ്പ്) സംസ്ഥാനം ഭരിച്ച മഹാരാഷ്ട്രയിലെ ബി ജെ പി – ശിവസേന സഖ്യ സർക്കാർ, മുംബൈയിലെ നിയമസഭയുടെ ചുവരുകളിൽ സവർക്കറുടെ ഛായാചിത്രം പ്രദർശിപ്പിക്കുന്നതിനെക്കുറിച്ച് ഒരിക്കലും ചിന്തിച്ചിരുന്നേയില്ല. 2003 ൽ പാർലമെന്റ് ഹൗസിൽ അങ്ങനെ ഒരെണ്ണം സ്ഥാപിച്ചതിന് ശേഷമാണ്, കോൺഗ്രസ് നേതൃത്വത്തിലുള്ള സർക്കാർ മുംബൈയിലും അദ്ദേഹത്തിന്റെ ഛായാചിത്രം തൂക്കിയത്.

അടുത്തിടെ, കോൺഗ്രസ് നേതൃത്വത്തിലെ ഒരു വിഭാഗം 'സവർക്കറെ പുനരധിവസിപ്പിക്കുക' എന്ന കാമ്പയിനുമായി ചേർന്നു. പ്രധാനമന്ത്രി മൻമോഹൻ സിങ് ന്യൂഡൽഹിയിൽ വച്ചുനടന്ന തന്റെ കന്നി പത്രസമ്മേളനത്തിൽ (ആഗസ്റ്റ് 4, 2004) വിനായക് ദാമോദർ സവർക്കറിനെ 'ഒരു ദേശസ്നേഹിയും സ്വാതന്ത്ര്യ സമര സേനാനിയും' ആയി ചിത്രീകരിക്കുകയുണ്ടായി. സവർക്കറുടെ ദേശസ്നേഹത്തെക്കു

റിച്ചുള്ള പെട്രോളിയം മന്ത്രി മണിശങ്കർ അയ്യരുടെ ചോദ്യത്തിന് മറുപടി പറയുകയായിരുന്നു അദ്ദേഹം: "സവർക്കർ വിവാദത്തെ സംബന്ധിച്ചിടത്തോളം ഇത് അയ്യരുടെ വ്യക്തിപരമായ അഭിപ്രായങ്ങൾ മാത്രമാണ്, സർക്കാരിന്റേതല്ല... മാത്രമല്ല ഇത് ഒരു അനാവശ്യ വിവാദമാണ്" എന്നു കൂടി കൂട്ടിച്ചേർത്തു.

സവർക്കറെ ന്യായീകരിക്കുന്നതിനായി അദ്ദേഹത്തെ മഹത്വവൽക്കരിച്ചുകൊണ്ട്, "ചരിത്ര സംഭവങ്ങളെ നമുക്ക് വ്യത്യസ്ത രീതികളിൽ വ്യാഖ്യാനിക്കാമെങ്കിലും മരിച്ചവരെപ്പറ്റി മോശമായി സംസാരിക്കുന്നതിലൂടെ ഒന്നും നേടാനാകുമെന്ന് ഞാൻ കരുതുന്നില്ല" എന്നുപറയുമ്പോൾ, ഇതാദ്യമായാണ് ഒരു കോൺഗ്രസ് പ്രധാനമന്ത്രി സവർക്കർക്കെതിരെയുള്ള വിമർശനങ്ങളെ പ്രതിരോധിക്കാൻ രംഗത്ത് വരുന്നത്. അദ്ദേഹത്തിന്റെ മന്ത്രിസഭയിലെ പാർലമെന്ററി കാര്യ മന്ത്രി ഗുലാംനബി ആസാദ്, സവർക്കറെപ്പറ്റിയുള്ള അയ്യരുടെ അഭിപ്രായങ്ങൾ അയ്യരുടെതു മാത്രമാണെന്നും സർക്കാർ അദ്ദേഹത്തോട് "യോജിക്കുന്നില്ല" എന്നും പരസ്യമായി പ്രഖ്യാപിച്ചു. മഹാരാഷ്ട്രയിൽ മുഖ്യമന്ത്രി സുശീൽ കുമാർ ഷിൻഡെ മാത്രമായിരുന്നില്ല അയ്യരുടെ വിമർശനത്തോട് രോഷത്തോടെ പ്രതികരിച്ചത്, മറ്റൊരു പ്രമുഖ കോൺഗ്രസ് നേതാവായ ആർ ആദിക്കും സവർക്കറെ പ്രശംസിച്ചുകൊണ്ട് ശിവസേനയുടെ മറാത്തി ജേർണലിൽ (*സാമ്ന*) മുഖപ്രസംഗം എഴുതുകയുണ്ടായി.

കോൺഗ്രസ് പോലും സവർക്കറിസ്റ്റുകളുടെ കൂട്ടുകെട്ടിൽ ചേർന്നു എന്നത് ദൗർഭാഗ്യകരമാണ്. വീർ സാംഗ്‌വി (Vir Sanghvi) പറയുന്നതനുസരിച്ച്, 'കോൺഗ്രസ് പ്രത്യയശാസ്ത്രം - അടിസ്ഥാന മതേതരത്വത്തിൽ വിശ്വസിക്കുന്ന-പിന്തുടരുന്ന ഒരാൾക്കും വീർ സവർക്കറെ ആദരിക്കാൻ കഴിയില്ല. ആർ എസ് എസോ ശിവസേനയോ പോലെ, ആ പ്രത്യയശാസ്ത്രത്തോട് വിയോജിക്കുന്നവർക്ക് മാത്രമേ അതിനാകൂ. എന്നിട്ടും കോൺഗ്രസ് നേതാക്കൾ സവർക്കറെ പുകഴ്ത്തുകയാണ്! സ്വാതന്ത്ര്യ സമരത്തെ ഒറ്റുകൊടുക്കുക മാത്രമല്ല, ഗാന്ധിജിയെ വധിക്കുന്നതിൽ മുഖ്യപങ്കുവഹിക്കുകയും ചെയ്ത ഒരു വ്യക്തിക്ക് വേണ്ടി കോൺഗ്രസ് എന്ന സംഘടനയും അതിലെ പ്രവർത്തകരും രംഗത്തിറങ്ങുന്നത് എത്ര പരിതാപകരമാണ്!

ഗാന്ധിയും നെഹ്റുവും പട്ടേലും അടങ്ങിയവരുടെ നേതൃത്വത്തിലുണ്ടായിരുന്ന കോൺഗ്രസ് പ്രവർത്തക സമിതി 1934 ജൂണിൽ മുസ്ലീം ലീഗ്, ഹിന്ദു മഹാസഭ, ആർ എസ് എസ് എന്നീ സംഘടനകളുമായി സഹകരിക്കുന്നതിൽനിന്ന് അതിന്റെ അംഗങ്ങളെ വിലക്കുന്ന പ്രമേയം പാസാക്കിയിരുന്നു എന്നകാര്യം ഇന്നത്തെ കോൺഗ്രസ് നേതൃത്വം മറന്നു. പ്രസ്തുത പ്രമേയം ഒരിക്കലും റദ്ദാക്കപ്പെടാത്തതിനാൽ അത് ഇന്നും സാധുവാണ്.

നിർഭാഗ്യവശാൽ, ഫാസിസ്റ്റ്, വിഭാഗീയ ആശയങ്ങളെ വെല്ലുവിളിക്കുന്ന, അവിസ്മരണീയമായ പാരമ്പര്യമുള്ള കോൺഗ്രസിനെ, അതിന്റെ മഹത്തായ ഭൂതകാലം പൂർണ്ണമായും വിസ്മരിക്കുന്ന ഒരു നേതൃത്വമാണ് ഇന്ന് നയിക്കുന്നത്. ഇന്ത്യൻ സ്വാതന്ത്ര്യസമരത്തിന്റെ മഹത്തായ

ലിബറൽ, ജനാധിപത്യ, മതേതര പൈതൃകത്തെ, ജനാധിപത്യ-മതേതര ഇന്ത്യ ഒരിക്കലും ആഗ്രഹിക്കാത്ത സവർക്കറെപ്പോലുള്ള വ്യക്തികളുടെ ചിന്തകളും പ്രവർത്തനങ്ങളുമായി, കൂട്ടിക്കലർത്തി ആശയക്കുഴപ്പത്തിലാക്കുന്നതിൽ സവർക്കറിസ്റ്റുകൾ വിജയിച്ചതിന്റെ കാരണം ഇതാണ്. 2014 ൽ ഭാരതീയ ജനതാ പാർട്ടി (ആർ എസ് എസിന്റെ രാഷ്ട്രീയ വിഭാഗം) ദേശീയ തലത്തിൽ അധികാരത്തിൽ വന്നതോടെ സവർക്കറുടെ മഹത്വവൽക്കരണത്തിന് കൂടുതൽ ഊർജം ലഭിച്ചു. താൻ ആർ എസ് എസ് അംഗമാണെന്ന് പരസ്യമായി പ്രഖ്യാപിച്ച പ്രധാനമന്ത്രി അടൽബിഹാരി വാജ്പേയ് "വീർ സവർക്കർ മരണത്തെ ഭയക്കാത്ത ഒരു വീരപുരുഷനായിരുന്നു" എന്നും,[1] അദ്ദേഹം തന്റെ ഗുരുനാഥനാണെന്നും വിശേഷിപ്പിക്കുകയുണ്ടായി.[2] സവർക്കറുടെ 131-ാം ജന്മവാർഷിക ദിനത്തിൽ, പാർലമെന്റിന്റെ സെൻട്രൽ ഹാളിൽ, സവർക്കറുടെ ഛായാചിത്രത്തിൽ അഭിവാദ്യം അർപ്പിച്ചുകൊണ്ടാണ് അദ്ദേഹം മന്ത്രിസഭയെയും പാർലമെന്റ് അംഗങ്ങളെയും നയിച്ചത്. അടൽ ബിഹാരി വാജ്പേയിക്ക് ശേഷം സവർക്കറുടെ ഛായാചിത്രത്തിൽ പുഷ്പാർച്ചന നടത്തുന്ന രണ്ടാമത്തെ പ്രധാനമന്ത്രിയാണ് മോദി.[3] കാര്യങ്ങൾ ഇവിടംകൊണ്ടും അവസാനിച്ചില്ല. രാഷ്ട്രപിതാവായ ഗാന്ധിയെ കൊന്ന കുറ്റത്തിന് തൂക്കിലേറ്റപ്പെട്ട, സവർക്കറുടെ വിശ്വസ്തനായ, നാഥുറാം ഗോഡ്സെയെ ബഹുമാനിക്കേണ്ട ഒരു വ്യക്തിത്വമായാണ് പാർലമെന്റിലെ ഒരു പ്രമുഖ ബി ജെ പി അംഗം, സാക്ഷി മഹാരാജ്, വിശേഷിപ്പിച്ചത്. ഗോഡ്സെയെ സ്തുതിക്കുന്നതിനൊപ്പം അദ്ദേഹത്തെ ഗാന്ധിയുമായി തുലനം ചെയ്തുകൊണ്ട് ഇങ്ങനെ പറഞ്ഞു: "ഗാന്ധിയെ പോലെതന്നെ നാഥുറാം ഗോഡ്സെയും രാജ്യസ്നേഹിയും ഒരു ദേശീയവാദിയുമായിരുന്നു, രാജ്യത്തിനുവേണ്ടി ഒരുപാട് കാര്യങ്ങൾ അദ്ദേഹം ചെയ്തുവെന്ന് ഞാൻ വിശ്വസിക്കുന്നു. ഗോഡ്സെ ഒരു പീഡിതനായിരുന്നു. അബദ്ധവശാൽ എന്തെങ്കിലും ചെയ്തിരിക്കാം, എങ്കിലും അദ്ദേഹം ദേശവിരുദ്ധനായിരുന്നില്ല."[4]

ജനാധിപത്യ-മതേതര ഇന്ത്യ രൂപീകരിച്ച് ഏകദേശം ഒരു നൂറ്റാണ്ട് പിന്നിട്ടിട്ടും ചരിത്രം തിരുത്തിക്കുറിച്ച് സവർക്കറിസ്റ്റുകൾ ഇത്തരത്തിൽ ദേശദ്രോഹപരമായ വഞ്ചന തുടരുന്നു എന്നത് സങ്കടകരമാണ്. മഹാനായ വിപ്ലവകാരി, അജയ്യനായ സ്വാതന്ത്ര്യ സമര സേനാനി, മികച്ച യുക്തിവാദി എന്നിങ്ങനെയൊക്കെയാണ് അവർ സവർക്കറെ വിശേഷിപ്പിക്കുന്നത്. സവർക്കറുടെ സ്വന്തം രചനകളും പ്രവർത്തനങ്ങളും കണക്കിലെടുക്കുകയാണെങ്കിൽ തീർച്ചയായും ഈ അവകാശവാദങ്ങൾ തെറ്റാണെന്ന് തെളിയിക്കപ്പെടും.

ഇന്ത്യൻ സ്വാതന്ത്ര്യസമരത്തിന്റെ ചരിത്രപരമായ വസ്തുതകൾ അനാവരണം ചെയ്യപ്പെടുമ്പോൾ, അവ വെളിച്ചത്തുകൊണ്ടുവരാനുള്ള ആത്മാർത്ഥമായ പരിശ്രമത്തിന്റെ ഫലമാണ് ഈ പുസ്തകം. സ്വാതന്ത്ര്യത്തിനു മുമ്പുള്ള സവർക്കർ യഥാർത്ഥത്തിൽ ആരായിരുന്നുവെന്ന് കണ്ടെത്താൻ, ഹിന്ദു മഹാസഭയുടെയും ആർ എസ് എസിന്റെയും ഇന്ത്യൻ സർക്കാരിന്റെയും ആർക്കൈവുകളിൽനിന്നും ലഭ്യമായ രേഖക

ളെയാണ് ലേഖകൻ പ്രധാനമായും ആശ്രയിച്ചിട്ടുള്ളത്. സവർക്കറിനൊപ്പം സെല്ലുലാർ ജയിലിൽ കഴിഞ്ഞിരുന്ന വിപ്ലവകാരികളുടെ ഓർമ്മക്കുറിപ്പുകളും വലിയ ഒരളവിൽ സഹായകമായിത്തീർന്നിട്ടുണ്ട്. ഹിന്ദു മഹാസഭ പ്രസിദ്ധീകരിച്ച *സമഗ്ര സവർക്കർ വാങ്മയ: ഹിന്ദു രാഷ്ട്ര ദർശൻ* (ഇംഗ്ലീഷിൽ സവർക്കറുടെ കൃതികൾ 1963 ൽ പ്രസിദ്ധീകരിച്ചത്), *വിനായക് ദാമോദർ സവർക്കർസ് വേൾവിൻഡ് പ്രൊപോഗണ്ട: എക്സ്ട്രാക്ട്സ് ഫ്രം ദി പ്രെസിഡെന്റ്സ് ഡയറി ഓഫ് ഹിസ് പ്രൊപോഗാന്ഡിസ്റ്റ് ടൂർസ് ഇന്റർവ്യൂസ് ഫ്രം ഡിസംബർ 1937 റ്റു ഒക്ടോബർ 1941* തുടങ്ങിയ പ്രസിദ്ധീകരണങ്ങളിൽ പ്രധാനമായും, സവർക്കറുടെ ദേശവിരുദ്ധ പാരമ്പര്യം കാണാൻ കഴിയും. യഥാർത്ഥ സവർക്കറെ വെളിച്ചത്തുകൊണ്ടുവരുന്നതിൽ രണ്ടാമത്തെ പുസ്തകം ഏറെ പ്രാധാന്യമർഹിക്കുന്നു. 1941 ൽ പ്രസിദ്ധീകരിച്ച ഈ പുസ്തകം സവർക്കറുടെ വിശ്വസ്തനായിരുന്ന എ എസ് ഭിഡെയാണ് എഡിറ്റ് ചെയ്തത്. അതിന്റെ ആമുഖത്തിൽ,

> ഹിന്ദുമഹാസഭാ പ്രസ്ഥാനത്തിന്റെ പ്രചാരകർക്കും പ്രവർത്തകർക്കും നേതാക്കന്മാർക്കും പ്രത്യേകിച്ചും ഹിന്ദു പൊതുസമൂഹത്തിനും ആധികാരിക ഗ്രന്ഥവും വിശ്വസ്തമായ വഴികാട്ടിയുമായി പ്രവർത്തിക്കാൻ ഉദ്ദേശിച്ചുള്ളതാണ് ഈ പുസ്തകം. ഇത് ഇന്ന് ഹിന്ദുക്കൾ അഭിമുഖീകരിക്കുന്ന വിവിധ പ്രശ്നങ്ങളും സംശയങ്ങളും ദൂരീകരിച്ച് ഹിന്ദു സംഗതൻ പ്രസ്ഥാനത്തിന്റെ അടിസ്ഥാന പ്രത്യയശാസ്ത്രത്തിന്റെ പ്രായോഗികതയെ പ്രകാശിപ്പിക്കുന്നു...

കേഡർമാരുടെ രാഷ്ട്രീയ വിദ്യാഭ്യാസത്തിന് മാത്രമല്ല, വിവിധ വിഷയങ്ങളിലുള്ള നിലപാടുകൾ വ്യക്തമാക്കുന്നതിനുള്ള സഹായക ഗ്രന്ഥമായും ഹിന്ദു മഹാസഭയുടെ എല്ലാ യൂണിറ്റുകളും ഇത് കാത്തുസൂക്ഷിക്കേണ്ടത് അനിവാര്യമായിരുന്നു. സ്വാതന്ത്ര്യ സമരത്തിലെ സവർക്കറുടെ മഹത്വത്തെയും യോഗ്യതയെയുംകുറിച്ച് ഹിന്ദുത്വ ബ്രിഗേഡിന് അത്രയധികം ബോദ്ധ്യമുണ്ടെങ്കിൽ, ഈ കൃതികൾ പുനഃപ്രസിദ്ധീകരിക്കേണ്ട സമയം അതിക്രമിച്ചിരിക്കുന്നു, അങ്ങനെയെങ്കിലും ഈ രാജ്യത്തെ ജനങ്ങൾ ഹിന്ദുത്വയെക്കുറിച്ചറിയുകയും വസ്തുനിഷ്ഠമായി വിലയിരുത്തുകയും ചെയ്യട്ടെ!

മുസ്ലീംലീഗിനെപ്പോലെ സവർക്കറും ദ്വിരാഷ്ട്ര സിദ്ധാന്തത്തിൽ വിശ്വസിക്കുകയും അവ അനുവർത്തിക്കുകയും ചെയ്തിരുന്നതായി ഹിന്ദു മഹാസഭ ആർക്കൈവുകളിൽനിന്നും ലഭ്യമായ രേഖകൾ വ്യക്തമാക്കുന്നു. 1937 ൽ അഹമ്മദാബാദിൽ നടന്ന 19–ാമത് ഹിന്ദു മഹാസഭാ സമ്മേളനത്തിൽ അദ്ധ്യക്ഷ പ്രസംഗം നടത്തവേ, സവർക്കർ പറഞ്ഞു:

> ഇന്ത്യയിൽ രണ്ട് വിരുദ്ധ രാഷ്ട്രങ്ങൾ അടുത്തടുത്തായി നിലകൊള്ളുന്നു. ഇന്ത്യ, ഇവ രണ്ടും ചേർന്ന് ഏക രാഷ്ട്രമാകണമെന്നോ അല്ലെങ്കിൽ അതിനെ അങ്ങനെ വിളക്കിച്ചേർക്കണമെ

> ന്നോ ഉള്ള ബാലിശമായ ആഗ്രഹം കൊണ്ടുനടക്കുന്ന നിരവധി രാഷ്ട്രീയക്കാരുണ്ട്. ഇത് ഉദ്ദേശ ശുദ്ധിയുള്ളതാണെങ്കിലും യാഥാർത്ഥ്യത്തെ ഉൾക്കൊള്ളുന്നതല്ല. അതുകൊണ്ടാണ് അവർ വർഗ്ഗീയ ചേരിതിരിവുകളിലെ പ്രശ്നങ്ങൾ അഭിമുഖീകരിക്കേണ്ടിവരുമ്പോൾ അവ പരിഹരിക്കുന്നതിനായി വർഗ്ഗീയ സംഘടനകളെ തന്നെ ആശ്രയിക്കുന്നത്. എന്നാൽ ഇത്തരം പ്രശ്നങ്ങൾ, നൂറ്റാണ്ടുകളായി ഹിന്ദുക്കളും മുസ്ലീങ്ങളും തമ്മിലുള്ള സാംസ്കാരികവും മതപരവും ദേശീയവുമായ ശത്രുതയിൽനിന്നും ഉരുത്തിരിയപ്പെട്ടതാണെന്നതാണ് വസ്തുത. ഇന്ത്യ ഇന്ന് ഏകതാനമായ ഒരു രാഷ്ട്രമാണെന്ന് കരുതാനാവില്ല, മറിച്ച്, ഇന്ത്യയിൽ ഹിന്ദുക്കളുടെതും മുസ്ലീങ്ങളുടേതുമായ രണ്ട് രാഷ്ട്രങ്ങളുണ്ട്.

സവർക്കറിന്റെ നേതൃത്വത്തിൽ ഹിന്ദു മഹാസഭ 1940 ൽ മുസ്ലീം ലീഗുമായി സഖ്യസർക്കാരുകൾ രൂപീകരിക്കുകയുണ്ടായി. 1942 ൽ കാൺപുരിൽ നടന്ന ഹിന്ദു മഹാസഭയുടെ 24–ാമത് സമ്മേളനത്തിൽ നടത്തിയ അദ്ധ്യക്ഷ പ്രസംഗത്തിൽ മുസ്ലീംലീഗുമായുള്ള ഈ കൂട്ടുകെട്ടിനെ പരസ്യമായി ന്യായീകരിച്ചുകൊണ്ട് അദ്ദേഹം ഇങ്ങനെ പറയുകയുണ്ടായി:

> പ്രായോഗിക രാഷ്ട്രീയത്തിലും ന്യായമായ വിട്ടുവീഴ്ചകളിലൂടെ മുന്നേറണമെന്ന് മഹാസഭയ്ക്ക് അറിയാം. ലീഗിന്റെ ക്ഷണപ്രകാരമാണ് അടുത്തിടെ സിന്ധിൽ, സിന്ധ്–ഹിന്ദുസഭ സഖ്യസർക്കാർ രൂപീകരിക്കുന്നതിനായി കൈകോർത്തത്. ബംഗാളിലെ കാര്യം ഏവർക്കുമറിയാമല്ലോ. വിധേയത്വത്തോടെ നിന്നിരുന്ന കോൺഗ്രസിന് പോലും പ്രീണിപ്പിക്കാൻ കഴിയാത്ത തീവ്രലീഗുകാർ മുസ്ലിം സമുദായത്തിലുണ്ടായിരുന്നു. നമ്മുടെ ബഹുമാനപ്പെട്ട മഹാസഭയുടെ നേതാവ് ഡോ. ശ്യാമ പ്രസാദ് മുഖർജിയും ശ്രീ. ഫസലുൽ ഹഖും ഒത്തൊരുമിച്ച്, ഏകദേശം ഒരു വർഷത്തോളം രണ്ട് സമുദായങ്ങൾക്കും പ്രയോജനപ്പെടും വിധം സഖ്യ സർക്കാരുണ്ടാക്കി പ്രവർത്തിച്ചപ്പോൾ അവർ വിട്ടുവീഴ്ചകൾക്ക് തയ്യാറാവുകയും അനൗപചാരികമായി ഇടപെടാനും തുടങ്ങി.

അദ്ദേഹം സമരത്തിൽ നിന്ന് അകന്നുനിൽക്കുക മാത്രമല്ല, ബ്രിട്ടീഷ് ഭരണാധികാരികളുടെ താൽപ്പര്യങ്ങൾക്ക് എന്തെങ്കിലും വെല്ലുവിളി ഉയർന്നുവന്നാൽ അതിനെ നേരിടാൻ സഹായിക്കുകയും ചെയ്തു. 1942 ലെ ക്വിറ്റ് ഇന്ത്യാ പ്രസ്ഥാനകാലത്ത്, രാജ്യം മുഴുവൻ ബ്രിട്ടീഷുകാരുടെ ക്രൂരമായ അടിച്ചമർത്തലിനെ അഭിമുഖീകരിച്ചുകൊണ്ടിരിക്കുമ്പോൾ, സവർക്കർ ഇപ്രകാരം പ്രഖ്യാപിക്കുകയുണ്ടായി:

> എല്ലാ പ്രായോഗിക രാഷ്ട്രീയത്തിന്റെയും പ്രധാന തത്വം പ്രതികരണാത്മക സഹകരണ നയമാണെന്ന് ഹിന്ദു മഹാസഭ വിശ്വ

സിക്കുന്നു. അതിന്റെ ബലത്തിൽ, കൗൺസിലർമാരായും മന്ത്രിമാരായും നിയമസഭാംഗങ്ങളായും, ഏതെങ്കിലും മുനിസിപ്പൽ അല്ലെങ്കിൽ ഏതെങ്കിലും പൊതു സ്ഥാപനങ്ങൾ എന്നിവിടങ്ങളിൽ പ്രവർത്തിക്കുന്ന എല്ലാ ഹിന്ദു സംഘടനാ വാദികളും ആ സർക്കാർ അധികാര കേന്ദ്രങ്ങളെ ഹിന്ദുക്കളുടെ ന്യായമായ താൽപ്പര്യങ്ങൾ സംരക്ഷിക്കാനും പ്രോത്സാഹിപ്പിക്കാനും ഉപയോഗപ്പെടുത്തണം. തീർച്ചയായും, മറ്റുള്ളവരുടെ നിയമാനുസൃതമായ താൽപ്പര്യങ്ങളിൽ കടന്നുകയറാതെ, നമ്മുടെ രാഷ്ട്രത്തിന് അത്യധികം ദേശഭക്തിയുള്ള സേവനമാണ് ചെയ്യേണ്ടത്. അതിന്റെ പരിമിതികൾ ഉൾക്കൊണ്ട്, സാഹചര്യങ്ങൾക്കനുസരിച്ച് തങ്ങളാൽ കഴിയുന്നവ ചെയ്യണമെന്ന് മാത്രമേ മഹാസഭ പ്രതീക്ഷിക്കുന്നുള്ളൂ. അത് എത്രത്തോളം ചെയ്യാൻ കഴിയുമോ അത്രത്തോളം നന്ദിയുള്ളതായിരിക്കും ഹിന്ദുസഭ. പരിമിതികൾ ക്രമേണ കുറഞ്ഞു പൂർണ്ണമായും ഇല്ലാതാകും. നിരുപാധികമായ സഹകരണം മുതൽ സജീവവും സായുധവുമായ ചെറുത്തുനിൽപ്പ് വരെ, ദേശസ്നേഹ പ്രവർത്തനങ്ങളുടെ മുഴുവൻ ശ്രേണിയും ഉൾക്കൊള്ളുന്ന പ്രതികരണാത്മക സഹകരണ നയം, കാലത്തിന്റെ ആവശ്യകതകളോടും നമ്മുടെ കൈവശമുള്ള വിഭവങ്ങളോടും നമ്മുടെ ദേശീയ താൽപ്പര്യത്തിന്റെ നിർദ്ദേശങ്ങളോടും പൊരുത്തപ്പെടുന്നത് തുടരും.

രണ്ടാം ലോകമഹായുദ്ധസമയത്ത് സുഭാഷ് ചന്ദ്രബോസ് ഇന്ത്യയെ സൈനികമായി മോചിപ്പിക്കാൻ ശ്രമിച്ചുകൊണ്ടിരിക്കുന്ന സമയത്ത്, ബ്രിട്ടീഷ് യുദ്ധശ്രമങ്ങളെ പരസ്യമായി സഹായിക്കുന്ന നിലയിലേക്ക് സവർക്കർ എത്തി. അദ്ദേഹം എങ്ങനെയാണ് ബ്രിട്ടീഷ് ആശയങ്ങളുമായി ചേർന്നതെന്നും അവരുടെ യുദ്ധ യന്ത്രങ്ങളെ സഹായിക്കാൻ തീരുമാനിച്ചതെന്നും അദ്ദേഹത്തിന്റെ ഇനിപ്പറയുന്ന വാക്കുകളിൽ നിന്ന് വ്യക്തമാകും.

ഇന്ത്യയുടെ പ്രതിരോധത്തെ സംബന്ധിച്ചിടത്തോളം, ഹിന്ദുമതം ഒരു മടിയും കൂടാതെ സഖ്യമുണ്ടാക്കണം. ഇന്ത്യൻ ഗവൺമെന്റിന്റെ യുദ്ധശ്രമങ്ങളോടുള്ള പ്രതികരണാത്മകമായ സഹകരണം എന്ന മനോഭാവത്തിൽ, അത് ഹൈന്ദവ താൽപ്പര്യങ്ങളുമായി പൊരുത്തപ്പെടുന്നിടത്തോളം, സൈന്യം, നാവികസേന, വ്യോമസേന എന്നിവയിൽ ഹിന്ദുക്കൾ കഴിയുന്നത്ര ചേർന്നുകൊണ്ട് വെടിമരുന്ന്, യുദ്ധ, കരകൗശല ഫാക്ടറികൾ – എന്നിങ്ങനെയുള്ള എല്ലാ ഓർഡിനൻസുകളിലേക്കും പ്രവേശനം ഉറപ്പാക്കണം. ജപ്പാന്റെ യുദ്ധത്തിലേക്കുള്ള നീക്കം, ബ്രിട്ടന്റെ ശത്രുക്കളുടെ ആക്രമണത്തിന് നമ്മളും വിധേയരാകുമെന്നത് ശ്രദ്ധേയമാണ്. തത്ഫലമായി, നമുക്ക് താല്പര്യമില്ലെങ്കിൽ കൂടി, യുദ്ധത്തിന്റെ

കെടുതികൾക്കെതിരെ അണിനിരന്ന് നമ്മുടെ നിലനില്പിനെ സംരക്ഷിക്കേണ്ടതുണ്ട്. ഇന്ത്യയെ പ്രതിരോധിക്കാനുള്ള സർക്കാരിന്റെ യുദ്ധശ്രമം ശക്തിപ്പെടുത്തുന്നതിലൂടെ മാത്രമേ ഇത് സാദ്ധ്യമാകൂ. അതിനാൽ ഹിന്ദു മഹാസഭകൾ, പ്രത്യേകിച്ച് ബംഗാൾ, അസം പ്രവിശ്യകളിലെ ഹന്ദുക്കളെയും ഉണർത്തേണ്ടതുണ്ട്. അതിനായി ഒരു നിമിഷംപോലും നഷ്ടപ്പെടുത്താനില്ല.

സവർക്കർ ജാതീയതയിലും വംശീയതയിലും തീവ്രമായി വിശ്വസിക്കുകയും തന്റെ ജീവിതത്തിലുടനീളം സാമ്രാജ്യത്വത്തിന് പിന്തുണ നൽകുകയും ചെയ്തു. അദ്ദേഹം അതിനെ 'ഹിന്ദുത്വ' എന്ന് വിളിച്ചു. യഥാർത്ഥ സവർക്കർ എന്തായിരുന്നുവെന്ന് ഈ രാജ്യത്തെ ജനങ്ങൾ അറിയുകയാണെങ്കിൽ 'ഹിന്ദുത്വ' ചവറ്റുകുട്ടയിൽ തള്ളുമെന്ന് മനസ്സിലാക്കിയ സവർക്കറിസ്റ്റുകൾ, സവർക്കറുമായി ബന്ധപ്പെട്ട എല്ലാ വസ്തുതകളും മറച്ചുവയ്ക്കുന്നു എന്നതാണ് യാഥാർത്ഥ്യം. ആത്മാഭിമാനവും കൊളോണിയൽ വിരുദ്ധ പൈതൃകത്തിൽ വിശ്വാസവുമുള്ള ഒരു ഇന്ത്യക്കാരനും 'വീർ' സവർക്കറെ മഹത്വവൽക്കരിക്കുന്നത് അംഗീകരിക്കാനാകില്ല. എന്തുകൊണ്ടാണ് ഹിന്ദുത്വ ബ്രിഗേഡ് ഈ അധഃപതിച്ച പൈതൃകം മറച്ചുവെക്കുന്നത് എന്ന് നമുക്ക് മനസ്സിലാക്കാവുന്നതേയുള്ളൂ. പക്ഷേ, ജനാധിപത്യ-മതേതര ഇന്ത്യൻ രാഷ്ട്രീയത്തിന് വേണ്ടി നിലകൊള്ളുന്നുവെന്ന് അവകാശപ്പെടുന്നവർ, ഇന്ത്യയുടെ സ്വാതന്ത്ര്യത്തിന്റെ, ഏതാണ്ട് ഒരു നൂറ്റാണ്ട് പിന്നിട്ടിട്ടും ഈ രേഖകൾ പരസ്യമാക്കാൻ മെനക്കെടാത്തത് എന്താണെന്നതാണ് ശരിക്കും അമ്പരപ്പിക്കുന്നത്.

വസ്തുതകൾ വളച്ചൊടിക്കുന്ന ഈ രേഖകളുടെ യാഥാർത്ഥ്യം ഹിന്ദുത്വ ബ്രിഗേഡിനെ തീർച്ചയായും അലോസരപ്പെടുത്തും. യഥാർത്ഥ വസ്തുതകൾ മനസ്സിലാക്കുന്നതിന്, 'വീർ' സവർക്കറെ മഹത്വവൽക്കരിക്കുന്ന നേതാക്കന്മാരെയും വ്യക്തികളെയും പ്രസ്തുതരേഖകൾ സഹായിക്കുമെന്ന് പ്രതീക്ഷിക്കുന്നു. ഈ പുസ്തകത്തിലെ 7-ാം അദ്ധ്യായത്തിൽ 1923 ലെ സവർക്കർ രചിച്ച *ഹിന്ദുത്വ*യുടെ യഥാർത്ഥ പതിപ്പിനെ വിലയിരുത്തുന്നുണ്ട്, അതിലൂടെ ജനാധിപത്യ-മതേതര ഇന്ത്യയെ നെഞ്ചിലേറ്റുന്ന എല്ലാവർക്കും ഇന്ത്യയെ നാശോന്മുഖമാക്കാനായി ഉടലെടുത്ത ആശയങ്ങളുടെ ഗൗരവം മനസ്സിലാക്കാൻ കഴിയും.

ഗ്രന്ഥസൂചി

1. http://www.narendramodi.in/veer-savarkar-was-a-veer-purush who-was-not-sacred-of-death-he-was-a-shastra-upasak-and-shaasrta-upasak shri-narendra-modi/ (23 May 2013).
2. The Economist, December 20, 2014.
3. The Telegraph, May 29, 1914.
4. *The Times of India*, December 12, 2014.

മിത്ത് 1

സവർക്കർ ഒരു ഇതിഹാസ സ്വാതന്ത്ര്യ സമര സേനാനിയായിരുന്നു

സവർക്കർ ഒരു ഇതിഹാസ സ്വാതന്ത്ര്യ സമര സേനാനിയായിരുന്നു.[1] അസാമാന്യ ധൈര്യശാലിയായിരുന്ന അദ്ദേഹം ഒരിക്കലും ബ്രിട്ടീഷ് ഭരണാധികാരികളുമായി സഹകരിച്ചു പ്രവർത്തിക്കാൻ സന്നദ്ധനായിരുന്നില്ല.[2]

ഇന്ത്യയുടെ സ്വാതന്ത്ര്യത്തിനായി അദ്ദേഹം പിന്തുടർന്ന അഭിനിവേശം 'അദ്ദേഹത്തിന്റെ സമഗ്രത, പൊതുജീവിതത്തെ അടയാളപ്പെടുത്തിയ അദ്ദേഹത്തിന്റെ ത്യാഗബോധം' എന്നിവയാൽ അദ്ദേഹം ആദരിക്കപ്പെടണം എന്നാണ് സവർക്കറിസ്റ്റുകൾ അവകാശപ്പെടുന്നത്.[3] ബ്രിട്ടീഷ് ഭരണത്തിനെതിരായ ഇന്ത്യയുടെ ചെറുത്തുനിൽപ്പിന്റെ ഏറ്റവും മഹത്തായ പ്രതിരൂപമാണ് അദ്ദേഹം എന്ന് ഉച്ചത്തിൽ പ്രഖ്യാപിക്കുന്നത് സവർക്കറിസ്റ്റുകൾ മാത്രമല്ല. നമ്മൾ മുകളിൽ കണ്ടതുപോലെ, ഒരു കോൺഗ്രസ് പ്രധാനമന്ത്രി പോലും സവർക്കറൈറ്റുകളുടെ കൂട്ടത്തിൽ ചേർന്നുകൊണ്ട്, അദ്ദേഹം 'രാജ്യസ്നേഹിയും സ്വാതന്ത്ര്യ സമര സേനാനിയുമാണെ'ന്ന് പ്രഖ്യാപിക്കുകയുണ്ടായി.[4] കാലാപാനി എന്നറിയപ്പെടുന്ന ഭയാനകമായ സെല്ലുലാർ ജയിലിൽ അദ്ദേഹം ഏറ്റുവാങ്ങിയ പീഡനങ്ങളെക്കുറിച്ചറിയാൻ ഒരു കൂട്ടായ ശ്രമം നടന്നിട്ടുണ്ട്. ആൻഡമാനിൽ സവർക്കറെ തടവിൽ പാർപ്പിച്ചുതുടങ്ങിയതുമുതൽ, സെല്ലുലാർ ജയിലിലെ ക്രൂരതയുടെ ഏക ഇരയായി സവർക്കറെ ചിത്രീകരിക്കാൻ ബി ജെ പി നേതൃത്വത്തിലുള്ള സർക്കാർ തീരുമാനിച്ചു. അതിനുവേണ്ടി 2002–2003 കാലഘട്ടത്തിൽ, നിരവധി നടപടികൾ അവർ സ്വീകരിക്കുകയുണ്ടായി: പാർലമെന്റിന്റെ സെൻട്രൽ ഹാളിൽ സവർക്കറുടെ ഛായാചിത്രം അന്നത്തെ ലോക്സഭാ സ്പീക്കർ മനോഹർ ജോഷി (ശിവസേന) അനാച്ഛാദനം ചെയ്തു; പോർട്ട് ബ്ലെയർ എയർപോർട്ടിന്

ലാൽ കൃഷ്ണ അദ്വാനി വീർ സവർക്കർ എയർപോർട്ട് എന്ന് പേരിട്ടു; രാം നായിക് (ഭാരതീയ ജനതാ പാർട്ടി) ജയിൽ വളപ്പിൽ സ്ഥാപിച്ച സ്മാരക ഫലകത്തിൽ സവർക്കറുടെ പേര് മാത്രമേ പരാമർശിച്ചിട്ടുള്ളു എന്നതാണ് അത്യന്തം നീചമായിട്ടുള്ളത്. സെല്ലുലാർ ജയിലിലേക്ക് ഒരു സന്ദർശനം നടത്തുകയാണെങ്കിൽ ഞെട്ടിക്കുന്ന പല കാര്യങ്ങളും നമുക്ക് വെളിവാകും. അവിടെ കഠിന യാതന അനുഭവിക്കേണ്ടി വന്ന ഒരേഒരാളായി സവർക്കർ മാത്രം ചിത്രീകരിക്കപ്പെട്ടു. സ്വാതന്ത്ര്യ സമരത്തിൽ സവർക്കറുടെ പങ്കിനെ വിമർശനാത്മകമായി വിലയിരുത്തുന്നത് ഒഴിവാക്കുന്നതിനായി ആദരണീയരായ മറ്റു സ്വാതന്ത്ര്യസമരസേനാനികൾക്കുപരിയായി അദ്ദേഹത്തിന്റെ പ്രവർത്തനങ്ങളെ മാത്രം മഹത്വവൽക്കരിക്കുന്നതിനും വിഗ്രഹവൽക്കരിക്കുന്നതിനും ബോധപൂർവ്വമായ ശ്രമങ്ങൾ നടത്തുകയുണ്ടായി.[5]

വസ്തുതകൾ

എന്നിരുന്നാലും, വസ്തുതകൾ അത്ര ലളിതമല്ല, അവ വ്യത്യസ്തവും അമ്പരപ്പിക്കുന്നതുമായ ഒരു കഥ നമ്മോട് പറയുന്നു. അത് സെല്ലുലാർ ജയിലിന്റെ ഭൗതികവും ചരിത്രപരവുമായ ചില വിശദാംശങ്ങളിൽ നിന്ന് ആരംഭിക്കുന്നു എന്നത് ശ്രദ്ധേയമാണ്. ബാരക്കുകളില്ലാത്ത സെല്ലുകളിൽ അടയ്ക്കപ്പെട്ടവർ എല്ലായ്പ്പോഴും ഏകാന്ത തടവിലായിരുന്നു. 'സെല്ലുലാർ' എന്ന പേര് ഇതിന് ലഭിക്കാൻ കാരണമിതാണ്. 7 വിഭാഗങ്ങളിലായി 700 സെല്ലുകളാണ് ഇവിടെ ഉണ്ടായിരുന്നത്. ഒരേസമയം 700 തടവുകാരെ മാത്രമേ ഇവിടെ പാർപ്പിക്കാൻ കഴിയൂ. ഇതിൽത്തന്നെ എല്ലാവരും രാഷ്ട്രീയ തടവുകാരായിരുന്നില്ല. പത്തിലധികം സ്ത്രീകളും അവിടെ തടവിലാക്കപ്പെട്ടിരുന്നു.[6]

ആർ സി മജുംദാറിന്റെ റിപ്പോർട്ട്[7] പ്രകാരം, 1857 ലെ ഈസ്റ്റ് ഇന്ത്യാ കമ്പനി ഭരണത്തിനെതിരായ പ്രക്ഷോഭമാണ് രാഷ്ട്രീയ തടവുകാരുടെ ആദ്യ ബാച്ചിനെ സെല്ലുലാർ ജയിലിൽ എത്തിച്ചത്. അദ്ദേഹത്തിന്റെ അഭിപ്രായത്തിൽ,

> ധാരാളം കലാപകാരികളെ ആൻഡമാനിലേക്ക് കൊണ്ടുപോയിട്ടുണ്ടെങ്കിലും, അവരുടെ ആകെ എണ്ണം അറിയില്ല, മാത്രമല്ല വ്യക്തിഗത തടവുകാരെക്കുറിച്ചുള്ള വിശ്വസനീയമായ ഒരു രേഖയും ലഭ്യമല്ല. എന്നിരുന്നാലും, കലാപത്തിന് നേതൃത്വം നൽകിയ രണ്ടുപേർ അവരുടെ ധാർമ്മിക സ്വഭാവത്തിനും ഉന്നത വിദ്യാഭ്യാസത്തിനും പേരുകേട്ടവരാണ്, അവർ തടവുകാരായി ആൻഡമാനിൽ തന്നെ ജീവിച്ചുമരിച്ചു. അല്ലാമാ ഫസ്ലി ഹഖ് ഖൈരാബാദി, മൗലാന ലിയാഖത്ത് അലി [sic] എന്നിവരായിരുന്നു അവർ. മറ്റൊരു കലാപകാരിയായ മിർ ജാഫർ അലി താനേശ്രീ ആൻഡമാനിൽ ഇരുപത് വർഷത്തെ ശിക്ഷ അനുഭവിക്കുകയുണ്ടായി.[8]

മൗലവി ഫസൽ-ഇ-ഹഖ് ഖൈരാബാദി

ബ്രിട്ടീഷ് ഭരണത്തിൻ കീഴിലുള്ള ഡൽഹിയിൽ ചീഫ് ജഡ്ജ് (*സരിഷ്താദർ*) ആയിരുന്നു മൗലവി ഫസൽ. യുണൈറ്റഡ് പ്രവിശ്യയിലെ (ഇപ്പോൾ ഉത്തർപ്രദേശിലെ സീതാപൂർ ജില്ലയിൽ) ഖൈരാബാദിൽ ജനിച്ച അദ്ദേഹം പ്രശസ്ത നിയമജ്ഞനും എഴുത്തുകാരനും കവിയുമായിരുന്നു. 1857 മെയ് മാസത്തിൽ ബ്രിട്ടീഷ് ഭരണത്തിൽ നിന്ന് ഡൽഹി മോചിപ്പിക്കപ്പെട്ടതിനുശേഷം അദ്ദേഹം വിമോചന സമരത്തിൽ സജീവമായി പങ്കെടുത്തു. റെവല്യൂഷണറി വാർ കൗൺസിലിലെ പ്രധാന അംഗമായിരുന്ന അദ്ദേഹമാണ് ഡൽഹിയിൽ പുനഃസ്ഥാപിക്കപ്പെട്ട മുഗൾ ഗവൺമെന്റിന്റെ ഭരണഘടന തയ്യാറാക്കിയത്. ഇന്ത്യയുടെ വിമോചനത്തിനുവേണ്ടി ജനങ്ങളെ ഉണർത്തുന്നതിൽ അദ്ദേഹം വീരോചിതമായ പങ്ക് വഹിച്ചു.

ഷാജഹാൻപൂർ, ലഖ്നൗ, ബറേലി എന്നിവിടങ്ങളിലെ ബ്രിട്ടീഷ് വിരുദ്ധ സൈനിക പ്രചാരണങ്ങളിൽ അദ്ദേഹം പങ്കെടുത്തു. വിപ്ലവ ശക്തികളുടെ പരാജയത്തിനുശേഷം, അദ്ദേഹം സ്വന്തം നാടായ ഖൈരാബാദിലേക്ക് പോയി, അവിടെവെച്ച് ബ്രിട്ടീഷുകാർ രാജ്യദ്രോഹക്കുറ്റം ചുമത്തി അദ്ദേഹത്തെ അറസ്റ്റ് ചെയ്തു. സ്വന്തം കേസ് വാദിച്ച അദ്ദേഹം ബ്രിട്ടീഷുകാർക്കുമുന്നിൽ ദയാ ഹർജി നൽകാൻ വിസമ്മതിച്ചു. ബ്രിട്ടീഷ് ട്രൈബ്യൂണൽ അദ്ദേഹത്തിന് സെല്ലുലാർ ജയിലിൽ ജീവപര്യന്തം വിധിച്ചു. 1959 ഒക്ടോബർ 8 ന് ആൻഡമാനിലേക്ക് കൊണ്ടുപോയി, അവിടെവെച്ച് 1861 ഓഗസ്റ്റ് 21 ന് അന്തരിച്ചു.

ഇസ്ലാമിക പഠനത്തിലും ദൈവശാസ്ത്രത്തിലും മാത്രമല്ല, സാഹിത്യത്തിലും പാണ്ഡിത്യമുള്ള വ്യക്തിത്വമായിരുന്നു അദ്ദേഹത്തിന്റേത്. പ്രത്യേകിച്ച് ഉറുദു, അറബിക്, പേർഷ്യൻ സാഹിത്യങ്ങളിൽ. അറബിയിലുള്ള ധാരാളം ഈരടികൾ അദ്ദേഹത്തിന്റേതായി കണക്കാക്കപ്പെടുന്നു. മിർസ ഗാലിബിന്റെ അഭ്യർത്ഥന പ്രകാരം അദ്ദേഹം തന്റെ ആദ്യത്തെ ഉറുദു കാവ്യം (*Diwan-e-ghalib*) എഡിറ്റ് ചെയ്യുകയുണ്ടായി. സെല്ലുലാർ ജയിലിലെ ജീവിതകഥ, അദ്ദേഹം അറബിയിൽ *രിസാല അൽ സൂറത്ത് അൽ ഹിന്ദിയ* എന്ന പേരിൽ എഴുതി. ജയിലിൽ കർശനമായ നിരീക്ഷണമുള്ളതിനാൽ കൽക്കരി ഉപയോഗിച്ച് തുണിക്കഷണങ്ങളിലും കടലാസുകളിലുമാണ് അദ്ദേഹം അത് എഴുതിയത്. 1860 ൽ സെല്ലുലാർ ജയിലിൽ ശിക്ഷ കഴിഞ്ഞ് പുറത്തിറങ്ങിയപ്പോൾ സഹതടവുകാരിൽ ഒരാളായ മുഫ്തി ഇനായത്ത് അഹമ്മദ് കക്കോർവി അവ പുറത്തെത്തിച്ചു. 1920 കളിൽ മാത്രമാണ് *ബാഗി-ഇ ഹിന്ദുസ്ഥാൻ* (ഇന്ത്യയുടെ വിമതൻ) എന്ന പേരിൽ ഉർദുവിലേക്കു മൊഴിമാറ്റാൻ പറ്റിയത്. സെല്ലുലാർ ജയിലിലെ ഫസൽ ഹഖിന്റെ ഈ ആത്മകഥ, അവിടെയുണ്ടായിരുന്ന ജീവപര്യന്തം തടവുകാരെക്കുറിച്ചുള്ള ഏറ്റവും ആധികാരികമായ വിവരണങ്ങളിലൊന്ന് മാത്രമല്ല, ഇന്ത്യയെ കീഴടക്കാനുള്ള ബ്രിട്ടീഷ് പദ്ധതികളെക്കുറിച്ചും കലാപത്തിലേക്ക് നയിച്ച ഘടകങ്ങളും അത് പരാജയപ്പെട്ടതിന്റെ കാരണവും

ഈ ഗ്രന്ഥം വെളിപ്പെടുത്തുന്നു. പ്രശസ്ത കവി ജാവേദ് അക്തറിന്റെ മുത്തശ്ശിയുടെ (സൈദ ഹിർമാൻ) പിതാവായിരുന്നു ഫസൽ ഹഖ് ഖൈരാബാദി എന്നത് ശ്രദ്ധേയമാണ്.[9]

മൗലവി ലിയാഖത്ത് അലി അലഹബാദി

അലഹബാദിൽ നിലയുറപ്പിച്ച മുഗൾ സേനയുടെ കമാൻഡറായിരുന്നു പ്രശസ്ത ഭരണാധികാരിയും യുനാനി മെഡിസിൻ പ്രാക്ടീഷണറും സൈനിക തന്ത്രജ്ഞനുമായ മൗലവി ലിയാഖത്ത് അലി അലാബാദി. 1857 ലെ വിമോചനയുദ്ധത്തിൽ അലഹബാദിലും പരിസരങ്ങളിലും ബ്രിട്ടീഷ് സൈന്യത്തിനെതിരെ പോരാടുന്നതിൽ അദ്ദേഹം സുപ്രധാന പങ്ക് വഹിച്ചു. അലഹബാദിലെ ഭൂരിഭാഗം പ്രദേശങ്ങളും അദ്ദേഹത്തിന്റെ നേതൃത്വത്തിലുള്ള സൈന്യത്തിനു ബലപ്രയോഗത്തിലൂടെ മോചിപ്പിക്കാൻ കഴിഞ്ഞു. ഡൽഹി മുഗൾ കോടതി അദ്ദേഹത്തെ വിമോചിത പ്രദേശത്തിന്റെ ഗവർണറായി നിയമിച്ചു. കാൺപൂരിൽ ബ്രിട്ടീഷ് സേനക്കെതിരായ യുദ്ധങ്ങളിൽ നാനയ്ക്കൊപ്പം (നാനാസാഹിബ്) അദ്ദേഹം പങ്കെടുത്തു. എന്നിരുന്നാലും, ബ്രിട്ടീഷുകാർ ഇന്ത്യൻ പടയാളികളെ ഉപയോഗിച്ച് 1857 ജൂലൈ 12 ന് അദ്ദേഹത്തിന്റെ നേതൃത്വത്തിലുള്ള സൈന്യത്തെ പരാജയപ്പെടുത്തി.

മൗലവി ലിയാഖത്ത് അലി പ്രതീക്ഷ കൈവിടാതെ മൗലവി അബ്ദുൾ കരീമായി ഇന്ത്യയുടെ വിവിധ ഭാഗങ്ങളിൽ സഞ്ചരിച്ച് പ്രഭാഷണം നടത്തുകയും രോഗികളെ ചികിത്സിക്കുകയും ചെയ്തു. സുന്നി മുസ്ലീം ഭരണാധികാരിയായിരുന്ന സച്ചിൻ നവാബിന്റെ (ഇപ്പോൾ ഗുജറാത്തിലെ സൂറത്തിന്റെ ഭാഗമാണ്) അടുക്കൽ അദ്ദേഹം അഭയം പ്രാപിച്ചു. എന്നാൽ ആതിഥേയൻ നവാബ് ഇബ്രാഹിം മുഹമ്മദ് യാകുത് ഖാൻ (II) അദ്ദേഹത്തെ ഒറ്റുകൊടുത്തു. അദ്ദേഹവും കുടുംബവും സച്ചിനിൽ (ഗുജറാത്ത്) നിന്ന് എങ്ങനെയോ രക്ഷപ്പെട്ട്, 1871 ൽ ബോംബെയിൽവെച്ച് പിടിക്കപ്പെടുന്നതുവരെ ഒളിവിൽ കഴിയുകയായിരുന്നു. ജീവപര്യന്തം ശിക്ഷ വിധിക്കപ്പെട്ട അദ്ദേഹത്തെ ആൻഡമാൻ ദ്വീപുകളിലേക്ക് കൊണ്ടുപോയി. 1872 ഒക്ടോബറിൽ സെല്ലുലാർ ജയിലിൽ എത്തിയ അദ്ദേഹം 1892 മെയ് 17 ന് മരിച്ചു. അദ്ദേഹം ഒരിക്കലും ബ്രിട്ടീഷ് ഭരണാധികാരികളുടെ ദയാവായ്പ്പിനായി കാത്തിരുന്നില്ല.[10]

മൗലവി മുഹമ്മദ് ജാഫർ താനേശ്രീ

അംബാലയ്ക്കടുത്തുള്ള (ഇപ്പോൾ ഹരിയാനയിൽ) താനേശ്വരിലെ ഒരു സമ്പന്ന കുടുംബത്തിൽ പെട്ടയാളായിരുന്നു മൗലവി മുഹമ്മദ് ജാഫർ. അദ്ദേഹം പ്രശസ്തനായ വഹാബി നേതാവായിരുന്നു. അദ്ദേഹത്തെ പിടികൂടുന്നവർക്കു ബ്രിട്ടീഷ് സർക്കാർ പതിനായിരം രൂപ പാരിതോഷികം പ്രഖ്യാപിച്ചു. അലിഗഡിൽ വെച്ച് അറസ്റ്റ് ചെയ്യപ്പെട്ട

അദ്ദേഹത്തിന് വധശിക്ഷ വിധിച്ചു, അത് പിന്നീട് ആൻഡമാനിലെ ജീവിതത്തിലേക്കുള്ള യാത്രയായി. 1866 ജനുവരി 11 ന് ജംന എന്ന കപ്പലിൽ മറ്റ് നിരവധി വഹാബി മതനേതാക്കളോടൊപ്പം ആൻഡമാനിൽ എത്തുമ്പോൾ, അദ്ദേഹത്തിന് 27 വയസ്സായിരുന്നു. 18 വർഷം അവിടെ തുടരുകയും 1883 നവംബർ 9 ന് മോചിപ്പിക്കപ്പെടുകയും ചെയ്തു.

പേർഷ്യൻ, ഉറുദു, ഹിന്ദി ഭാഷകളിൽ നല്ല പ്രാവീണ്യമുള്ള അദ്ദേഹം സഹതടവുകാരനായ രാം സരൂപിൽ നിന്ന് ഇംഗ്ലീഷ് പഠിച്ചു. *ത്വരീഖ്-ഇ-അജീബ് യാനീ കാലാപാനി* (വിചിത്ര ഭൂമികളുടെ ചരിത്രം: കാലാപാനി) എന്ന പേരിൽ, ആൻഡമാനിലെ സഹതടവുകാർ എഴുതിയ ആധികാരിക വിവരണങ്ങളിൽവെച്ച് ഏറ്റവും മികച്ചത്, അദ്ദേഹം എഴുതി. അയാളുടെ ഒരു സുഹൃത്താണ് ഇത് പുറംലോകത്തേക്ക് എത്തിച്ചത്. 1920 കളുടെ അവസാനത്തിൽ മാത്രമേ ഇത് അച്ചടിക്കാൻ കഴിഞ്ഞുള്ളൂ. ഉറുദുവിൽ എഴുതിയ ഈ ഗ്രന്ഥം ഇന്നും അജ്ഞാതമായി തുടരുന്നത് നിർഭാഗ്യകരമാണ്.

അന്നത്തെ ആൻഡമാനിലെ ഭൂപ്രകൃതി, സാമൂഹികം (ആദിമനിവാസികൾ), ഭരണപരം, മതപരം, രാഷ്ട്രീയം എന്നിവയെക്കുറിച്ചറിയാൻ ഈ പുസ്തകം ഏറെ പ്രയോജനപ്പെടും. അന്നത്തെ ഇന്ത്യയുടെ ഗവർണർ ജനറലായിരുന്ന ലോർഡ് മായോയെ എങ്ങനെയാണ് പത്താൻ ഷേർ അലി കൊലപ്പെടുത്തിയതെന്നും ജയിൽ ഉദ്യോഗസ്ഥർ ഹിന്ദു-മുസ്ലിം കുറ്റവാളികൾക്കിടയിൽ ഭിന്നത സൃഷ്ടിച്ചതെങ്ങനെയെന്നും ഈ പുസ്തകത്തിൽ വിശദമായി വിവരിക്കുന്നുണ്ട്. വില്യം വിന്റർ ഹണ്ടർ എഴുതിയ *ഔവർ ഇന്ത്യൻ മുസ്ലിംസ്* (Our Indian Muslims) എന്ന പുസ്തകത്തെക്കുറിച്ചുള്ള വിമർശനവും ഇതിലുണ്ട്.[11]

ആൻഡമാനിലേക്ക് അയച്ച അടുത്ത ബാച്ചിലെ പ്രധാന രാഷ്ട്രീയ തടവുകാരിൽ മുസ്ലീം വഹാബി വിപ്ലവകാരികൾ ഉൾപ്പെടുന്നു (വഹാബി കലാപം ബ്രിട്ടീഷ് ഭരണ വിരുദ്ധ മൗലവിമാരുടെ നേതൃത്വത്തിലായിരുന്നു, ഇത് ഇന്ത്യയുടെ കൊളോണിയൽ വിരുദ്ധ ചരിത്രത്തിലെ ഒരു നാഴികക്കല്ലായി കണക്കാക്കപ്പെടുന്നു). അവരും 1857 ലെ കലാപത്തിൽ പ്രധാന പങ്കുവഹിച്ചിട്ടുണ്ട്. നിർഭാഗ്യവശാൽ, അവിടെ ജയിലിൽ കഴിയുന്ന വഹാബി പ്രസ്ഥാനത്തിൽപ്പെട്ട തടവുകാരെക്കുറിച്ചുള്ള വ്യക്തിഗത വിവരങ്ങളൊന്നും ലഭ്യമല്ല. എന്നിരുന്നാലും, ആൻഡമാനിലെ വഹാബി കുറ്റവാളിയായിരുന്ന ഷേർ അലി അഫ്രീദി, ദ്വീപ് സന്ദർശനത്തിനിടെ ഇന്ത്യയുടെ വൈസ്രോയി പ്രഭു മയോയെ കുത്തിക്കൊന്ന സംഭവം ബ്രിട്ടീഷ് ഇന്ത്യൻ ആർക്കൈവ്സ് പരാമർശിക്കുന്നുണ്ട്.[12] 20-ാം നൂറ്റാണ്ടിന്റെ തുടക്കത്തിൽ വിപ്ലവകരമായ പ്രതിരോധം വർദ്ധിച്ചതോടെ സെല്ലുലാർ ജയിലിലേക്കുള്ള വിപ്ലവകാരികളുടെ ഒഴുക്കും വർദ്ധിച്ചു. അതിലെ ആദ്യ ബാച്ചുകളിൽ ഒന്ന് 1908-ലെ അലിപ്പൂർ ബോംബ് കേസിന്റെ ഭാഗമായിരുന്നു.

സവർക്കറുടെ ആദ്യകാല രാഷ്ട്രീയ ജീവിതം

സെല്ലുലാർ ജയിലിന്റെ ചരിത്രം സവർക്കറുടേതു മാത്രമായ ഒന്നല്ല. എന്നാൽ സവർക്കറെക്കുറിച്ചും ചില വിവരങ്ങൾ അറിയുന്നത് ഉചിതമായിരിക്കും. മഹാരാഷ്ട്രയിലെ ചിത്പവൻ ബ്രാഹ്മണ ഭൂവുടമകളുടെ കുടുംബത്തിലാണ് 1883 ൽ അദ്ദേഹം ജനിച്ചത്. സ്കൂൾ കാലം മുതൽ ബ്രിട്ടീഷ് വിരുദ്ധ പ്രസ്ഥാനങ്ങളിൽ ആകൃഷ്ടനായ അദ്ദേഹം മസിനിയുടെ *ജിയോവന്നി ഇറ്റാലിയ* (യംഗ് ഇറ്റലി) പ്രസ്ഥാനത്തിൽ നിന്ന് പ്രചോദനം ഉൾക്കൊണ്ട് 1904 മെയ് മാസത്തിൽ *അഭിനവ് ഭാരത്* (യങ് ഇന്ത്യ) സൊസൈറ്റി സ്ഥാപിക്കുന്നതിൽ പ്രധാന പങ്കുവഹിച്ചു. പിന്നീട് നിയമപഠനത്തിനായി അദ്ദേഹം ഇംഗ്ലണ്ടിലേക്ക് പോയെങ്കിലും (1906–1910) ഇന്ത്യയിലെ ബ്രിട്ടീഷ് ഭരണത്തിനെതിരായ പ്രവർത്തനങ്ങളിൽ ഏർപ്പെട്ടു. അവിടെ, അദ്ദേഹം *ഫ്രീ ഇന്ത്യ സൊസൈറ്റി* സ്ഥാപിച്ചു. ഇത് ഇന്ത്യയിലെ ബ്രിട്ടീഷ് ഭരണത്തെ അട്ടിമറിക്കാൻ ശ്രമിക്കുന്ന രഹസ്യ പ്രവർത്തനങ്ങൾ സംഘടിപ്പിച്ചു. *ഫ്രീ ഇന്ത്യ സൊസൈറ്റി*യിലെ അംഗമായ മദൻ ലാൽ ധിംഗ്ര, ഇന്ത്യൻ ഓഫീസിലെ (ലണ്ടൻ) ഒരു ഉദ്യോഗസ്ഥനെ കൊലപ്പെടുത്തുകയും, സവർക്കറെ അറസ്റ്റുചെയ്ത് ഇന്ത്യയിലേക്ക് കൊണ്ടുവരുകയും ചെയ്തു. ഇന്ത്യയിലേക്കുള്ള യാത്രാമദ്ധ്യേ, ഫ്രാൻസിലെ മാർസെയിൽസിൽ വെച്ച്, തടവിലായിരുന്ന കപ്പലിൽ നിന്ന് രക്ഷപ്പെടാൻ അദ്ദേഹം ധീരവും എന്നാൽ പരാജയപ്പെട്ടതുമായ ഒരു ശ്രമം നടത്തി.

ഇന്ത്യയിൽ, രണ്ട് വ്യത്യസ്ത കേസുകളിൽ വിചാരണ ചെയ്യപ്പെടുകയും രണ്ടു ജീവപര്യന്തങ്ങൾക്ക് (50 വർഷത്തെ ജയിൽവാസം) ശിക്ഷിക്കപ്പെടുകയും ചെയ്തു. 1911 ജൂലൈ 4 ന് അദ്ദേഹത്തെ സെല്ലുലാർ ജയിലിലേക്ക് മാറ്റി. 1911, 1913, 1914, 1918, 1920 വർഷങ്ങളിൽ ബ്രിട്ടീഷ് ഭരണാധികാരികൾക്ക് അഞ്ച് ദയാഹർജികൾ നൽകിയിട്ടും അദ്ദേഹം മോചിതനായില്ല. ക്രമേണ സെല്ലുലാർ ജയിൽ അധികാരികളുടെ പ്രിയപ്പെട്ട ഒരാളായി സവർക്കർ മാറി. 1920–ഓടെ ജയിലധികാരികൾ ഒരു ഗുമസ്തന്റെ ജോലി അദ്ദേഹത്തെ ഏൽപ്പിക്കുകയും പിന്നീട് ജയിലിന്റെ ഓയിൽ ഡിപ്പോയുടെ ഫോർമാനായി പ്രവർത്തിക്കാൻ അനുവദിക്കുകയും ചെയ്തു. മാപ്പുനൽകുന്നതിന്റെ ഭാഗമായി, 1921 മെയ് മാസത്തിൽ ബ്രിട്ടീഷ് സർക്കാർ അദ്ദേഹത്തെ ഇന്ത്യൻ ജയിലിലേക്ക് മാറ്റി. വിവിധ ജയിലുകളിൽ പാർപ്പിച്ച ശേഷം, ഒടുവിൽ 1924 ജനുവരി 6 ന് പടിഞ്ഞാറൻ ഇന്ത്യയിലെ പൂനെയിലെ യേർവാദ ജയിലിൽ നിന്ന് അദ്ദേഹത്തെ, 'അഞ്ച് വർഷത്തേക്ക് സർക്കാരിന്റെ സമ്മതമില്ലാതെ പരസ്യമായോ രഹസ്യമായോ രാഷ്ട്രീയ പ്രവർത്തനങ്ങളിൽ ഏർപ്പെടില്ല...'[13] എന്നും രത്നഗിരി ജില്ല വിട്ട് പുറത്തുപോകില്ല എന്നുമുള്ള വ്യവസ്ഥയിന്മേൽ വിട്ടയച്ചു (1937 ൽ മാത്രമാണ് ഈ വ്യവസ്ഥകൾ പിൻവലിച്ചത്). ഇത് പ്രാബല്യത്തിൽ വന്ന കാലഘട്ടത്തിൽ, ബ്രിട്ടീഷ് യജമാനന്മാരുടെ ഭിന്നിപ്പിച്ച് ഭരിക്കുന്ന നയവുമായി തികച്ചും യോജിക്കുന്ന വർഗ്ഗീയ രാഷ്ട്രീയ പ്രവർത്തനങ്ങൾ തുടരാൻ അദ്ദേഹത്തിന് അനുവാദം ലഭിച്ചിരുന്നു.

ആദ്യഘട്ടം: എല്ലാവരെയും ഉൾക്കൊള്ളുന്ന, ഇന്ത്യയ്ക്കുവേണ്ടി നിലകൊണ്ട ഒരു സ്വാതന്ത്ര്യ സമര സേനാനി

ഒരു ആക്ടിവിസ്റ്റ്, എഴുത്തുകാരൻ, വാഗ്മി എന്നീ നിലകളിൽ സവർക്കറുടെ പങ്ക് വ്യത്യസ്തവും തികച്ചും വിപരീതവുമായ രണ്ട് ഘട്ടങ്ങളായി തിരിക്കാം. മതപരവും രാഷ്ട്രീയവുമായ വിവേചനം ഇല്ലാതെ, സ്വതന്ത്ര ഇന്ത്യക്കുവേണ്ടി നിലകൊണ്ട യഥാർത്ഥ വിപ്ലവകാരിയായാണ് സവർക്കർ 1904 ൽ തന്റെ രാഷ്ട്രീയ ജീവിതം ആരംഭിച്ചത്. 1911 ൽ സെല്ലുലാർ ജയിലിൽ തടവിലാക്കപ്പെടുന്നതുവരെ, മതപരമായ വ്യത്യാസങ്ങൾ ശ്രദ്ധിക്കാതെ സ്വതന്ത്ര ഇന്ത്യക്കുവേണ്ടി, പ്രതിബദ്ധതയുള്ള നായകനായി അദ്ദേഹം തുടർന്നു. അദ്ദേഹത്തിന്റെ ചിന്തകൾ മുഴുവൻ ഹിന്ദു പുരാണങ്ങളിലും ചരിത്രത്തിലും വേരൂന്നിയതാണെങ്കിലും, മാതൃരാജ്യമായ ഇന്ത്യയുടെ വിമോചനം രാജ്യത്തെ ഹിന്ദുക്കളുടെയും മുസ്ലീങ്ങളുടെയും ഏകീകൃത ദൃഢനിശ്ചയത്തെ ആശ്രയിച്ചിരിക്കുന്നുവെന്ന് അദ്ദേഹം ഉറച്ചു വിശ്വസിച്ചു.

1907 ൽ ഇംഗ്ലണ്ടിലായിരിക്കെ 1857–ലെ വിപ്ലവത്തെ അടിസ്ഥാനമാക്കി അദ്ദേഹം രചിച്ച *ദി ഇന്ത്യൻ വാർ ഓഫ് ഇൻഡിപെൻഡൻസ് 1857* (The Indian War of Independence 1857) എന്ന മഹത്തായ ഗ്രന്ഥത്തിൽ ഈ കാഴ്ചപ്പാട് വ്യക്തമായി കാണാവുന്നതാണ്. ബ്രിട്ടീഷ് ഗവൺമെന്റ് നിരോധിച്ചിട്ടും, സ്വാതന്ത്ര്യത്തിനു മുൻപ് ലോകമെമ്പാടുമുള്ള വിപ്ലവ ഗ്രൂപ്പുകളും വ്യക്തികളും ഈ പുസ്തകത്തിന്റെ നിരവധി പതിപ്പുകൾ അച്ചടിച്ചിറക്കി. ഇതിന്റെ ആമുഖത്തിൽ, മുസ്ലീങ്ങളോട് വിദ്വേഷം തോന്നരുതെന്നും ഹിന്ദു–മുസ്ലിം ഐക്യം മാതൃരാജ്യത്തിന്റെ സ്വാതന്ത്ര്യലബ്ധിക്കുവേണ്ടിയുള്ള മുന്നുപാധിയാണെന്നും ഊന്നിപ്പറഞ്ഞ അദ്ദേഹം ഇങ്ങനെ എഴുതി:

> ഭൂതകാലത്തെക്കുറിച്ച് ബോധമില്ലാത്ത ഒരു രാജ്യത്തിന് നല്ലൊരു ഭാവിയില്ല. ഭൂതകാലത്തെ അവകാശപ്പെടാനുള്ള കഴിവ് മാത്രമല്ല, ഭാവിയുടെ ഉന്നമനത്തിനായി അത് എങ്ങനെ ഉപയോഗിക്കണമെന്ന് അറിയാനുള്ള കഴിവും ഒരു രാഷ്ട്രം വികസിപ്പിച്ചെടുക്കണം എന്നതും സമാനമായ സത്യമാണ്. രാഷ്ട്രം യജമാനനാകണം, സ്വന്തം ചരിത്രത്തിന്റെ അടിമയായിരിക്കരുത്... മുഹമ്മദീയരോടുള്ള വെറുപ്പ് (sic) ശിവാജിയുടെ കാലത്ത് അനിവാര്യമായ ഒന്നായിരുന്നു. പക്ഷേ, അത്തരമൊരു വികാരം ഇപ്പോൾ പാലിക്കുന്നത് നീതീകരിക്കാനാവില്ല. മാത്രമല്ല അത് വിഡ്ഢിത്തവുമാണ്. കാരണം അത് അന്നത്തെ ഹിന്ദുക്കളുടെ പ്രബല വികാരമായിരുന്നു.[14]

1857 ലെ വിപ്ലവം ഇന്ത്യ എത്രത്തോളം ഐക്യത്തിന്റെയും സ്വാതന്ത്ര്യത്തിന്റെയും ജനകീയ ശക്തിയുടെയും ആത്മാവിനെ ഉൾക്കൊള്ളുന്നു

എന്നറിയാനുള്ള ഒരു പരീക്ഷണമായിരുന്നു എന്ന് പ്രഖ്യാപിച്ചു കൊണ്ടാണ് സവർക്കറുടെ ഈ ബൃഹത്തായ കൃതി അവസാനിക്കുന്നത്. തുടർന്ന് അദ്ദേഹം തന്റെ നാട്ടിലെ ജനങ്ങളെ ഉദ്ബോധിപ്പിക്കാനുള്ള പ്രവർത്തനങ്ങളിൽ മുഴുകി:

> വൈദേശിക ആധിപത്യത്തെക്കാൾ സ്വരാജാണ് പ്രധാനമെന്ന് മനസ്സിലാക്കിയ ധീരന്മാരാണ് യഥാർത്ഥ മഹത്വത്തിന് ഉടമയായിട്ടുള്ളവർ – സ്വരാജ്, അത് ജനാധിപത്യപരമോ രാജവാഴ്ചയോ അരാജകത്വമോ ആയിക്കൊള്ളട്ടെ, ഈ തത്ത്വം മനസ്സിലാക്കി സ്വാതന്ത്ര്യത്തിനുവേണ്ടി പോരാടാൻ ഇറങ്ങിപ്പുറപ്പെട്ട്, അവരുടെ മതത്തോടും രാജ്യത്തോടുമുള്ള കടമ നിറവേറ്റിയവരാണവർ. അവരുടെ പേരുകൾ ബഹുമാനത്തോടെ ഉച്ചരിക്കട്ടെ![15]

ദി ഇന്ത്യൻ വാർ ഓഫ് ഇൻഡിപെൻഡൻസ് 1857, സവർക്കർ 1857 ലെ രക്തസാക്ഷികൾക്കായി സമർപ്പിച്ചത് ഈ വീരന്മാരെ ആദരിക്കാനായിരുന്നു. മാതൃരാജ്യത്തിനുവേണ്ടി ജീവൻ ബലിയർപ്പിച്ച വീരന്മാരുടെ പട്ടികയിൽ മംഗൾ പാണ്ഡെ, റാണി ലക്ഷ്മി ബായി, നാനാ സാഹെബ്, മൗലവി അഹമ്മദ് ഷാ, അസിമുള്ളാ ഖാൻ, താന്തിയോ തോപ്പേ, ബഹദൂർഷാ സഫർ, ബീഗം സീനത്ത് മഹൽ[16] തുടങ്ങി നിരവധി ഹിന്ദു–മുസ്ലിം പേരുകൾ അദ്ദേഹം ഉൾപ്പെടുത്തിയിട്ടുണ്ട്.

തന്റെ രാഷ്ട്രീയ ജീവിതത്തിന്റെ ആദ്യ ഘട്ടത്തിൽ സവർക്കർ, ഇന്ത്യ ഹിന്ദുക്കളും മുസ്ലീങ്ങളും തമ്മിലുള്ള സംഘട്ടന വേദിയാണെന്ന ആശയം പിന്തുടരുകയോ ഹിന്ദുക്കൾ മാത്രമാണ് സ്വാഭാവിക ദേശസ്നേഹികൾ എന്ന് വിശ്വസിക്കുകയോ ചെയ്തിരുന്നില്ല. 1857 ലെ തന്റെ കൃതിയിൽ ഒരു വിഭാഗം ഹിന്ദുക്കൾ നടത്തിയ വഞ്ചന തുറന്നുകാട്ടുന്ന ചില ഉദാഹരണങ്ങൾ അദ്ദേഹം ചൂണ്ടിക്കാട്ടിയിട്ടുണ്ടെന്നു മാത്രം. പഞ്ചാബ് പിടിച്ചടക്കാൻ ബ്രിട്ടീഷുകാരെ സഹായിച്ച ബാജി പേഷ്വയെക്കുറിച്ച് അത്തരം ഒരു ഉദാഹരണത്തിന് അടിവരയിട്ടുകൊണ്ട് അദ്ദേഹം എഴുതി:

> ഈ ബാജി – ശിവാജിയുടെ ഈ പേഷ്വയും അദ്ദേഹത്തിന്റെ പിൻഗാമികളും – സ്വന്തം ഖജനാവിൽനിന്ന് പണം ചെലവഴിച്ച് ആയിരം കാലാൾപ്പടയെയും കുതിരപ്പടയാളികളെയും വീതം ഇംഗ്ലീഷുകാരുടെ സഹായത്തിനായി അയച്ചു! ഈ ബാജിറാവുവിന് സ്വന്തം ഷാൻവാർ വാഡ സംരക്ഷിക്കാൻ സൈന്യമില്ലായിരുന്നു, എന്നാൽ ഗുരു ഗോവിന്ദ് സിങ്ങിന്റെ ഭവനം ആക്രമിക്കാൻ ആവശ്യമായ സൈന്യത്തെ നൽകി ശത്രുവിനെ സഹായിക്കാൻ (ബ്രിട്ടീഷുകാരെ) അദ്ദേഹം യാതൊരു മടിയും കാണിച്ചില്ല.[17]

ഈ ഘട്ടത്തിൽ ഹിന്ദുക്കളും മുസ്ലീങ്ങളും ഹിന്ദുസ്ഥാന്റെ മണ്ണിന്റെ മക്കൾ തന്നെയാണെന്നാണ് സവർക്കർ വിശ്വസിച്ചത്.

> അവരുടെ പേരുകൾ വ്യത്യസ്തമായിരുന്നെങ്കിലും അവരെല്ലാം ഒരേ അമ്മയുടെ—ഇന്ത്യയുടെ—മക്കൾ ആയിരുന്നു; അതിനാൽ തന്നെ സഹോദരങ്ങളുമായിരുന്നു. നാനാ സാഹിബ്, ഡൽഹിയിലെ ബഹദൂർ ഷാ, മൗലവി അഹമ്മദ് ഷാ, ഖാൻ ബഹാദൂർ ഖാൻ, 1857 ലെ മറ്റ് നേതാക്കൾ എന്നിവർ ഈ ബന്ധം ഒരു പരിധിവരെ കാത്തുസൂക്ഷിച്ചു, അവർ ശത്രുത ഉപേക്ഷിച്ച് സ്വദേശിന്റെ പതാകയ്ക്ക് ചുറ്റും ഒത്തുകൂടി...[18]

ഹിന്ദു-മുസ്ലിം ഐക്യം ലക്ഷ്യമാക്കി പ്രവർത്തിച്ച നാനയുടെയും അസിമുള്ളയുടെയും നയങ്ങളെ സവർക്കർ പ്രശംസിച്ചിരുന്നു.

> അവരുടെ (ഹിന്ദു-മുസ്ലിം) രാജ്യത്തിന്റെ സ്വാതന്ത്ര്യത്തിനായി തോളോട് തോൾ ചേർന്ന് പ്രവർത്തിച്ച്, സ്വാതന്ത്ര്യം നേടുമ്പോൾ, ഇന്ത്യൻ ഭരണാധികാരികളുടെയും രാജകുമാരന്മാരുടെയും കീഴിൽ ഇന്ത്യൻ യുണൈറ്റഡ് സ്റ്റേറ്റ്സ് രൂപീകരിക്കണം.[19]

നാനയുടെ വിശ്വസ്തനും ഈസ്റ്റ് ഇന്ത്യാ കമ്പനി ഭരണത്തിനെതിരായ ചെറുത്തുനിൽപ്പിന്റെ പദ്ധതികളുടെ സൂത്രധാരനും മികച്ച സൈനിക തന്ത്രജ്ഞനുമായ അസിമുള്ളാ ഖാന് അദ്ദേഹം മുഴുവൻ ബഹുമതിയും നൽകി:

> 1857 ലെ വിപ്ലവത്തിലെ പ്രധാന കഥാപാത്രങ്ങളിൽ, അസിമുള്ളാ ഖാന്റെ പേര് അവിസ്മരണീയമായ ഒന്നാണ്. ആദ്യമായി സ്വാതന്ത്ര്യസമരം എന്ന ആശയം വിഭാവനം ചെയ്ത കൂർമ്മ ബുദ്ധിമാന്മാരുടെയും മനസ്സുകളുടെയും ഇടയിൽ അസിമുള്ളയ്ക്ക് പ്രഥമ സ്ഥാനം നൽകേണ്ടതുണ്ട്. വിപ്ലവത്തിന്റെ വിവിധ ഘട്ടങ്ങൾ ആസൂത്രണംചെയ്ത നിരവധി പദ്ധതികളിൽ, അസിമുള്ളയുടേത് പ്രത്യേക ശ്രദ്ധ അർഹിക്കുന്നു.[20]

ഹിന്ദു-മുസ്ലിം സ്വാതന്ത്ര്യ സ്നേഹികളായ വിപ്ലവകാരികളുടെ ഐക്യത്തെ സവർക്കർ പ്രശംസിച്ചു. മൗലവി അഹമ്മദ് ഷായുടെ ജിഹാദി മനോഭാവത്തെ പോലും അദ്ദേഹം പുകഴ്ത്തുകയുണ്ടായി. സവർക്കറുടെ അഭിപ്രായത്തിൽ:

> മഹാനും വിശുദ്ധനുമായ അഹമ്മദ് ഷാ, ലഖ്നൗവിലെയും ആഗ്രയിലെയും ഓരോ കോണിലൂടെയും *ജിഹാദ്* - സ്വാതന്ത്ര്യയുദ്ധത്തിന്റെ വലകൾ സൂക്ഷ്മമായും സമർത്ഥമായും നെയ്തിരുന്നു. ജഗദീഷ്പൂരിലെ നായകനായ കുമാർ സിങ് തന്റെ പ്രവിശ്യയുടെ നേതൃത്വം ഏറ്റെടുത്ത്, നാനയുമായി കൂടിയാലോചിച്ച് യുദ്ധത്തിനുള്ള സാമഗ്രികൾ ശേഖരിക്കുന്ന തിരക്കിലായിരുന്നു. *ജിഹാദി*ന്റെ [വിശുദ്ധയുദ്ധത്തിന്റെ] വിത്തുകൾ പട്നയിൽ വേരൂന്നിയതിനാൽ

> നഗരം മുഴുവൻ വിപ്ലവ പാർട്ടിയുടെ സ്ഥിരം കേന്ദ്രമായിരുന്നു. മൗലവികൾ, പണ്ഡിതന്മാർ, സെമീന്ദാർമാർ, കർഷകർ, വ്യാപാരികൾ, വക്കീലന്മാർ തുടങ്ങി ജാതിമതഭേദമന്യേ വിദ്യാർത്ഥികളും, സ്വദേശിത്തത്തിനും സ്വധർമ്മത്തിനും വേണ്ടി ജീവൻ ത്യജിക്കാൻ തയ്യാറായി.[21]

1857 മെയ് 11 ന് ബ്രിട്ടീഷ് നിയന്ത്രണത്തിൽ നിന്ന് ഡൽഹി മോചിപ്പിക്കപ്പെട്ടു, മെയ് 16 ആയപ്പോഴേക്കും ബഹദൂർ ഷാ സഫറിനെ ഇന്ത്യയുടെ ഭരണാധികാരിയായി പ്രഖ്യാപിച്ചതിന് ശേഷം വിദേശ ഭരണത്തിന്റെ എല്ലാ അവശിഷ്ടങ്ങളും നഗരത്തിൽ നിന്ന് തുടച്ചുനീക്കപ്പെട്ടു. ആ നാളുകൾ ആഘോഷിക്കുമ്പോൾ സവർക്കർ പറഞ്ഞു:

> ഇന്ത്യ തങ്ങളുടെ രാജ്യമാണെന്നും തങ്ങളെല്ലാം സഹോദരങ്ങളാണെന്നും ഹിന്ദുക്കളും മുഹമ്മദീയരും [sic] പ്രഖ്യാപിച്ച അഞ്ച് ദിനങ്ങൾ — ഹിന്ദുക്കളും മുഹമ്മദീയരും ഒരേസ്വരത്തിൽ ഡൽഹിയിൽ ദേശീയ സ്വാതന്ത്ര്യത്തിന്റെ പതാക ഉയർത്തിയ ദിനങ്ങൾ — ഹിന്ദുസ്ഥാന്റെ ചരിത്രത്തിൽ എന്നും അവിസ്മരണീയമായത് ആ മഹത്തായ ദിനങ്ങളാവട്ടെ![22]

മുസ്ലീം സമുദായത്തിലെ ധീര നായകരോടുള്ള സവർക്കറുടെ ആരാധന

സവർക്കറുടെ അഭിപ്രായത്തിൽ, വൈദേശിക ഭരണത്തിനെതിരായ ഈ മഹത്തായ ചെറുത്തുനിൽപ്പിന്റെ പ്രതീകമായ വ്യക്തി മറ്റാരുമല്ല, മുഗൾ രാജവംശത്തിലെ അവസാന മുസ്ലീം രാജാവായ ബഹദൂർ ഷാ സഫറാണ്. 1857 ലെ കലാപം സംഘടിപ്പിച്ചതിന്റെ മുഴുവൻ പ്രശംസയും സവർക്കർ അദ്ദേഹത്തിന് നൽകി, അദ്ദേഹം ഇങ്ങനെ എഴുതി "മറ്റേതൊരു ദർബാറിനേക്കാളും ഡൽഹിയിലെ *ദിവാൻ-ഇ-ഖാസിയി*ലാണ്, വിപ്ലവത്തിന്റെ വിത്തുകൾ വേരുറപ്പിക്കാൻ തുടങ്ങിയത്." ബ്രിട്ടീഷുകാർക്കെതിരായ പോരാട്ടത്തിൽ അദ്ദേഹം മുഗളന്മാരോട് പൂർണ്ണമായും സഹതപിക്കുകയുണ്ടായി. അദ്ദേഹം എഴുതി:

> ഇംഗ്ലീഷുകാർ ഡൽഹി പാദുഷാമാരുടെ 'ബാദുഷ' പദവി മാത്രമല്ല ബാബറിന്റെ പിന്മുറക്കാരുടെ രാജകീയ പദവിപോലും (ബാദുഷ) എടുത്തുകളയുകയുണ്ടായി. ചക്രവർത്തിയും ചക്രവർത്തിയുടെ പ്രിയപ്പെട്ടവളും മിടുക്കിയും നിശ്ചയദാർഢ്യവുമുള്ള ബീഗം സീനത്ത് മഹലും, നഷ്ടപ്പെട്ട പ്രതാപം ഈ അവസാന അവസരത്തിലും വീണ്ടെടുക്കാൻ കഴിയുന്നില്ലെങ്കിൽ അതിനേക്കാൾ ശ്രേഷ്ഠമായത് മരണമാണെന്നും എങ്കിൽ ആ മരണം, ഒരു ചക്രവർത്തിക്കും അദ്ദേഹത്തിന്റെ പത്നിക്കും മാത്രം യോജിച്ചതാണ

ണെന്നും തീരുമാനിച്ചിരുന്നു.[23]

ബഹദൂർ ഷാ സഫറിന്റെ താഴെപ്പറയുന്ന രണ്ട് ഈരടികളോടെയാണ് സവർക്കർ തന്റെ മഹത്തായ കൃതി അവസാനിപ്പിച്ചത്:

> ബഹദൂർ ഷാ ചക്രവർത്തി മഹാനായ കവിയായിരുന്നു. വിപ്ലവത്തിന്റെ ചൂടിൽ അദ്ദേഹം ഒരു ഗസൽ [sic] രചിച്ചു. ആരോ അദ്ദേഹത്തോട് ചോദിച്ചു:
>
> *ദുംദുമയ് മേം ദം നഹിൻ ഖൈർ മാംങോ ജാൻ കി/*
>
> *ഐ സഫർ ഠണ്ഡി ഹുയി ഷംഷേർ ഹിന്ദുസ്ഥാൻ കി.*
>
> [ഇപ്പോൾ, ഓരോ നിമിഷവും, നിങ്ങൾ ദുർബലനാകുകയാണ്, നിങ്ങളുടെ ജീവനുവേണ്ടി പ്രാർത്ഥിക്കുക (ബ്രിട്ടീഷുകാരോട്)/ ഓ! ചക്രവർത്തി, ഇന്ത്യയുടെ വാൾ ഇപ്പോൾ തകർന്നിരിക്കുന്നു.]
>
> അദ്ദേഹം [സഫർ] ഇനിപ്പറയുന്ന ഈരടിയിലൂടെ പ്രതികരിച്ചു,
>
> *ഗാസിയോൻ മേം ബു രഹേഗി ജബ്തലക് ഇമാൻ കി/*
>
> *തഖ്തേ ലണ്ടൻ തക് ചലേഗി തേഘ് ഹിന്ദുസ്ഥാൻ കി.*
>
> [നമ്മുടെ വീരന്മാരുടെ ഹൃദയങ്ങളിൽ വിശ്വാസത്തിന്റെ, സ്നേഹത്തിന്റെ ഏറ്റവും ചെറിയ അംശം അവശേഷിക്കുന്നിടത്തോളം, ഹിന്ദുസ്ഥാന്റെ വാൾ ലണ്ടന്റെ സിംഹാസനത്തിൽ എത്തും.] [24]

ആദ്യത്തെ ഈരടിയിലെ ചോദ്യം, യഥാർത്ഥത്തിൽ, വിപ്ലവകാരികളുടെ തോൽവിക്ക് ശേഷം സഫറിന്റെ ഒരു പരിചയക്കാരൻ പ്രകടിപ്പിച്ച വികാരങ്ങളാണ് [1857]. ഈ തോൽവിക്ക് ശേഷമുള്ള സഫറിന്റെ ദൃഢനിശ്ചയമാണ് രണ്ടാമത്തെ ഈരടിയിൽ പ്രകടമായിട്ടുള്ളത്.

ഭഗത് സിങ്ങിനെപ്പോലുള്ള വിപ്ലവകാരികൾ, സവർക്കറെയും അദ്ദേഹത്തിന്റെ തത്ത്വചിന്തയെയും മൊത്തത്തിൽ അംഗീകരിച്ചിരുന്നുവെന്നും ബ്രിട്ടീഷ് ഭരണത്തിനെതിരായ ദേശീയ പോരാട്ടത്തിന്റെ പ്രതീകമായത് സവർക്കറാണെന്നും ഹിന്ദു വർഗീയ ഘടകങ്ങൾ പലപ്പോഴും വാദിക്കുന്നു. കൊളോണിയൽ വാഴ്ചക്കെതിരെ ഹിന്ദുക്കളും മുസ്ലിങ്ങളും ഒരുമിച്ച് പോരാടുകയും സംയുക്ത രാഷ്ട്രത്തിനായി നിലകൊള്ളുകയും ചെയ്ത അദ്ദേഹത്തിന്റെ ആദ്യ ഘട്ടത്തെക്കുറിച്ചാണെങ്കിൽ, ഇത് സത്യമാണ്. വിപ്ലവകാരികൾ സവർക്കറുടെ ഈ ഘട്ടത്തെ ആരാധിച്ചിരുന്നു, അതുകൊണ്ടാണ് ഭഗത് സിങ്ങും അദ്ദേഹത്തിന്റെ മറ്റ് സഖാക്കളും അറസ്റ്റിലായപ്പോൾ, 1857-ലെ സവർക്കറുടെ പുസ്തകത്തിന്റെ 4-ാം പതിപ്പിന്റെ പകർപ്പുകൾ അവരുടെ ഒളിത്താവളങ്ങളിൽ നിന്ന് പോലീസ് പിടിച്ചെടുത്തത്. ആദ്യ ഘട്ടത്തിൽ എല്ലാവരെയും ഉൾക്കൊള്ളുന്ന ദേശീയവാദ പ്രവർത്തനങ്ങൾ നടത്തിയിരുന്ന സവർക്കർ തന്റെ രാഷ്ട്രീയ ജീവിതത്തിന്റെ രണ്ടാം ഘട്ടത്തിൽ ഹിന്ദുത്വത്തിലേക്ക്

തിരിയുകയും ഹിന്ദുക്കളെ സംഘടിപ്പിക്കുന്നതിൽ മാത്രം ഒതുങ്ങുകയും ചെയ്തു. ഇവിടെ ശ്രദ്ധിക്കേണ്ടത് അദ്ദേഹം ആദ്യം സൃഷ്ടിച്ച വിപ്ലവ സംഘടനയായ 'അഭിനവ് ഭാരത്' (പുതിയ ഇന്ത്യ) എല്ലാ മതങ്ങളിൽ നിന്നുമുള്ള ആളുകളെ ആകർഷിച്ചിരുന്നു എന്നതാണ്. ബ്രിട്ടീഷ് ഗവൺമെന്റിന്റെ നിരോധനത്തെത്തുടർന്ന് ഈ പുസ്തകം ഹോളണ്ടിൽ രഹസ്യമായി അച്ചടിച്ചപ്പോൾ, ഇത് ഇന്ത്യയിലേക്ക് കടത്താൻ തുനിഞ്ഞവരിൽ ഒരാളാണ് അഭിനവ് ഭാരതിലെ യുവാവായ സിക്കന്ദർ ഹയാത് ഖാൻ. പിന്നീട് അദ്ദേഹം അവിഭക്ത ഇന്ത്യയിലെ പഞ്ചാബ് മുഖ്യമന്ത്രിയായി. ഇന്ത്യയിലേക്ക് വന്നപ്പോൾ ആ പുസ്തകത്തിന്റെ ഏതാനും പകർപ്പുകൾ കൂടി അദ്ദേഹത്തിന്റെ ബാഗിലെ രഹസ്യ അറയിൽ സൂക്ഷിച്ചിരുന്നു.[25]

രണ്ടാം ഘട്ടം: ഹിന്ദു വിഘടനവാദത്തിന്റെ പ്രവാചകനായിക്കൊണ്ട് ബ്രിട്ടീഷുകാർക്ക് മുന്നിൽ കീഴടങ്ങൽ

എന്നാൽ സെല്ലുലാർ ജയിലിലെ തടവും അവിടെ അനുഭവിക്കേണ്ടി വന്ന ഭയാനകമായ ബുദ്ധിമുട്ടുകളും സവർക്കറിനെ പൂർണ്ണമായും തകർക്കുകയും അദ്ദേഹത്തിന്റെ രാഷ്ട്രീയ ജീവിതത്തിന്റെ രണ്ടാം ഘട്ടത്തിന് തുടക്കമിടുകയും ചെയ്തു. 1913 ആയപ്പോഴേക്കും, തന്റെ ബ്രിട്ടീഷ് യജമാനന്മാരുടെ 'ഡിവൈഡ് ആൻഡ് റൂൾ' (ഭിന്നിപ്പിച്ചു ഭരിക്കൽ) നയവുമായി സഹകരിക്കാൻ അദ്ദേഹം തയ്യാറായി. അതിന് മൂർത്തമായ രൂപം കൈവന്നത്, 1913 ൽ ഇന്ത്യാ ഗവൺമെന്റിന്റെ ആഭ്യന്തര അംഗമായ സർ റെജിനാൾഡ് ക്രാഡോക്ക് സെല്ലുലാർ ജയിൽ സന്ദർശിക്കാൻ വന്നപ്പോഴാണ്. സവർക്കർ വ്യക്തിപരമായി ഒരു ദയാഹർജി 1913 നവംബർ 14 ന് അദ്ദേഹത്തിന് സമർപ്പിച്ചു (മുഴുവൻ അദ്ധ്യായം 3 ൽ ലഭ്യമാണ്). അതിന്റെ അവസാനഭാഗത്ത്, ബ്രിട്ടീഷ് യജമാനന്മാർക്ക് അങ്ങേയറ്റം നീചമായ രീതിയിൽ ഇന്ത്യ ഭരിക്കാനുള്ള എല്ലാ സഹായവും വാഗ്ദാനം ചെയ്തത് ഇപ്രകാരം സാക്ഷ്യപ്പെടുത്തിയിരുന്നു.

> ബ്രിട്ടീഷ്കാർക്ക് ഇഷ്ടമുള്ള ഏത് പദവിയിലും ഗവൺമെന്റിനെ സേവിക്കാൻ ഞാൻ തയ്യാറാണ്, കാരണം എന്റെ പരിവർത്തനം തികച്ചും ആത്മാർത്ഥമാണ്, അതിനാൽ എന്റെ ഭാവി പെരുമാറ്റം അങ്ങനെയായിരിക്കുമെന്ന് ഞാൻ പ്രതീക്ഷിക്കുന്നു. ശക്തനായ ഒരുവനു മാത്രമേ കരുണകാണിക്കാൻ സാധിക്കൂ. അതിനാൽ രക്ഷിതാക്കളാകുന്ന സർക്കാരിന്റെ വാതിൽക്കലല്ലാതെ മറ്റെവിടേയ്ക്കാണ് പിണങ്ങിപ്പോയ മകൻ തിരിച്ചെത്തേണ്ടത്?[26]

നിർഭാഗ്യകരമെന്നു പറയട്ടെ, ബ്രിട്ടീഷുകാരോടുള്ള വിശ്വസ്തത പ്രകടമാക്കുന്ന ഈ പ്രതിജ്ഞ അദ്ദേഹം അൽപ്പം ഗൗരവമായി എടുത്തുകൊണ്ട്, വർഗീയ പാതയിൽ പ്രവേശിച്ച് കൊളോണിയൽ വിരുദ്ധ

പോരാട്ടത്തിൽ നിന്ന് വിട്ടുനിന്നു. ആൻഡമാനിലേക്കുള്ള സവർക്കറിന്റെ യാത്ര രാഷ്ട്രീയ തടവുകാരുടെ ദൃഢനിശ്ചയം തകർക്കാൻ ഉദ്ദേശിച്ചുള്ള തായിരുന്നു. ഈ നയത്തിന്റെ ദുരന്ത വിജയഗാഥയാണ് സവർക്കരുടെ ജീവിതത്തിന്റെ രണ്ടാം ഘട്ടം എന്ന് അടിവരയിട്ടു പറയാം.[27] പ്രശസ്ത കോളമിസ്റ്റായ മാനിനി ചാറ്റർജി എഴുതി:

> ജയിലിൽ നിന്ന് മോചിതനായ സവർക്കർ തന്റെ ഭൂതകാലത്തെ നിരാകരിക്കുകയും ഹിന്ദു രാഷ്ട്രത്തിന്റെ രൂപരേഖ തയ്യാറാക്കുന്ന തിനായ് സ്വയം സമർപ്പിക്കുകയും ചെയ്തു. വൈദേശിക ഭരണ ത്തിനെതിരായ രോഷത്തിന് പകരം 'പുണ്യഭൂമി', 'പിതൃഭൂമി' എന്ന നാശോന്മുഖമായ അദ്ദേഹത്തിന്റെ ആശയങ്ങൾ, അത് അഹിന്ദു ക്കളെ എല്ലാവരെയും ഇന്ത്യക്ക് 'അന്യരാക്കി.' സ്വാതന്ത്ര്യസമര ത്തിൽ അണിനിരത്താൻ യുവതലമുറയെ പ്രചോദിപ്പിച്ച ഖുദി റാം ബോസ്, സൂര്യ സെൻ, അഷ്ഫാഖുള്ള ഖാൻ, ഭഗത് സിങ് എന്നി വരിൽ നിന്ന് വ്യത്യസ്തമായി, ആൻഡമാനിന് ശേഷമുള്ള സവർ ക്കർ, ഈ നാട്ടിലെ നാഥുറാം ഗോഡ്സേകളെ മാത്രമേ പ്രചോദി പ്പിച്ചിട്ടുള്ളൂ.[28]

എല്ലാ മതവിഭാഗങ്ങളും സൗഹാർദ്ദത്തോടെ ജീവിക്കാൻ കഴിയുന്ന ഒരു സ്വതന്ത്ര ഇന്ത്യ എന്ന ആദർശത്തെ പിന്തുടരുന്ന ഒരു വിപ്ലവകാരി യല്ല ഇപ്പോൾ സവർക്കർ. സവർക്കറുടെ ഔദ്യോഗിക ജീവചരിത്രകാരൻ പറയുന്നതനുസരിച്ച്, സെല്ലുലാർ ജയിലിലെ തടവുകാരോട് വിടപറയുന്ന തിന് മുമ്പ്, അതായത് ആൻഡമാനിൽ നിന്ന് പുറപ്പെടുന്നതിന്റെ തലേന്ന് അദ്ദേഹത്തിന്റെ ചിന്താഗതിയിൽ ഈ മാറ്റം പ്രകടമായിരുന്നു, അദ്ദേഹം തന്നെ തിരഞ്ഞെടുത്ത ചിലർക്ക് മുന്നിൽ ഇപ്രകാരം പ്രതിജ്ഞ ചെയ്തു:

ഒരു ദൈവം, ഒരു രാജ്യം, ഒരു ലക്ഷ്യം,
ഒരു ജാതി, ഒരു ജീവിതം, ഒരു ഭാഷ.[29]

സെല്ലുലാർ ജയിലിൽ മുസ്ലീം ജയിൽ ഉദ്യോഗസ്ഥരിൽ നിന്ന് അദ്ദേ ഹത്തിന് ലഭിച്ച പീഡനത്തിന്റെ ഫലമാണിതെന്ന് വാദിച്ചുകൊണ്ട്, സംയുക്ത ദേശീയതയുടെയും മുസ്ലീങ്ങളുടെയും കടുത്ത എതിരാളിയാ യി സവർക്കർ മാറിയതിനെ ന്യായീകരിക്കാൻ ഹിന്ദുത്വ ക്യാമ്പ് ശ്രമിക്കുന്നു. ഒരു പ്രമുഖ സവർക്കറിസ്റ്റ് വൈ ഡി ഫഡ്കെ പറയുന്നു:

> സെല്ലുലാർ ജയിലിൽ വെച്ച് പത്താൻമാർ അദ്ദേഹത്തോട് കാണിച്ച മനുഷ്യത്വരഹിതമായ പെരുമാറ്റം അദ്ദേഹത്തിന്റെ ചിന്താഗതിയിൽ വലിയ മാറ്റം വരുത്തി. ശാരീരികവും മാനസികവുമായ പീഡന ങ്ങളുടെ വേദനാജനകമായ വിവരണങ്ങൾ അദ്ദേഹത്തിന്റെ ആത്മകഥയായ *മജ്ഹി ജന്മതേപ്പിൽ* (എന്റെ ജീവപര്യന്തം) ഉണ്ട്.[30]

സവർക്കറുടെ സ്വന്തം രചനകൾ ഈ വസ്തുതകളെ സ്ഥിരീകരി ക്കുന്നു:

> ദുഷ്ടരായ വാർഡർമാരിൽ വലിയൊരു വിഭാഗം സിന്ധ്, പഞ്ചാബ്, നോർത്ത് വെസ്റ്റ് ഫ്രോണ്ടിയർ എൻ ഡബ്ല്യു എഫ് പി [NWFP] എന്നിവിടങ്ങളിൽ നിന്നുള്ള മുസ്സൽമാന്മാരായിരുന്നു. [sic] അവർ തങ്ങളുടെ കീഴിലുള്ള ഹിന്ദു തടവുകാരെ നിരന്തരം പീഡിപ്പിച്ചിരുന്നു...[31]

സെല്ലുലാർ ജയിലിൽ (ആലിപൂർ ബോംബ് കേസിൽ ശിക്ഷിക്കപ്പെട്ട) സവർക്കറുടെ സമകാലികനായിരുന്ന ബരീന്ദ്ര കുമാർ ഘോഷും അദ്ദേഹത്തിന്റെ ഓർമ്മക്കുറിപ്പുകളിൽ (*ദി ടെയിൽ ഓഫ് മൈ എക്സൈൽ*) മുസ്ലീം വാർഡർമാരുടെ പീഡനങ്ങളെക്കുറിച്ച് എഴുതുകയും ചർച്ച ചെയ്യുകയും ചെയ്തിട്ടുണ്ട്. എന്നാൽ മുസ്ലീം തടവുകാരും ഹിന്ദുക്കളെപ്പോലെ തന്നെ പീഡിപ്പിക്കപ്പെട്ടുവെന്ന് വ്യക്തമാക്കുന്ന ഉദാഹരണങ്ങളും അദ്ദേഹം ചൂണ്ടിക്കാട്ടിയിട്ടുണ്ട്. അദ്ദേഹത്തിന്റെ അഭിപ്രായത്തിൽ,

> ആൻഡമാനിൽ, അവർ (വാർഡന്മാർ, പെറ്റി ഓഫീസർ, ജമാദാർമാർ തുടങ്ങിയവർ) എല്ലാറ്റിന്റെയും ചുമതലയുള്ളവരും അധികാരമുള്ളവരുമാണ്. അവരാണ് പരമോന്നത പ്രഭുവായ ജയിലറുടെ അംഗരക്ഷകർ. പീഡിപ്പിക്കുന്നതിനും അധിക്ഷേപിക്കുന്നതിനുമുള്ള കലയിൽ അവർ എത്രമാത്രം സമർത്ഥരാണ്! രാംലാൽ നിര തെറ്റി ഇരിക്കുന്നു, അവന്റെ കഴുത്തിൽ രണ്ട് അടി കൊടുക്കുക. മുസ്തഫ പറഞ്ഞ ഉടനെ എഴുന്നേറ്റില്ല, അതിനാൽ മീശ പറിക്കുക, ബഹൗല്ല കക്കൂസിൽ നിന്ന് വരാൻ വൈകി, ബാറ്റൺ പ്രയോഗിക്കുക, അവന്റെ പിൻഭാഗത്തെ തൊലി പൊളിക്കുക – ജയിലിൽ അവർ സ്വീകരിച്ച മനോഹരമായ അച്ചടക്ക നടപടികൾ ഇപ്രകാരമായിരുന്നു.[32]

ദയയുള്ള പത്താൻ വാർഡർമാരും ഉണ്ടായിരുന്നു എന്നതിന് ബരീന്ദ്ര സാക്ഷിയായിരുന്നു, അവർ പല അവസരങ്ങളിലും,

> രഹസ്യമായി ഒരു മാംസ വിഭവം കൊണ്ടുവന്നിരുന്നു... പ്രശസ്തയായ ദ്രൗപതി തന്നെ തയ്യാറാക്കിയ ഏതെങ്കിലും ഭക്ഷണം ആ വിഭവത്തിന്റെ അത്രയും സ്വാദിഷ്ടമായിരിക്കുമോ എന്ന് എനിക്കറിയില്ല, ഞാൻ അത് ആർത്തിയോടെ തിന്നു.'[33]

ആലിപൂർ ബോംബ് കേസിൽ ഇതേ ബരീന്ദ്ര കുമാർ ഘോഷിനൊപ്പം ഉപേന്ദ്ര നാഥ് ബാനർജിയും ജയിലിലുണ്ടായിരുന്നു. പത്താൻ, ബലൂച്ചി വാർഡർമാർ അഴിച്ചുവിട്ട ഭീകരതയെ വിവരിച്ചുകൊണ്ട് അദ്ദേഹം ബംഗാളിയിൽ (*നിർവസിറ്റർ ആത്മകഥ* – നാടുകടത്തപ്പെട്ടവന്റെ ആത്മകഥ) തന്റെ ഓർമ്മക്കുറിപ്പുകൾ എഴുതി. ത്രൈലോക്യനാഥ് ചക്രവർത്തിയും ഉല്ലാസ്കർ ദത്തും എഴുതിയ, ജയിൽ ഉദ്യോഗസ്ഥരുടെ പെരുമാറ്റത്തിന്

വർഗീയ വ്യാഖ്യാനം നൽകാത്ത ഓർമ്മക്കുറിപ്പുകളും ലഭ്യമായിരുന്നു. എന്നാൽ സവർക്കർ തന്റെ *ദ സ്റ്റോറി ഓഫ് മൈ ട്രാൻസ്പോർട്ടഷൻ ഓഫ് മൈ ലൈഫ്* എന്ന ഓർമ്മക്കുറിപ്പിൽ വർഗ്ഗീയത കലർത്തി.

സ്വാതന്ത്ര്യസമരത്തിൽ നിന്ന് വിട്ടു നിൽക്കാൻ, തങ്ങൾ ഇഴചേർത്ത മുസ്ലിം വിരുദ്ധ രാഷ്ട്രീയത്തെ നിയമസാധുതയുള്ളതാക്കാൻ സവർക്കറും അനുയായികളും സെല്ലുലാർ ജയിലിലെ മുസ്ലിം വാർഡർമാരുടെ ഈ പീഡനപ്രശ്നം ഉന്നയിച്ചു എന്നതാണ് യാഥാർത്ഥ്യം. ഇത്തരത്തിലുള്ള വാദം സാമാന്യബുദ്ധിക്കും ധാരണയ്ക്കും അപ്പുറമാണ്. വാർഡൻമാരിൽ ഹിന്ദു, സിഖ്, ക്രിസ്ത്യൻ ഉദ്യോഗസ്ഥരും ഉണ്ടായിരുന്നു എന്ന വസ്തുത ഇത് സൗകര്യപ്രദമായി അവഗണിക്കുന്നു. മുസ്ലീങ്ങളായ ഏതാനും വാർഡർമാർ കുറ്റകരവും മനുഷ്യത്വരഹിതവുമായ പ്രവർത്തനങ്ങളിൽ ഏർപ്പെട്ടിരുന്നു എന്നതുകൊണ്ട് സവർക്കറെപ്പോലെ ഉന്നത വിദ്യാഭ്യാസ മുള്ള ഒരാൾ മുസ്ലിം വിരുദ്ധനാകുമെന്നത് ശരിക്കും ആശ്ചര്യകരമാണ്. സീതയെ തട്ടിക്കൊണ്ടുപോയ രാവണന്റെയും മഹാഭാരതത്തിന് കാര ണക്കാരനായ കൗരവരുടെയും കേസിൽ ഇതേ യുക്തിയാണ് സ്വീകരി ക്കുന്നതെങ്കിൽ എല്ലാ ഹിന്ദുക്കളെയും ശത്രുക്കളായി പ്രഖ്യാപിക്കേണ്ടി വരുമായിരുന്നല്ലോ!

വാസ്തവത്തിൽ, ഇത്തരത്തിലുള്ള മുസ്ലിം വിരുദ്ധ ആശയങ്ങൾ വികസിപ്പിച്ചതിന് ജയിൽ മോചനത്തിലൂടെ സവർക്കർക്ക് പ്രതിഫലം നൽകാൻ ബ്രിട്ടീഷ് ഭരണാധികാരികൾ തീരുമാനിച്ചു.

> ഹിന്ദു-മുസ്ലിം ഐക്യത്തിന്റെ ഉന്നമനത്തോടൊപ്പം നിസ്സഹകരണ പ്രസ്ഥാനം അതിന്റെ പാരമ്യത്തിൽ എത്തി. ഇതിൽ ഭയവിഹ്വ ലരായ ബ്രിട്ടീഷ് ഭരണാധികാരികൾ ഈ ഐക്യത്തെ തകർക്കാൻ കഴിയുന്ന നേതാക്കളെ തേടുകയായിരുന്നു. തന്റെ ഹിന്ദുത്വ സിദ്ധാ ന്തത്തിൽ പ്രവർത്തിച്ചുകൊണ്ടിരുന്ന സവർക്കർ അവർക്ക് നല്ല ഒരു തിരഞ്ഞെടുക്കലായിത്തീർന്നു.[34]

1921 ൽ സെല്ലുലാർ ജയിലിൽ നിന്ന് പുറത്തിറങ്ങിയ സവർക്കർ ഒരു ഹിന്ദു രാഷ്ട്രത്തിന്റെ ലക്ഷ്യത്തിനായി സ്വയം സമർപ്പിച്ചു. ആശ്ച ര്യകരമെന്നു പറയട്ടെ, ഔദ്യോഗിക വ്യവസ്ഥകൾക്കനുസരിച്ച് രാഷ്ട്രീയ പ്രവർത്തനങ്ങളിൽ പങ്കെടുക്കുന്നതിന് വിലക്കേർപ്പെടുത്തിയിരുന്നെ ങ്കിലും, *ശുദ്ധിയുടെ* [മുസ്ലിം/ക്രിസ്ത്യാനികളെ ഹിന്ദുമതത്തിലേക്ക് ശുദ്ധീകരിക്കുകയോ പരിവർത്തനം ചെയ്യുകയോ ചെയ്യുക] ലക്ഷ്യം ഏറ്റെടുത്ത രത്നഗിരി ഹിന്ദുസഭ സംഘടിപ്പിക്കാനും മസ്ജിദുകൾക്ക് മുമ്പിൽ സംഗീതം അവതരിപ്പിക്കാനും അദ്ദേഹത്തിന് അനുമതി ലഭിച്ചു. കെ ബി ഹെഡ്ഗേവാറുമായി നീണ്ട കൂടിക്കാഴ്ചകൾ അദ്ദേഹം നടത്തി. അത് ആർ എസ് എസ് രൂപീകരണത്തിന് കാരണമായി. ബ്രിട്ടീഷ് ഭരണാ ധികാരികൾ സ്വാഭാവികമായും ഈ രാഷ്ട്രീയ പ്രവർത്തനങ്ങളെ കൊളോ ണിയൽ ഭരണത്തിന്റെ ഭാവിയുടെ നിലനിൽപ്പിനായി അവഗണിച്ചു.

സവർക്കറാകട്ടെ, വർഗ്ഗീയത കൂടുതൽ വഷളാക്കുന്നതിനുള്ള ഒന്നും തള്ളി ക്കളഞ്ഞതുമില്ല.[35]

മുൻപ്, 1923 ൽ രത്നഗിരി ജയിലിൽ തടവിലായിരിക്കെ, തന്റെ വിവാദ കൃതിയായ *ഹിന്ദുത്വ* എഴുതാനും അത് രഹസ്യമായി പുറത്തുകൊണ്ടു വരാനും സവർക്കറിനു കഴിഞ്ഞു. ബ്രിട്ടീഷ് ഭരണകൂടത്തിന്റെ അനു മതിയില്ലാത്ത, അസാദ്ധ്യമായ ഒരു പ്രവൃത്തി! സവർക്കർ ജയിലിലായതി നാലും അത്തരം കൃതികൾ രചിക്കുന്നതു നിയമവിരുദ്ധമാകയാലും 'എ മറാത്ത' എന്ന തൂലികാനാമത്തിലാണ് ഇത് പ്രസിദ്ധീകരിച്ചത്. രസകര മെന്നു പറയട്ടെ, പുസ്തകത്തിന്റെ രചയിതാവും ഉള്ളടക്കവും ഇന്ത്യക്കാ രുടെ ഹിന്ദു സ്വത്വത്തിൽ മാത്രമാണ് ഊന്നിപ്പറയുന്നതെങ്കിലും, തിരഞ്ഞെ ടുത്ത തൂലികാനാമം, മതപരമല്ലാത്ത ഒരു പ്രാദേശിക സ്വത്വത്തെയാണ് സൂചിപ്പിക്കുന്നത്. ഈ പുസ്തകം മുസ്ലീങ്ങളെയും ക്രിസ്ത്യാനികളെയും പോലുള്ള ന്യൂനപക്ഷങ്ങളെ അപകീർത്തിപ്പെടുത്തുക മാത്രമല്ല, ഇന്ത്യ യുടെ പുരാതനകാലത്ത് ബുദ്ധമതക്കാർ നടത്തിയ അക്രമാസക്തമായ ശുദ്ധീകരണത്തെ ന്യായീകരിക്കുകയും ചെയ്യുന്നു. അതിശയകരമെന്നു പറയട്ടെ, രചയിതാവിന്റെ യഥാർത്ഥ വ്യക്തിത്വം രഹസ്യമല്ലെങ്കിലും, ബ്രിട്ടീഷ് സർക്കാർ സവർക്കറിനെതിരെ ഒരു ശിക്ഷാ നടപടിയും സ്വീക രിച്ചില്ല. നിസ്സഹകരണ പ്രസ്ഥാനങ്ങളുടെയും ഖിലാഫത്ത് പ്രസ്ഥാനങ്ങ ളുടെയും കാലത്ത് ഹിന്ദു-മുസ്ലിം ബഹുജനങ്ങളുടെ ഐക്യം ഭരണാ ധികാരികളെ വല്ലാതെ അസ്വസ്ഥരാക്കിയതിൽനിന്നും അത് മനസ്സിലാ ക്കാവുന്നതേയുള്ളൂ.

സവർക്കറുടെ രാഷ്ട്രീയ പ്രവർത്തനങ്ങൾക്ക് വിലക്കേർപ്പെടുത്തി യിരുന്നപ്പോഴും ഹിന്ദു മഹാസഭ പുനഃസംഘടിപ്പിക്കാൻ അനു വാദം ലഭിച്ചിരുന്നു

രണ്ട് ഉപാധികളോടെയാണ് സവർക്കർ യേർവാഡ ജയിലിൽ നിന്ന് (ജനുവരി 6, 1924) മോചിതനായത്. ഒന്നാമത്തേത്, 'സവർക്കർ രത്നഗിരി ജില്ലയിൽ താമസിക്കണം, സർക്കാരിന്റെ അനുമതിയില്ലാതെ ആ ജില്ലയുടെ പരിധിക്കപ്പുറം പോകരുത്.' രണ്ടാമത്തെ വ്യവസ്ഥ, 'അഞ്ചു വർഷത്തേക്ക് ഗവൺമെന്റിന്റെ അനുമതിയില്ലാതെ അദ്ദേഹം പരസ്യ മായോ രഹസ്യമായോ ഒരു രാഷ്ട്രീയ പ്രവർത്തനത്തിലും ഏർപ്പെടാൻ പാടില്ല.'[36] എന്നിരുന്നാലും, ഹിന്ദു മഹാസഭ സംഘടിപ്പിക്കുന്നതിലും മുസ്ലീങ്ങൾക്കും ക്രിസ്ത്യാനികൾക്കുമെതിരായ പ്രചാരണങ്ങൾ നട ത്തുന്നതിനും അദ്ദേഹത്തിന് സമ്പൂർണ്ണ സ്വാതന്ത്ര്യം അനുവദിച്ചിരു ന്നുവെന്ന് തെളിയിക്കുന്നതാണ് സവർക്കറുടെ മോചനത്തിന്റെ രണ്ടാഴ് ചകൾ എന്ന് അദ്ദേഹത്തിന്റെ ജീവചരിത്രത്തിൽ കീർ അഭിപ്രായപ്പെടുന്നു.

ബാബറാവു സവർക്കറുടെ സ്വാധീനത്തിലൂടെയും പരിശ്രമങ്ങളി

> ലൂടെയുമാണ് രത്നഗിരി ഹിന്ദുസഭ സ്ഥാപിതമായത്. എന്നാൽ യഥാർത്ഥത്തിൽ അതിനുള്ള പ്രചോദനം ഉൾക്കൊണ്ടത് സവർക്കറിൽ നിന്നാണ്. ഹിന്ദുക്കളെ മൊത്തത്തിൽ സംഘടിപ്പിക്കുകയും ഏകീകരിക്കുകയും അന്യായമായ ഏതൊരു ആക്രമണത്തെയും ഫലപ്രദമായി ചെറുക്കാൻ അവരെ പ്രാപ്തരാക്കുകയും ചെയ്യുക എന്നതായിരുന്നു സഭയുടെ പ്രധാന ലക്ഷ്യം.[37]

'അന്യായമായ ആക്രമണം' എന്ന പരാമർശം അർത്ഥമാക്കുന്നത് പ്രധാനമായും ബ്രിട്ടീഷ് ഭരണത്തെയല്ല, മറിച്ച് മുസ്ലീം ഭീഷണിയെയാണ്. ആഗസ്റ്റ് 24 ന്, ഹിന്ദു-മുസ്ലിം ഐക്യത്തിനായുള്ള ആഹ്വാനത്തെ എതിർത്ത രണ്ട് പ്രമുഖ നേതാക്കളായ ബി എസ് മൂഞ്ചെയും എൻ സി കേൽക്കറും നാസിക്കിൽ (രത്നഗിരിയിൽ പ്ലേഗ് പൊട്ടിപ്പുറപ്പെട്ടതിനെ ത്തുടർന്ന് അദ്ദേഹത്തിന് താമസം മാറാൻ അനുവദിച്ചിരുന്നു) സംഘടിപ്പിച്ച ഒരു അനുമോദന പരിപാടിയിൽ പങ്കെടുക്കാൻ സവർക്കറെ ക്ഷണിച്ചു. ഈ ചടങ്ങിൽ അദ്ദേഹത്തിന് ഒരു പേഴ്സ് നൽകുകയും, ശങ്കരാചാര്യർ "മഹാനായ രാജ്യസ്നേഹിക്ക് ആദരവസ്ത്രം സമ്മാനിച്ച് തന്റെ അനുഗ്രഹം അറിയിക്കുകയും ചെയ്തു."[38]

സവർക്കറുടെ ഹിന്ദുത്വ അജണ്ടയിൽ അവ്യക്തത ഉണ്ടായിട്ടില്ലെങ്കിൽ അതേ രീതിയിലാണ് ബ്രിട്ടീഷുകാർ അവരുടെ പദ്ധതികൾ രൂപകല്പന ചെയ്തതെന്നും കാണാം. സവർക്കറുടെ നാസിക്കിലെ താമസത്തെക്കുറിച്ചുള്ള കീറിന്റെ ഇനിപ്പറയുന്ന വിവരണത്തിൽ ഇത് വ്യക്തമായി പ്രതിപാദിച്ചിട്ടുണ്ട്. കീറിന്റെ അഭിപ്രായത്തിൽ,

> സവർക്കർ നാസിക്കിലും ഹിന്ദു സമൂഹത്തിന്റെ ഉന്നമനത്തിനായി തന്റെ പ്രവർത്തനങ്ങൾ തുടർന്നു. നാസിക്കിൽ താമസിച്ച സമയത്ത് അദ്ദേഹം ചില മഹാർ ഹിന്ദുക്കളെ ആഘാഖാനി മുഹമ്മദീയരുടെ കെണിയിൽനിന്നു രക്ഷിച്ചിട്ടുണ്ടായിരുന്നു. ഗവൺമെന്റിന്റെ അനുമതിയോടെ അദ്ദേഹം ഭാഗൂർ, ത്രയംബക്, യേല, നഗർ എന്നിവിടങ്ങൾ സന്ദർശിക്കുകയും ജനങ്ങൾക്കിടയിൽ തന്റെ പുതിയ ഹിന്ദു സംഘടനാ ശാസ്ത്രം പ്രചരിപ്പിക്കുകയും ചെയ്തു.[39]

സവർക്കറുടെ രാഷ്ട്രീയ പ്രവർത്തനങ്ങൾക്ക് നിയമപരമായ വിലക്കേർപ്പെടുത്തിയിട്ടും അദ്ദേഹത്തിന്റെ വിഭാഗീയ രാഷ്ട്രീയ പ്രവർത്തനങ്ങൾ തുടർന്നുകൊണ്ടേയിരുന്നു. കീർ തുടർന്ന് പറയുന്നു,

> ക്രമേണ സവർക്കർ ഹിന്ദു സഭയിലൂടെ തന്റെ പുതിയ പ്രത്യയശാസ്ത്രം ജനങ്ങളിലേക്ക് എത്തിക്കാൻ തുടങ്ങി. രത്നഗിരിയിലെ ഹിന്ദുക്കൾ അതിന്റെ ശക്തി, ഏകീകരണം, ഐക്യം എന്നിവ ആരാധിച്ചു. കലർപ്പില്ലാത്ത ഇത്തരമൊരു ഹിന്ദു പ്രസ്ഥാനം, മുസ്ലീം അനുകൂല ഗാന്ധിയൻ മതഭ്രാന്തന്മാരുടെ മാനസിക സന്തു

ലിതാവസ്ഥയെ തകിടം മറിക്കേണ്ടത് അനിവാര്യമായിരുന്നു.[40]

സവർക്കർ ഹിന്ദു വർഗ്ഗീയതയെ 'നീതിയുക്തവും' ഹിന്ദു വിഘടനവാദത്തെ 'ദേശീയവാദമായും' ന്യായീകരിച്ചു. യാതൊരു തടസ്സവും ഉന്നയിക്കാതെ ഇത്തരം രാഷ്ട്രീയ പ്രവർത്തനത്തിൽ ഏർപ്പെടാൻ ബ്രിട്ടീഷുകാർ അദ്ദേഹത്തെ അനുവദിച്ചത് എന്തിനാണെന്ന് പിന്നീട് വ്യക്തമാണ്. ഇന്ത്യൻ സ്വാതന്ത്ര്യസമരത്തിന് ഹിന്ദു-മുസ്ലിം ഐക്യം അത്യന്തം ആവശ്യമായിരുന്നപ്പോൾ, സംഘർഷമുണ്ടാക്കാനായി പുതിയ പല പ്രശ്നങ്ങളും കുഴിമാന്തിയെടുത്തു. രത്നഗിരിയിലാണ് മസ്ജിദുകൾക്ക് മുന്നിൽ സംഗീതം അവതരിപ്പിക്കുന്നതുമായി ബന്ധപ്പെട്ട് ഗുരുതരമായ സംഘർഷങ്ങൾ ആദ്യമുണ്ടായത്. ഇത് എല്ലാക്കാലത്തും ഇരു സമുദായങ്ങൾക്കിടയിലെ കലാപത്തിന്റെ നിത്യ കാരണമായി മാറി. പ്രാർത്ഥന നടക്കുമ്പോൾ പള്ളികൾക്ക് പുറത്തുനിന്ന് സംഗീതം കേൾക്കാനുള്ള അവകാശം സ്ഥാപിച്ചെടുക്കാൻ സവർക്കർ ഹിന്ദു പ്രസ്ഥാനത്തിന്റെ മുൻനിരയിൽ തന്നെ നിന്നു.

എല്ലാ മതങ്ങളിലുമുള്ള ആളുകളെയും ഒരു സംയുക്ത സ്വാതന്ത്ര്യ സമരത്തിലേക്ക് ഒന്നിപ്പിക്കാൻ ശ്രമിക്കുന്നതിനിടയിൽ, മുസ്ലീങ്ങളുടെയും ക്രിസ്ത്യാനികളുടെയും പൊതു *ശുദ്ധി* അല്ലെങ്കിൽ ഹിന്ദുമതത്തിലേക്കുള്ള പരിവർത്തനം എന്നത് ബ്രിട്ടീഷ് ഭരണാധികാരികളെ ഏറെ സന്തോഷിപ്പിച്ചു. ഇത് 1920-കളിലെ നിസ്സഹകരണ പ്രസ്ഥാനത്തിന്റെ ആത്മാവിനെ ഇല്ലാതാക്കിയ ഒരു ശാപമായി മാറി. "പുനഃപരിവർത്തനം (*ശുദ്ധി*) ഹിന്ദു സമൂഹത്തെ ഏകീകരിക്കുകയും ശക്തിപ്പെടുത്തുകയും ചെയ്തു" എന്ന് സവർക്കർ വിശ്വസിച്ചു.[41] "ഹിന്ദു സംഘടനിസത്തിന്റെ പ്രധാന ഉറവിടമായ *ശുദ്ധി* അഥവാ പുനഃപരിവർത്തന പ്രസ്ഥാനം രത്നഗിരിയിൽ സവർക്കർ ഉദ്ഘാടനം ചെയ്തുവെന്നും കനത്ത പ്രതിബന്ധങ്ങൾക്കിടയിലും മുന്നേറുകയായിരുന്നുവെന്നും" കീറിലൂടെ നാം മനസ്സിലാക്കുന്നു.[42] സവർക്കർ ശുദ്ധി പ്രസ്ഥാനത്തെ നയിച്ചത് "കനത്ത പ്രതിബന്ധങ്ങൾക്കിടയിലൂടെയായിരുന്നു" എന്ന കീറിന്റെ പ്രസ്താവനയിലൂടെ മനസ്സിലാക്കേണ്ടത്, അത്തരം വിഭാഗീയ പ്രസ്ഥാനങ്ങൾക്കും മതാധിഷ്ഠിത വർഗീയ ഗ്രൂപ്പുകൾക്കും ഒരു ഐക്യ സ്വാതന്ത്ര്യ സമരത്തിന് ഇടം നൽകാത്ത തരത്തിൽ സമകാലിക ദേശീയ രാഷ്ട്രീയരംഗത്തെ വർഗ്ഗീയവൽക്കരിക്കാൻ കഴിഞ്ഞു എന്ന വസ്തുതയുടെ പശ്ചാത്തലത്തിലാണ്.

പ്രത്യക്ഷത്തിൽ, സവർക്കറുടെ രാഷ്ട്രീയ പ്രവർത്തനങ്ങൾക്ക് നിരോധനമുണ്ടായെങ്കിലും അദ്ദേഹത്തിന്റെ വിഭാഗീയ ഹിന്ദു വിഘടനവാദ പ്രവർത്തനങ്ങളെ അത് സ്പർശിച്ചതേയില്ല. എന്നുമാത്രമല്ല, ഗാന്ധിയുടെ "ഹിന്ദു-മുസ്ലിം ഐക്യത്തിനായുള്ള അഭിനിവേശത്തിനെതിരായി അദ്ദേഹം പതിവായി എഴുതിയിരുന്നു, പണ്ഡിറ്റ് മോത്തിലാൽ നെഹ്റുവിനെയും അദ്ദേഹം ഒഴിവാക്കിയില്ല."[43] കീർ നമ്മോടു പറയുന്നു,

സവർക്കറുടെ രത്നഗിരിയിലെ താമസം അഖിലേന്ത്യാ പ്രശസ്ത രായ നിരവധി പണ്ഡിതന്മാരെയും ദേശസ്നേഹികളെയും ആകർഷിച്ചു. സവർക്കറുടെ ആദ്യകാല സന്ദർശകരിൽ ഒരാളാണ് ആർ എസ് എസിന്റെ സ്ഥാപകൻ ഡോ. കെ ബി ഹെഡ്ഗേവാർ. 1925 മാർച്ചിൽ ഷിർഗാവിൽ വച്ചായിരുന്നു ഇവർ തമ്മിലുള്ള ആദ്യത്തെ കൂടിക്കാഴ്ച. ഹിന്ദു ദേശീയതയുടെയും ഹിന്ദു രാഷ്ട്രത്തിന്റെയും തത്വങ്ങളെക്കുറിച്ചുള്ള ആശയങ്ങൾ നൽകുന്ന സവർക്കറുടെ *ഹിന്ദുത്വ* കൃതി നിരവധി മഹത്തായ ഹൃദയങ്ങളെയും തലച്ചോറുകളെയും ആകർഷിക്കുകയും പ്രചോദിപ്പിക്കുകയും ചെയ്തിരുന്നു.[44]

ക്വിറ്റ് ഇന്ത്യ സമരത്തെ ഒറ്റിക്കൊടുത്തുകൊണ്ട് സവർക്കർ ബ്രിട്ടീഷുകാരെ സഹായിച്ചു

1942 ലെ ക്വിറ്റ് ഇന്ത്യ സമരത്തിൽ സവർക്കറുടെ നേതൃത്വത്തിലുള്ള ഹിന്ദുമഹാസഭ, വളരെ സംശയാസ്പദവും ഭിന്നിപ്പുണ്ടാക്കുന്നതുമായ പങ്കാണ് വഹിച്ചത്. കോൺഗ്രസ് പ്രവർത്തകരും ഇന്ത്യൻ ജനസമൂഹത്തിലെ വലിയ വിഭാഗങ്ങളും കൊളോണിയൽ ഭരണാധികാരികളുടെ കടുത്ത അടിച്ചമർത്തൽ നേരിട്ടപ്പോൾ, സ്ഥാപനങ്ങൾ ബഹിഷ്കരിക്കാൻ തീരുമാനിച്ചപ്പോൾ, ഹിന്ദു മഹാസഭ ബ്രിട്ടീഷ് ഭരണാധികാരികളുമായി സഹകരിച്ച് പ്രവർത്തിക്കുകയാണുണ്ടായത്. 1942-ൽ കൗൺപോറിൽ (ഇപ്പോൾ കാൺപൂർ) ഹിന്ദു മഹാസഭയുടെ 24-ാമത് സമ്മേളനം അഭിസംബോധന ചെയ്യവേ, ഭരണാധികാരികൾക്കൊപ്പം പ്രവർത്തിക്കുന്ന ഹിന്ദു മഹാസഭയുടെ തന്ത്രങ്ങളെക്കുറിച്ച് സവർക്കർ ഇപ്രകാരം പറയുകയുണ്ടായി.

> എല്ലാ പ്രായോഗിക രാഷ്ട്രീയത്തിന്റെയും പ്രധാന തത്വം പ്രതികരണാത്മക സഹകരണ നയമാണെന്ന് ഹിന്ദു മഹാസഭ വിശ്വസിക്കുന്നു. അതിന്റെ ബലത്തിൽ, കൗൺസിലർമാരായും മന്ത്രിമാരായും നിയമസഭാംഗങ്ങളായും ഏതെങ്കിലും മുനിസിപ്പൽ അല്ലെങ്കിൽ ഏതെങ്കിലും പൊതു സ്ഥാപനങ്ങൾ എന്നിവിടങ്ങളിൽ പ്രവർത്തിക്കുന്ന എല്ലാ ഹിന്ദു സംഘടനാ വാദികളും ആ സർക്കാർ അധികാര കേന്ദ്രങ്ങളെ ഹിന്ദുക്കളുടെ ന്യായമായ താൽപ്പര്യങ്ങൾ സംരക്ഷിക്കാനും പ്രോത്സാഹിപ്പിക്കാനും ഉപയോഗപ്പെടുത്തണം. തീർച്ചയായും, മറ്റുള്ളവരുടെ നിയമാനുസൃതമായ താൽപ്പര്യങ്ങളിൽ കടന്നുകയറാതെ, നമ്മുടെ രാഷ്ട്രത്തിന് അത്യധികം ദേശഭക്തിയുള്ള സേവനമാണ് ചെയ്യേണ്ടത്. അതിന്റെ പരിമിതികൾ ഉൾക്കൊണ്ട്, സാഹചര്യങ്ങൾക്കനുസരിച്ച് തങ്ങളാൽ കഴിയുന്നവ ചെയ്യണമെന്ന് മാത്രമേ മഹാസഭ പ്രതീക്ഷിക്കുന്നുള്ളൂ. അത് എത്രത്തോളം ചെയ്യാൻ കഴിയുമോ അത്രത്തോളം നന്ദിയുള്ള

> തായിരിക്കും ഹിന്ദുസഭ. പരിമിതികൾ ക്രമേണ കുറഞ്ഞു പൂർണ്ണമായും ഇല്ലാതാകും.
> നിരുപാധികമായ സഹകരണം മുതൽ സജീവവും സായുധവുമായ ചെറുത്തുനിൽപ്പ് വരെ, ദേശസ്നേഹ പ്രവർത്തനങ്ങളുടെ മുഴുവൻ ശ്രേണിയും ഉൾക്കൊള്ളുന്ന പ്രതികരണാത്മക സഹകരണ നയം, കാലത്തിന്റെ ആവശ്യകതകളോടും നമ്മുടെ കൈവശമുള്ള വിഭവങ്ങളോടും നമ്മുടെ ദേശീയ താൽപ്പര്യത്തിന്റെ നിർദ്ദേശങ്ങളോടും പൊരുത്തപ്പെടുന്നത് തുടരും..[45]

"ബ്രിട്ടീഷ് സാമ്രാജ്യത്വത്തിനെതിരായ, ഐക്യമുന്നണി എന്ന് വിളിക്കപ്പെടുന്നതിനെ തകർക്കുന്നതിൽ വിഷമമില്ലെന്ന്" പ്രഖ്യാപിക്കുന്ന നിലയിലേക്ക് അദ്ദേഹം എത്തിച്ചേർന്നു. യഥാർത്ഥത്തിൽ ക്വിറ്റ് ഇന്ത്യാ സമരത്തെ അട്ടിമറിക്കാൻ തനിക്ക് ഒരു മടിയുമില്ല എന്നാണ് അദ്ദേഹം ഇതിലൂടെ ഉദ്ദേശിച്ചത്, അതാണ് പിന്നീട് ചെയ്തതും.

സുഭാഷ് ചന്ദ്രബോസിനെ എതിർക്കാൻവേണ്ടി സവർക്കർ ബ്രിട്ടീഷ് സാമ്രാജ്യത്വത്തിന്റെ പക്ഷം ചേർന്നു

ബ്രിട്ടീഷുകാരെ ഇന്ത്യയിൽ നിന്ന് പുറത്താക്കാൻ സൈനിക പ്രചാരണം സംഘടിപ്പിക്കാൻ ശ്രമിച്ച നേതാജി സുഭാഷ് ചന്ദ്രബോസിനോട് ഹിന്ദുത്വ ബ്രിഗേഡ് വലിയ ആരാധന ഉള്ളതായി ഇപ്പോൾ നടിക്കുന്നു. എന്നാൽ സവർക്കറുടെ നേതൃത്വത്തിലുള്ള ഹിന്ദുമഹാസഭ അദ്ദേഹത്തിന്റെ ലക്ഷ്യത്തോടു പുലർത്തിയിരുന്ന വഞ്ചനയെക്കുറിച്ച് വളരെ കുറച്ച് ആളുകൾക്ക് മാത്രമേ അറിയൂ. രണ്ടാം ലോകമഹായുദ്ധസമയത്ത് നേതാജി രാജ്യത്തിന്റെ വിമോചനത്തിനായി വിദേശ പിന്തുണ നേടാനും രാജ്യത്തിന്റെ വടക്കുകിഴക്കൻ ഭാഗത്ത് സൈനിക ആക്രമണം സംഘടിപ്പിക്കാനും നടത്തിയ ശ്രമം ഒടുവിൽ 'ആസാദ് ഹിന്ദ് ഫൗജ്' (ഇന്ത്യൻ നാഷണൽ ആർമി) രൂപീകരണത്തിൽ കലാശിച്ചു. എന്നാൽ ആ സമയം ബ്രിട്ടീഷ് യജമാനന്മാർക്ക് സമ്പൂർണ്ണ സൈനിക സഹകരണം വാഗ്ദാനം ചെയ്യുകയാണ് സവർക്കർ ചെയ്തത്. 1941 ൽ ഭഗൽപൂരിൽ നടന്ന ഹിന്ദു മഹാസഭയുടെ 23-ാം സമ്മേളനത്തെ അഭിസംബോധന ചെയ്തുകൊണ്ട് അദ്ദേഹം പറഞ്ഞു:

> പ്രധാനപ്പെട്ടതും അടിയന്തരവുമായ രണ്ടാമത്തെ കാര്യം, ഇന്ത്യയിലുടനീളമുള്ള ഹിന്ദു സംഘടനാവാദികൾ (ഹിന്ദു മഹാസഭകൾ) തങ്ങളുടെ എല്ലാ ഊർജ്ജവും പ്രവർത്തനങ്ങളും കേന്ദ്രീകരിക്കേണ്ടത് ഹിന്ദുക്കളുടെ സൈനികവൽക്കരണ പരിപാടിയിലാണ് എന്നതാണ്. ഇപ്പോൾ നമ്മുടെ തീരത്ത് നേരിട്ട് എത്തിയിരിക്കുന്ന യുദ്ധം ഒരേസമയം ഒരു അപകടവും നമുക്കുള്ള ഒരു അവസരവുമാണ്. അതിനാൽ സൈനികവൽക്കരണ പ്രസ്ഥാനം ശക്ത

> മാക്കേണ്ടത് അനിവാര്യമാണ്. നഗരങ്ങളിലും ഗ്രാമങ്ങളിലുമുള്ള ഹിന്ദു മഹാസഭയുടെ എല്ലാ ശാഖകളും സൈന്യം, നാവികസേന, വ്യോമസേന എന്നിവയിൽ അണിചേരാനായി ഹിന്ദു ജനതയെ ഉണർത്തുന്നതിൽ സജീവമായി ഏർപ്പെടേണ്ടതുണ്ട്.[46]

ബ്രിട്ടീഷുകാരെ സഹായിക്കാൻ സവർക്കർ എത്രത്തോളം സന്നദ്ധത പ്രകടിപ്പിച്ചിരുന്നുവെന്ന് അദ്ദേഹത്തിന്റെ ഇനിപ്പറയുന്ന വാക്കുകളിൽ നിന്ന് വ്യക്തമാകും:

> ഇന്ത്യയുടെ പ്രതിരോധത്തെ സംബന്ധിച്ചിടത്തോളം, ഹിന്ദുമതം ഒരു മടിയും കൂടാതെ സഖ്യമുണ്ടാക്കണം. ഇന്ത്യൻ ഗവൺമെന്റിന്റെ യുദ്ധശ്രമങ്ങളോടുള്ള പ്രതികരണാത്മകമായ സഹകരണം എന്ന മനോഭാവത്തിൽ, അത് ഹൈന്ദവ താൽപ്പര്യങ്ങളുമായി പൊരുത്തപ്പെടുന്നിടത്തോളം, സൈന്യം, നാവികസേന, വ്യോമസേന എന്നിവയിൽ ഹിന്ദുക്കൾ കഴിയുന്നത്ര ചേർന്നുകൊണ്ട് വെടിമരുന്ന്, യുദ്ധ കരകൗശല ഫാക്ടറികൾ – എന്നിങ്ങനെയുള്ള എല്ലാ ഓർഡിനൻസുകളിലേക്കും പ്രവേശനം ഉറപ്പാക്കണം. ജപ്പാന്റെ യുദ്ധത്തിലേക്കുള്ള നീക്കം, ബ്രിട്ടന്റെ ശത്രുക്കളുടെ ആക്രമണത്തിന് നമ്മളും വിധേയരാകുമെന്നത് ശ്രദ്ധേയമാണ്. തത്ഫലമായി, നമുക്ക് താല്പര്യമില്ലെങ്കിൽക്കൂടി യുദ്ധത്തിന്റെ കെടുതികൾക്കെതിരെ അണിനിരന്ന് നമ്മുടെ നിലനില്പിനെ സംരക്ഷിക്കേണ്ടതുണ്ട്. ഇന്ത്യയെ പ്രതിരോധിക്കാനുള്ള സർക്കാരിന്റെ യുദ്ധശ്രമം ശക്തിപ്പെടുത്തുന്നതിലൂടെ മാത്രമേ ഇത് സാദ്ധ്യമാകൂ. അതിനാൽ ഹിന്ദു മഹാസഭകൾ, പ്രത്യേകിച്ച് ബംഗാൾ, അസം പ്രവിശ്യകളിലെ ഹന്ദുക്കളെയും ഉണർത്തേണ്ടതുണ്ട്. അതിനായി ഒരു നിമിഷംപോലും നഷ്ടപ്പെടുത്താനില്ല.[47]

"ഹിന്ദു സംഘടനാ ആശയങ്ങളുൾക്കൊള്ളുന്ന ദശലക്ഷക്കണക്കിന് ഹിന്ദു യോദ്ധാക്കളാൽ [ബ്രിട്ടീഷ്] സൈന്യത്തെയും നാവികസേനയെയും വ്യോമസേനയെയും വിന്യസിപ്പിക്കണമെന്ന്" സവർക്കർ ഹിന്ദുക്കളോട് ആഹ്വാനം ചെയ്തു.

> ഈ കർമ്മ പരിപാടിയിൽ ഉറച്ചുനിന്നുകൊണ്ട്, ഹിന്ദു സംഘടനാവാദികളുടെ ആശയങ്ങൾ ഉൾക്കൊണ്ട് യുദ്ധസാഹചര്യത്തെ പരമാവധി പ്രയോജനപ്പെടുത്തുക, ഹിന്ദു വംശത്തിന്റെ സൈനികവൽക്കരണത്തിനായി സമ്മർദ്ദം ചെലുത്തുക, എങ്കിൽ നമ്മുടെ ഹിന്ദുരാഷ്ട്രം കൂടുതൽ ശക്തമായി ഉയർന്നുവരാൻ ബാദ്ധ്യസ്ഥമാവും. ഹിന്ദു വിരുദ്ധ ആഭ്യന്തരയുദ്ധമോ ഭരണഘടനാ പ്രതിസന്ധിയോ സായുധ വിപ്ലവമോ എന്തുമാകട്ടെ, യുദ്ധാനന്തര പ്രശ്നങ്ങളെ അഭിമുഖീകരിക്കേണ്ടിവരുമ്പോൾ സമാനതകളില്ലാത്ത

> വിധം കൂടുതൽ പ്രാധാന്യമർഹിക്കുന്ന നിലയിലേക്ക് നമ്മുടെ രാജ്യം ഏകീകരിക്കപ്പെടുമെന്ന് അദ്ദേഹം ഉറപ്പു നൽകുകയും ചെയ്തു.[48]

ഭഗൽപൂരിലെ തന്റെ പ്രസംഗം അവസാനിപ്പിക്കുമ്പോൾ, ബ്രിട്ടീഷ് ഗവൺമെന്റിന്റെ യുദ്ധശ്രമങ്ങളിൽ പങ്കുചേരാൻ സവർക്കർ ഒരിക്കൽക്കൂടി ഇന്ത്യയിലെ ഹിന്ദുക്കളോട് ആഹ്വാനംചെയ്തു.

> യുദ്ധാനന്തരം രാഷ്ട്രങ്ങളുടെ സ്ഥാനവും വിധിയും എന്തുതന്നെയായാലും, ഇന്നത്തെ സാഹചര്യത്തിൽ എല്ലാം ഒരുമിച്ചെടുത്താൽ, ഇന്ത്യൻ പ്രതിരോധത്തിന്റെ കാര്യത്തിൽ ഹിന്ദു സംഘടനാവാദികൾക്ക് സ്വീകരിക്കാവുന്ന ഒരേയൊരു പ്രായോഗികവും താരതമ്യേന പ്രയോജനകരവുമായ മനോഭാവം ബ്രിട്ടീഷ് ഗവൺമെന്റുമായി സജീവമായ സഖ്യമുണ്ടാക്കുക എന്നതാണ്. ഹിന്ദുമതത്തെ ഒറ്റുകൊടുക്കാൻ നിർബ്ബന്ധിതരാകാതെതന്നെ നമുക്കതു ചെയ്യാൻ കഴിയുമെന്ന് അദ്ദേഹം വ്യക്തമായി പറഞ്ഞു.[49]

ബ്രിട്ടീഷ് യുദ്ധശ്രമങ്ങളെ സേവിക്കുന്നത് രാജ്യത്തിന്റെ മഹത്തായ ഭാവിയെ നിർണയിക്കുമെന്ന് ഊന്നിപ്പറഞ്ഞുകൊണ്ടാണ് അദ്ദേഹം തന്റെ ഭഗൽപൂർ പ്രസംഗം അവസാനിപ്പിച്ചത്,

> രാത്രിയിലെ ഏറ്റവും ഇരുണ്ട സമയം പ്രഭാതത്തിന്റെ സുവർണ്ണ ഉദയത്തോട് അടുത്തു നിൽക്കുന്നു എന്ന പഴഞ്ചൊല്ല് എപ്പോഴെങ്കിലും ശരിയാണെങ്കിൽ അതിപ്പോഴാണ്. കിഴക്കുനിന്ന് നമ്മുടെ തീരത്തേക്ക് അടുക്കുകയും പടിഞ്ഞാറുനിന്ന് പോലും യഥാസമയം നമ്മെ ഭീഷണിപ്പെടുത്തുകയും ചെയ്തേക്കാവുന്ന യുദ്ധം അതിന്റെ വ്യാപ്തിയിലും നാശത്തിലും ഫലങ്ങളിലും സമാനതകളില്ലാത്ത ഒന്നായിരിക്കും. ഒരുപക്ഷേ, ലോകത്തിനു പുതിയതും മഹത്തരമായതുമായ പുതിയൊരു നാളെയെ സമ്മാനിച്ചേക്കാം, എല്ലാം നഷ്ടപ്പെട്ടവർക്ക് പലതും നേടാനുള്ള അവസരമാകാം. നമുക്കും നമ്മുടെ സമയം ഇതിനായി വിനിയോഗിച്ച്, ഏറ്റവും നല്ല കാര്യങ്ങൾക്കായി പ്രാർത്ഥിക്കുകയും പ്രവർത്തിക്കുകയും ചെയ്യാം.[50]

സുഭാഷ് ചന്ദ്രബോസിനെപ്പോലുള്ള നേതാക്കൾ സായുധസമരത്തിലൂടെ ബ്രിട്ടീഷ് ഭരണത്തെ ഇന്ത്യയിൽ നിന്ന് തുരത്താനുള്ള തന്ത്രം പയറ്റാൻ ശ്രമിച്ചപ്പോൾ, ബ്രിട്ടീഷ് യുദ്ധശ്രമങ്ങൾക്ക് സവർക്കർ നൽകിയ പൂർണ്ണ പിന്തുണ, നന്നായി ചിന്തിച്ചുറപ്പിച്ച ഹിന്ദുത്വ രൂപകൽപ്പനയുടെ ഫലമായിരുന്നു. മധുരയിലാണ് (ഹിന്ദു മഹാസഭയുടെ 22-ാം സമ്മേളനം, 1940) അദ്ദേഹം തന്റെ ഈ തീരുമാനം വ്യക്തമാക്കിയത്. ബ്രിട്ടീഷുകാർക്കുള്ള അദ്ദേഹത്തിന്റെ പിന്തുണ, "ഇന്ത്യൻ സാമ്രാജ്യത്തോടൊപ്പം അവരുടെ സർവ്വവും ജർമ്മനിയുടെ മുന്നിൽ അടിയറ

വെയ്ക്കാൻ നിർബ്ബന്ധിതരാവാൻ തക്കവണ്ണം ദയനീയമായി ഇംഗ്ലണ്ട് ഈ യുദ്ധത്തിൽ പരാജയപ്പെടുമെന്നത് തികച്ചും അസംഭവ്യമാണ്,"[51] എന്ന വാക്കുകളിൽ വ്യക്തമാണ്. ബ്രിട്ടീഷ് സാമ്രാജ്യത്തിന്റെ അജയ്യതയിൽ സവർക്കർ അടിയുറച്ചു വിശ്വസിച്ചു.

മധുരയിൽ അദ്ദേഹം നടത്തിയ ഹിന്ദുമഹാസഭയുടെ അധ്യക്ഷ പ്രസംഗം ബ്രിട്ടീഷ് സാമ്രാജ്യത്വ ആശയങ്ങൾക്ക് അദ്ദേഹം നൽകുന്ന പിന്തുണയുടെ ജീവിക്കുന്ന സാക്ഷ്യമാണ്. ഇന്ത്യയെ മോചിപ്പിക്കാനുള്ള നേതാജിയുടെ ശ്രമങ്ങളെ അദ്ദേഹം പൂർണ്ണമായും നിരസിച്ചു. അദ്ദേഹം പ്രഖ്യാപിച്ചു:

> ധാർമ്മിക അടിസ്ഥാനത്തിൽ മാത്രമല്ല, പ്രായോഗിക രാഷ്ട്രീയത്തിന്റെ അടിസ്ഥാനത്തിലും, നിലവിലെ സാഹചര്യത്തിൽ, ഏതെങ്കിലും സായുധ പ്രതിരോധം ഉൾപ്പെടുന്ന ഒരു പരിപാടിയുമായി ഹിന്ദു മഹാസഭ സംഘടനയുടെ പേരിൽ പങ്കെടുക്കാൻ നിർബ്ബന്ധിതരാവില്ല, അതിൽ നമ്മൾ ആശങ്കപ്പെടേണ്ടതുമില്ല.[52]

ബ്രിട്ടീഷ് സൈനിക രൂപകല്പനകളെ അദ്ദേഹം പിന്തുണയ്ക്കുന്നതിൽ അവ്യക്തതയൊന്നും ഉണ്ടായിരുന്നില്ല. കൊളോണിയൽ യജമാനന്മാരെ ലജ്ജയില്ലാതെ പിന്തുണയ്ക്കുന്നതിനെ ന്യായീകരിക്കാൻ അദ്ദേഹം വിചിത്രമായ ഒരു വാദം (alibi) അവതരിപ്പിച്ചു. അദ്ദേഹത്തിന്റെ യുക്തി അനുസരിച്ച്:

> അങ്ങനെ നമുക്ക് അനുകൂലമായും പ്രതികൂലമായുമുള്ള എല്ലാ ഘടകങ്ങളും സ്വീകരിച്ച്, യുദ്ധം നമുക്ക് നൽകിയ അവസരങ്ങൾ പ്രയോജനപ്പെടുത്തുന്നതിനുള്ള ഏറ്റവും നല്ല മാർഗ്ഗം എല്ലാ യുദ്ധ ശ്രമങ്ങളിലും പങ്കെടുക്കുന്നിടത്തോളം ബ്രിട്ടീഷുകാരെ പിന്തുണയ്ക്കണം എന്ന് നിർദ്ദേശിക്കാൻ എനിക്ക് യാതൊരു മടിയുമില്ല. നമ്മുടെ ജനതയുടെ സൈനികവൽക്കരണവും വ്യാവസായികവൽക്കരണവും കൊണ്ടുവരാൻ ബ്രിട്ടീഷ് ഭരണകൂടം നിർബ്ബന്ധിതരാകുന്ന സാഹചര്യം സൃഷ്ടിക്കുന്നിടത്തോളം അത് തുടരണം.[53]

രണ്ടാം ലോകമഹായുദ്ധത്തിന്റെ പശ്ചാത്തലത്തിൽ ബ്രിട്ടീഷ് ഗവൺമെന്റ് അതിന്റെ സായുധ സേനയിൽ പുതിയ സേനാവിഭാഗങ്ങളെ കൂട്ടിച്ചേർക്കാൻ തീരുമാനിച്ചപ്പോൾ, ഇതിലേക്ക് ഹിന്ദുക്കളെ കൂട്ടത്തോടെ ചേർക്കാൻ സവർക്കറുടെ നേരിട്ടുള്ള കമാൻഡിന് കീഴിലുള്ള ഹിന്ദു മഹാസഭ തീരുമാനിച്ചു. മധുരയിലെ ഹിന്ദു മഹാസഭ സമ്മേളനത്തിൽ സവർക്കർ അറിയിച്ചത് ഇപ്രകാരമാണ്:

> സ്വാഭാവികമായും, പ്രായോഗിക രാഷ്ട്രീയത്തിന്റെ യഥാർത്ഥ ഉൾക്കാഴ്ചയുള്ള ഹിന്ദുമഹാസഭ, ഇന്ത്യൻ പ്രതിരോധത്തെക്കുറിച്ചും ഇന്ത്യയിൽ പുതിയ സേനാ വിഭാഗം രൂപീകരിക്കുന്നതിനെക്കു

> റിച്ചും ബന്ധപ്പെട്ട ബ്രിട്ടീഷുകാരുടെ യുദ്ധശ്രമങ്ങളിൽ നേരിട്ട് പങ്കെടുക്കാൻ തീരുമാനിച്ചു.[54]

ഇത്തരമൊരു സമീപനത്തിനെതിരായി ഇന്ത്യക്കാരുടെ ഇടയിൽ ഉടലെടുത്ത അമർഷം സവർക്കർ അറിയാതിരുന്നില്ല. എന്നാൽ യുദ്ധശ്രമങ്ങളിൽ ബ്രിട്ടീഷുകാരുമായി സഹകരിക്കാനുള്ള ഹിന്ദു മഹാസഭയുടെ തീരുമാനത്തിനെതിരെയുള്ള വിമർശനം അദ്ദേഹം പാടേ തള്ളിക്കളഞ്ഞു,

> ഇന്ത്യൻ താൽപ്പര്യങ്ങൾ പൊതുവെ ബ്രിട്ടീഷ് താൽപ്പര്യങ്ങൾക്ക് എതിരായതിനാൽ, നമ്മൾ ബ്രിട്ടീഷ് സർക്കാരുമായി കൈകോർക്കുന്ന ഏതൊരു നടപടിയും അനിവാര്യമായും കീഴടങ്ങലോ, ദേശവിരുദ്ധ പ്രവർത്തനമോ ബ്രിട്ടീഷുകാരുടെ കൈകളിലെ പാവയായിരിക്കുകയോ എന്നതായിരിക്കുമെന്ന് ചിന്തിക്കുന്നതാണ് ഇന്ത്യൻ പൊതുസമൂഹം ശീലിച്ച രാഷ്ട്രീയ വിഢിത്തം. ബ്രിട്ടീഷ് ഗവൺമെന്റുമായുള്ള സഹകരണം, അത് ഏതു സാഹചര്യത്തിലായാലും ദേശവിരുദ്ധവും അപലപനീയവുമാണ്.[55]

ഒരു വശത്ത്, ഇന്ത്യയെ മോചിപ്പിക്കാൻ ജർമ്മൻ, ജാപ്പനീസ് സേനകളുടെ സഹായം തേടാനുള്ള സൈനിക തന്ത്രങ്ങൾ നേതാജി ബോസ് സ്വീകരിച്ചുവരുമ്പോൾ, മറുവശത്ത്, ബ്രിട്ടീഷ് കൊളോണിയൽ യജമാനന്മാരെ നേരിട്ട് സഹായിക്കുന്നതിന്റെ തിരക്കിലായിരുന്നു സവർക്കർ. ഇത് നേതാജി ഉയർത്തിപ്പിടിച്ച ലക്ഷ്യത്തോടുള്ള വഞ്ചനയായിരുന്നു. പിന്നീട് ഇന്ത്യൻ നാഷണൽ ആർമിയുടെ (ഐ എൻ എ) ആയിരക്കണക്കിന് ധീരരായ കേഡർമാരെ കൊല്ലുകയും അംഗഭംഗം വരുത്തുകയും ചെയ്ത ബ്രിട്ടീഷ് സർക്കാരിനൊപ്പം സവർക്കറും ഹിന്ദു മഹാസഭയും പരസ്യമായി നിന്നു. യൂറോപ്യൻ സ്വാധീനത്തിൽ നിന്ന് ഏഷ്യയെ മോചിപ്പിക്കുക എന്ന പ്രഖ്യാപിത ലക്ഷ്യത്തോടെയുള്ള, ജപ്പാന്റെ നിരന്തരമായ മുന്നേറ്റം കാരണം, ബ്രിട്ടീഷ് ഗവൺമെന്റിന് അവരുടെ സായുധസേനയ്ക്കായി ഇന്ത്യക്കാരെ വലിയ തോതിൽ വേണ്ടിവരുമെന്ന് സവർക്കർ മധുരയിൽ വച്ച് തന്റെ അനുയായികളോട് പറഞ്ഞിരുന്നു. ബ്രിട്ടീഷ് യുദ്ധതന്ത്രത്തെ പ്രശംസിച്ചുകൊണ്ട് അദ്ദേഹം ഇപ്രകാരം പറഞ്ഞു.

> ജപ്പാനുമായി എപ്പോഴെങ്കിലും ഒരു യുദ്ധം പൊട്ടിപ്പുറപ്പെട്ടാൽ, എല്ലാ യുദ്ധ തയ്യാറെടുപ്പുകളുടെയും ഗുരുത്വാകർഷണ കേന്ദ്രം ഇന്ത്യ തന്നെയായിരിക്കുമെന്ന് അവർ മനസ്സിലാക്കിയിട്ടുണ്ട്. അതുകൊണ്ടുതന്നെ ദീർഘവീക്ഷണമുള്ള ബ്രിട്ടീഷ് രാഷ്ട്രതന്ത്രജ്ഞർക്ക്, ഇന്ത്യയുടെ അതിർത്തികളോട് ചേർന്ന് ജപ്പാൻ മുന്നേറുന്നത് തടയാനായി ഇന്ത്യൻ ഉദ്യോഗസ്ഥരുടെ കീഴിൽ ദശലക്ഷക്കണക്കിന് ഇന്ത്യൻ സൈനികരെ അണിനിരത്തേണ്ടതായിവരും.[56]

പിന്നീട് വടക്കുകിഴക്കിന്റെ വിവിധ ഭാഗങ്ങളിൽ ഐ എൻ എയുടെ കേഡർമാരെ കൊല്ലുന്നതിനും അംഗവൈകല്യം വരുത്തുന്നതിനുമായി ബ്രിട്ടീഷ് സായുധ സേനയ്ക്കുവേണ്ടി റിക്രൂട്ട്മെന്റ് ക്യാമ്പുകൾ സംഘടിപ്പിക്കുന്നതിലാണ് സവർക്കർ അടുത്ത കുറച്ച് വർഷങ്ങൾ ചെലവഴിച്ചത്. "സൈനിക, നാവിക, വ്യോമസേനകളിലേക്ക് റിക്രൂട്ട് ചെയ്യുന്ന പരമാവധി ഹിന്ദുക്കൾക്ക് പ്രവേശനം ഉറപ്പാക്കാൻ"[57] ഊന്നിപ്പറയുന്ന ഒരു 'അടിയന്തര നടപടി' അംഗീകരിച്ചുകൊണ്ട് ഹിന്ദു മഹാസഭയുടെ മധുരാ സമ്മേളനം സമാപിച്ചു. ഹിന്ദു മഹാസഭയുടെ പ്രയത്നത്താൽ മാത്രം ഒരു വർഷംകൊണ്ട് ഒരു ലക്ഷം ഹിന്ദുക്കളെ ബ്രിട്ടീഷ് സായുധ സേനയിൽ റിക്രൂട്ട് ചെയ്തതായും അദ്ദേഹം അവരെ അറിയിച്ചു.

അതിശയകരമെന്നു പറയട്ടെ, സവർക്കർ ഇത്തരം ഭീകരമായ ദേശവിരുദ്ധ ആശയങ്ങൾ പ്രചരിപ്പിക്കുകയും അത്തരം പ്രവർത്തനങ്ങൾ നടത്തുകയും ചെയ്തിട്ടും അദ്ദേഹത്തെ മഹാനായ രാജ്യസ്നേഹിയായി വാഴ്ത്തുന്നത് തുടരുന്നവരുണ്ട്. സവർക്കറും ഹിന്ദുമഹാസഭയും എത്ര തന്ത്രപരമായാണ് ബ്രിട്ടീഷുകാരുടെ ആശയങ്ങളെ പ്രചരിപ്പിച്ചതെന്ന് സ്വാതന്ത്ര്യത്തിന് മുമ്പുള്ള ഹിന്ദു മഹാസഭയുടെ ഒരു പ്രസിദ്ധീകരണത്തിലൂടെ നമുക്ക് അറിയാൻ കഴിയും. 1941 ൽ പ്രസിദ്ധീകരിച്ച ഈ പുസ്തകത്തിന് *വിനായക് ദാമോദർ സവർക്കർസ് വേൾ വിൻഡ് പ്രൊപ്പഗണ്ട: എക്സ്ട്രാക്ട്സ് ഫ്രം ദി പ്രെസിഡെന്റ്സ് ഡയറി ഓഫ് ഹിസ് പ്രോപഗാന്ധിസ്റ്റ് ടൂർസ് ഇന്റർവ്യൂസ് ഫ്രം ഡിസംബർ 1937 റ്റു ഒക്ടോബർ 1941* (*Vinayak Damodar Savarkar's Whirlwind Propaganda: Extracts from the President's Diary of his Propagandist Tours Interviews from December 1937 to October 1941*) എന്ന നീണ്ട തലക്കെട്ടായിരുന്നു. സവർക്കറുടെ അടുത്ത വിശ്വസ്തനായ എ എസ് ഭിഡെ എഡിറ്റ് ചെയ്ത ഈ പുസ്തകത്തിന്റെ, ആമുഖത്തിൽ ഇപ്രകാരം പറയുന്നു,

> ഹിന്ദു മഹാസഭാ പ്രസ്ഥാനത്തിന്റെ പ്രചാരകർക്കും പ്രവർത്തകർക്കും നേതാക്കന്മാർക്കും പ്രത്യേകിച്ചും ഹിന്ദു പൊതുസമൂഹത്തിനും ആധികാരിക ഗ്രന്ഥവും വിശ്വസ്തമായ വഴികാട്ടിയുമായി പ്രവർത്തിക്കാൻ ഉദ്ദേശിച്ചുള്ളതാണ് ഈ പുസ്തകം. ഇത്, ഇന്ന് ഹിന്ദുക്കൾ അഭിമുഖീകരിക്കുന്ന വിവിധ പ്രശ്നങ്ങളും സംശയങ്ങളും ദൂരീകരിച്ച് ഹിന്ദു സംഗതൻ പ്രസ്ഥാനത്തിന്റെ അടിസ്ഥാന പ്രത്യയശാസ്ത്രത്തിന്റെ പ്രായോഗികതയെ പ്രകാശിപ്പിക്കുന്നു...

കേഡർമാരുടെ രാഷ്ട്രീയ വിദ്യാഭ്യാസത്തിന് മാത്രമല്ല, വിവിധ വിഷയങ്ങളിലുള്ള നിലപാടുകൾ വ്യക്തമാക്കുന്നതിനുള്ള സഹായക ഗ്രന്ഥമായും ഹിന്ദു മഹാസഭയുടെ എല്ലാ യൂണിറ്റുകളും ഇത് കാത്ത് സൂക്ഷിക്കേണ്ടത് അനിവാര്യമായിരുന്നു. ഈ 'ഹിന്ദുത്വ ഗൈഡി'ൽ സവർക്കർ മാത്രം എഴുതിയതും സംസാരിച്ചതുമായ കാര്യങ്ങളാണ് അടങ്ങിയിരുന്നത്

എന്ന നിർണ്ണായക വസ്തുത ഇവിടെ വിസ്മരിക്കരുത്. സവർക്കറുടെ നേതൃത്വത്തിൽ ബ്രിട്ടീഷുകാരുടെ കൈത്താങ്ങായി നിലകൊണ്ട ഹിന്ദുത്വത്തിന്റെ യഥാർത്ഥ മുഖമാണ് പുസ്തകത്തിൽ നിന്നുള്ള ഉദ്ധരണികൾ കാണിക്കുന്നത്. മികച്ച ചിന്തകനും ദേശീയവാദിയുമായിരുന്ന സവർക്കറെ അരികുവൽക്കരിക്കാനാണ് സ്വാതന്ത്ര്യാനന്തരം 'കപട മതേതരവാദികൾ' ഗൂഢാലോചന നടത്തിയതെന്നാണ് സവർക്കറിസ്റ്റുകൾ പരാതിപ്പെടുന്നത്. സവർക്കറുടെ മഹത്വത്തെക്കുറിച്ച് അവർക്ക് അത്ര ഉറപ്പുണ്ടെങ്കിൽ, ഇന്നത്തെ തലമുറയ്ക്ക് സവർക്കർ എന്തായിരുന്നു എന്ന് മനസ്സിലാക്കാൻ ഈ പുസ്തകം പുനഃപ്രസിദ്ധീകരിക്കേണ്ട സമയം അതിക്രമിച്ചിരിക്കുന്നു! ഈ പുസ്തകത്തിലെ ലഭ്യമായ രേഖകൾ അനുസരിച്ച്, സവർക്കർ, ബ്രിട്ടീഷ് യുദ്ധശ്രമങ്ങളിൽ ചേരേണ്ടതിന്റെ ആവശ്യകത ഊന്നിപ്പറയുന്നിടത്ത്, ഹിന്ദു മഹാസഭ കേഡർമാർക്ക് ഇനിപ്പറയുന്ന നിർദ്ദേശങ്ങൾ നൽകി:

> ഒരു സായുധ ആക്രമണത്തിന്റെ പശ്ചാത്തലത്തിൽ പോരാട്ട സേനയുമായും അവരുടെ നയങ്ങളുമായി പൊരുത്തപ്പെടാതെ, കാപട്യമുള്ളതും മനോവീര്യം കെടുത്തുന്നതുമായ അഹിംസയും നിസ്സഹകരണവും മുൻനിർത്തി സർക്കാരുമായി സഹകരിക്കില്ല അല്ലെങ്കിൽ യുദ്ധശ്രമങ്ങളിൽ സഹായിക്കില്ല എന്ന് വാദിക്കുന്നവർ, അത് ആത്മവഞ്ചനയും സ്വയം തൃപ്തിയടയലുമാണെന്ന് ഓർക്കുന്നത് നന്നായിരിക്കും.[58]

ഹിന്ദുക്കളോടുള്ള അദ്ദേഹത്തിന്റെ ആഹ്വാനത്തിൽ യാതൊരു അവ്യക്തതയുമുണ്ടായിരുന്നില്ല.

> അതിനാൽ സൈന്യത്തിലും നാവികസേനയിലും വ്യോമസേനയിലും ഓർഡിനൻസുകളിലും ആയുധശാലകളിലും ആയിരക്കണക്കിന് അല്ലെങ്കിൽ ദശലക്ഷക്കണക്കിന് ഹിന്ദുക്കൾ ഇപ്പോൾത്തന്നെ വന്ന് അണിചേരട്ടെ.[59]

ബ്രിട്ടീഷ് സായുധ സേനയിലേക്ക് റിക്രൂട്ട്മെന്റ് ആഗ്രഹിക്കുന്ന ഹിന്ദുക്കളെ സഹായിക്കുന്നതിനായി സവർക്കറുടെ നേതൃത്വത്തിൽ ഹിന്ദു മഹാസഭ രാജ്യത്തിന്റെ വിവിധ പ്രദേശങ്ങളിൽ ഉന്നതതല സൈനിക സമിതികൾ സംഘടിപ്പിച്ചു. ഈ ബോർഡുകൾ ബ്രിട്ടീഷ് സർക്കാരുമായി നേരിട്ട് ബന്ധപ്പെട്ടിരുന്നതായി സവർക്കറുടെ താഴെ പറയുന്ന വാക്കുകളിലൂടെ നാം മനസ്സിലാക്കുന്നു. സവർക്കർ കേഡറുകൾക്ക് ഇപ്രകാരമുള്ള അറിയിപ്പുനൽകി:

> കാലാകാലങ്ങളിൽ സൈന്യത്തിലേക്ക് റിക്രൂട്ട് ചെയ്യുന്ന ഹിന്ദുക്കൾ അഭിമുഖീകരിക്കേണ്ടി വരുന്ന ബുദ്ധിമുട്ടുകളും പരാതികളും കൈകാര്യം ചെയ്യുന്നതിനായി, ഹിന്ദു മഹാസഭ ഡൽഹിയിൽ

> വെച്ച് ഒരു സെൻട്രൽ നോർത്തേൺ ഹിന്ദു മിലിറ്ററൈസേഷൻ ബോർഡും (ഗണപത് റായ്, ബി എ, എൽ എൽ ബി, അഡ്വക്കറ്റ്, 51, പഞ്ച്കുയ്ൻ റോഡ്, ന്യൂഡൽഹി, കൺവീനറായി.) ഒരു സെൻട്രൽ സതേൺ ഹിന്ദു മിലിറ്ററൈസേഷൻ ബോർഡും (മിസ്റ്റർ എൽ ബി ഭോപത്കർ എം എ, എൽ എൽ ബി, പ്രസിഡന്റ് മഹാരാഷ്ട്ര പ്രൊവിൻഷ്യൽ ഹിന്ദുസഭ, സദാശിവ് പേഠ് പൂന ചെയർമാനായി) രൂപീകരിച്ചു. സേനയിൽ പ്രവേശിക്കാൻ ആഗ്രഹിക്കുന്നവരോ അല്ലെങ്കിൽ ഇതിനകംതന്നെ അവരിൽ അംഗത്വമെടുത്തവരോ ആയ ഹിന്ദുക്കൾ എല്ലാ പരാതികളും വിവരങ്ങൾക്കായുള്ള അപേക്ഷകളും മുകളിൽ പറഞ്ഞ വിലാസങ്ങളിൽ അറിയിക്കണം. ഇത്തരം കാര്യങ്ങൾ ഈ സൈനികവൽക്കരണ ബോർഡുകൾ സർ ജ്വാല പ്രസാദ് ശ്രീവാസ്തവ്; ബാരിസ്റ്റർ ജംനാദാസ്ജി മേത്ത, ബോംബെ; ശ്രീ. വി വി കാലിക്കർ, എം എൽ സി, നാഗ്പൂർ എന്നിവർക്കും ദേശീയ പ്രതിരോധ ക്ൗൺസിലിലെയോ ഉപദേശക യുദ്ധ സമിതിയിലെയോ മറ്റ് അംഗങ്ങൾക്കും കൈമാറുമ്പോൾ അവർ ഈ ബുദ്ധിമുട്ടുകൾ പരമാവധി ഇല്ലാതാക്കാൻ ശ്രമിക്കും.[60]

ബ്രിട്ടീഷ് ഗവൺമെന്റ് ഹിന്ദുമഹാസഭയുടെ നേതാക്കളെ ഔദ്യോഗിക യുദ്ധ സമിതികളിലേക്ക് യാതൊരു ഉപാധികളുമില്ലാതെ സ്വീകരിച്ചിരുന്നതായി ഇത് വ്യക്തമാക്കുന്നു. ബ്രിട്ടീഷ് സൈന്യത്തിലേക്ക് ചേരാൻ സന്നദ്ധരായ ഹിന്ദുക്കൾക്ക് സവർക്കർ നൽകിയ താഴെപ്പറയുന്ന നിർദ്ദേശങ്ങൾ വായിച്ചാൽ അദ്ദേഹത്തെ മഹത്തായ രാജ്യസ്നേഹിയും സ്വാതന്ത്ര്യ സമര സേനാനിയുമായി പ്രഖ്യാപിക്കുന്നവർ തല കുനിക്കേണ്ടി വരും;

> എന്നിരുന്നാലും, നമ്മുടെ നന്മയ്ക്കായി ഞാൻ ഒന്ന് പറയട്ടെ, ഈ സന്ധിചേരലിൽ ശ്രദ്ധിക്കേണ്ടതായ ഒന്നുണ്ട്. അതായത് ഇന്ത്യൻ ബ്രിട്ടീഷ് സേനയിൽ ചേരുന്ന ഹിന്ദുക്കൾ എല്ലായ്പ്പോഴും അവിടെ നിലനിൽക്കുന്ന സൈനിക അച്ചടക്കവും ക്രമവും അനുസരിക്കുന്നവരായിരിക്കണം. എന്തെന്നാൽ ബ്രിട്ടീഷുകാർ ഹിന്ദുത്വത്തെ അപമാനിക്കാൻ മനഃപൂർവം ലക്ഷ്യമിടുന്നില്ല.[61]

അതിശയകരമെന്നു പറയട്ടെ, കൊളോണിയൽ യജമാനന്മാരുടെ സായുധ സേനയിൽ ചേരുന്നത് ആത്മാഭിമാനവും ദേശസ്നേഹവുമുള്ള ഏതൊരു ഇന്ത്യക്കാരനും വലിയ അപമാനമുള്ള ഒന്നാണെന്ന് സവർക്കർക്ക് ഒരിക്കലും തോന്നിയിട്ടില്ല. *മഹാസഭ ആന്റ് ദി ഗ്രേറ്റ് വാർ* എന്ന പേരിൽ താഴെപ്പറയുന്ന പ്രമേയം അദ്ദേഹം മാത്രമാണ് തയ്യാറാക്കിയതെന്നും ഭിഡെയുടെ പുസ്തകം പറയുന്നു:

> ഏതൊരു സൈനിക ആക്രമണത്തിൽനിന്നും ഇന്ത്യയെ പ്രതിരോധിക്കുക എന്ന ദൗത്യം ബ്രിട്ടീഷ് സർക്കാരിനും നമുക്കും ഒരേ

> പോലെ ആശങ്കയുളവാക്കുന്ന ഒന്നാണ്. നിർഭാഗ്യവശാൽ ആ ഉത്തരവാദിത്വം ആരുടെയും സഹായമില്ലാതെ നിർവ്വഹിക്കാനാവാത്ത സാഹചര്യത്തിൽ, ഇന്ത്യക്കും ഇംഗ്ലണ്ടിനുമിടയിൽ നിറഞ്ഞമനസ്സോടെയുള്ള സഹകരണത്തിന് സാദ്ധ്യത കാണുന്നു.[62]

വിവിധ വിപ്ലവകാരികളുടെ ഗ്രൂപ്പുകളും സുഭാഷ് ചന്ദ്രബോസും സോവിയറ്റ് യൂണിയൻ പോലുള്ള രാജ്യങ്ങളിൽ നിന്ന് സഹായം നേടിയെടുക്കാൻ ശ്രമിച്ച കാലഘട്ടമായിരുന്നു രണ്ടാം ലോകമഹായുദ്ധം. ഇത് അപകടമാണെന്നും ഇത്തരം അപകടങ്ങളിൽ ബോധവാന്മാരായിരിക്കണമെന്നും ബ്രിട്ടീഷ് യജമാനന്മാരോട് സവർക്കർ ഉപദേശിക്കുന്നത് നമുക്ക് കാണാം. ഈ ഉദ്യമത്തിൽ അദ്ദേഹം ബ്രിട്ടീഷുകാർക്ക് പൂർണ്ണ പിന്തുണ വാഗ്ദാനം ചെയ്യുന്നതായും നമുക്കു മനസ്സിലാകും. അദ്ദേഹത്തിന്റെ പ്രധാന ലക്ഷ്യം മുസ്ലീങ്ങളെ ഉന്മൂലനം ചെയ്യുകയാണ്, അല്ലാതെ ബ്രിട്ടീഷ് ഭരണമല്ല. തന്റെ മുസ്ലിം വിരുദ്ധ വാക്ചാതുര്യത്തെ സേവിക്കാൻ അദ്ദേഹം എങ്ങനെ വസ്തുതകൾ വളച്ചൊടിച്ചു എന്നത് അദ്ദേഹത്തിന്റെ ഇനിപ്പറയുന്ന വാക്കുകളിൽ നിന്ന് വ്യക്തമാകും:

> ഇംഗ്ലണ്ടിനെതിരായ യുദ്ധത്തിൽ റഷ്യയുടെ കടന്നുവരവ് ഇന്ത്യക്ക് ഭീഷണിയാണ്, അതിലും ഗുരുതരമാണ് അഫ്ഗാൻ വഴി ഇന്ത്യയിലേക്കുള്ള അവരുടെ അധിനിവേശം [sic]. 1914 ലെ അവസാന മഹായുദ്ധകാലത്ത് ഖിലാഫത്ത് പ്രക്ഷോഭത്തിൽ ഇന്ത്യയിലെ മുസ്ലീങ്ങളിൽ വലിയൊരു വിഭാഗത്തിന്റെ വഞ്ചനാപരമായ പെരുമാറ്റം ഒരിക്കലും മറക്കാനാവാത്ത ഒരു പാഠം നമ്മെ പഠിപ്പിച്ചു. ഇന്ത്യക്കെതിരായ ഏതെങ്കിലും അന്യശക്തികൾ വടക്കുപടിഞ്ഞാറൻ അതിർത്തിയിൽ ഉണ്ടാക്കുന്ന ആക്രമണത്തിലും ഇത് ആവർത്തിക്കപ്പെടുമെന്നുറപ്പാണ്. പഞ്ചാബ്, സിന്ധ് മുതലായവയിലുടനീളമുള്ള ഗോത്രവർഗ്ഗക്കാരും മുസ്ലീം സേനകളും ഹിന്ദുക്കളെ ഒറ്റുകൊടുക്കാനും പാൻ-ഇസ്ലാമിക് ഡിസൈനുകൾക്ക് അനുസൃതമായി ബലുചിസ്ഥാൻ-കാശ്മീർ-ഡൽഹിവരെ നീളുന്ന സ്വതന്ത്രമായ മുസ്ലീം രാജ്യമോ ഫെഡറേഷനോ രൂപീകരിക്കാനും സാദ്ധ്യതയുണ്ട്. ഇന്ത്യയിലെ ഉത്തരവാദപ്പെട്ട പല മുസ്ലീം സംഘടനകളുടെയും യോഗങ്ങളിൽ പാസ്സാക്കിയിട്ടുള്ള പ്രമേയങ്ങൾ വെളിപ്പെടുത്തുന്നത് പ്രാദേശിക അധികാരത്തിനപ്പുറമുള്ള മുസ്ലിം സ്വതന്ത്ര രാഷ്ട്രം എന്നതാണ്. ഇതിനെ ലളിതമായി കാണുന്നത്, ഹിന്ദുക്കളുടെ ഭാഗത്തുനിന്നുള്ള ആത്മഹത്യാപരവും അന്ധവുമായ ഒന്നായിരിക്കും. അത്തരമൊരു അടിയന്തരാവസ്ഥയിൽ ഈ ദേശീയ ദുരന്തം ഒഴിവാക്കാനുള്ള പൊതുലക്ഷ്യത്തിൽ നമ്മൾ ഹിന്ദുക്കൾ ബ്രിട്ടീഷ് സേനയുമായി സഖ്യമുണ്ടാക്കേണ്ടിവരും.[63]

ബ്രിട്ടീഷ് സൈനിക റിക്രൂട്ട്മെന്റ് ഏജൻസികൾ സവർക്കറുമായും

ഹിന്ദു മഹാസഭയുമായും നേരിട്ട് ബന്ധപ്പെട്ടിരുന്നു എന്ന വസ്തുത, വിവിധ വിഷയങ്ങളിൽ ഹിന്ദു മഹാസഭയുടെ ആധികാരിക നിലപാട് ഉൾക്കൊള്ളുന്ന എ എസ് ഭിഡെയുടെ പുസ്തകം ആവർത്തിച്ച് വെളിപ്പെടുത്തുന്നു. ഈ സ്വാഗതാർഹമായ സംഭവവികാസത്തെക്കുറിച്ച് സവർക്കർ ഇപ്രകാരം ഹിന്ദു മഹാസഭ കേഡർമാരെ അറിയിച്ചു:

> ഉദാഹരണത്തിന്, ഹിന്ദു മഹാസഭ ആരംഭിച്ച ഹിന്ദു സൈനികവൽക്കരണ ബോർഡുകളുമായി ബോംബെ പ്രസിഡൻസിയിലെ റിക്രൂട്ടിങ് കമ്മീഷണർമാരും ഓഫീസർമാരും യഥാർത്ഥത്തിൽ ഒരു ബന്ധം സ്ഥാപിക്കുകയും നാവികസേനയിൽ പ്രവേശിക്കുന്നതിനും കമ്മീഷൻ ഉറപ്പാക്കുന്നതിലും വ്യോമ, നാവിക, കര സേനകളിൽ പരിശീലനം നൽകുന്നതിലും ഹിന്ദു ഉദ്യോഗാർത്ഥികളെ ഒരു പരിധിവരെ സഹായിക്കാൻ ശ്രമിക്കുന്നുണ്ട്. ബെവിൻ സ്കീം (കർമ്മ പദ്ധതി) ധ്രുതഗതിയിൽ പ്രവർത്തിക്കുകയും വലിയ തോതിൽ ഹിന്ദുക്കൾ (മെക്കാനിക്കുകൾ) അതിലേക്ക് പ്രവേശിക്കുന്നതും തുടർന്നു.[64]

സിന്ധിലെ (ഇപ്പോൾ പാകിസ്ഥാനിൽ) ഹിന്ദുക്കളോടുള്ള അദ്ദേഹത്തിന്റെ ആഹ്വാനം ബ്രിട്ടീഷ് സായുധ സേനയിൽ ചേരുക എന്നതായിരുന്നു. ഈ വിഷയത്തിൽ വൈസ്രോയിയുമായി ബന്ധപ്പെട്ട കാര്യവും അതിന്റെ മറ്റു വിശദാംശങ്ങളും അദ്ദേഹം അവരുമായി പങ്കുവച്ചു. അദ്ദേഹം എഴുതി:

> സിന്ധിലെ ഹിന്ദുക്കൾ സൈന്യത്തിലും നാവികസേനയിലും വ്യോമസേനയിലും അവർക്ക് പ്രായോഗികമെന്ന് തോന്നുന്നത്ര വൻതോതിൽ പ്രവേശിക്കട്ടെ... നിയമങ്ങളെക്കുറിച്ചോ വിലാസത്തെക്കുറിച്ചോ ആർക്കെങ്കിലും കൃത്യമായ വിവരങ്ങൾ വേണമെങ്കിൽ, ഡോ. എൻ ഡി സവർക്കറിന് എഴുതട്ടെ (ഹിന്ദു മിലിറ്ററൈസേഷൻ ബോർഡ്, ദാദർ ഹിന്ദുസഭ ഓഫീസ്, ലേഡി ജമെഷെറ്റ്ജി റോഡ്, ദാദർ, ബോംബെ, 14 ശിവ്റാംപന്ത് ദാംലെ, സെക്രട്ടറി മഹാരാഷ്ട്ര മണ്ഡല്, പൂന 2). നേവി, എയർഫോഴ്സ്, ആർമി എന്നിവയിലേക്ക് നിരവധി ദേശസ്നേഹികളായ ഹിന്ദു യുവാക്കളുടെ പ്രവേശനം നേടിയെടുക്കുന്നതിൽ ഈ രണ്ട് കേന്ദ്രങ്ങളും ഇതിനകം വിജയിച്ചിട്ടുണ്ട്, കൂടാതെ കഴിവും പ്രാപ്തിയുമുള്ള ഹിന്ദുക്കൾക്ക് വൈസ്റീഗൽ, കിങ്സ് കമ്മീഷനുകളും നേടിക്കൊടുത്തിട്ടുണ്ട്.[65]

ബ്രിട്ടീഷ് സൈനിക സേനയിലേക്ക് വൻതോതിൽ ഹിന്ദുക്കളെ റിക്രൂട്ട് ചെയ്യുക എന്ന ഹിന്ദു മഹാസഭയുടെ ആഹ്വാനം പ്രോത്സാഹിപ്പിക്കുന്നതിനായി സവർക്കർ തന്റെ 59-ാം ജന്മദിനം പ്രയോജനപ്പെടുത്തി. ജന്മദിന സന്ദേശമായി അദ്ദേഹം ഇങ്ങനെ പറഞ്ഞു:

> സൈനിക സേവനത്തിലേർപ്പെടാൻ കഴിവുള്ള ഹിന്ദുക്കൾ കരസേനയിലും വ്യോമസേനയിലും ചേരണം, അല്ലെങ്കിൽ ആയുധനിർമ്മാർണവുമായി ബന്ധപ്പെട്ട ഫാക്ടറികളിലോ വെടിമരുന്നു നിർമ്മാണ ഫാക്ടറികളിലോ അതുമല്ലെങ്കിൽ മറ്റേതെങ്കിലും നിർമ്മാണ ശാലകളിലോ പ്രവേശനം ഉറപ്പാക്കണം.[66]

സവർക്കറുടെ നിർദ്ദേശപ്രകാരം ഹിന്ദു മഹാസഭയുടെ മുതിർന്ന നേതാവ് സർ ജവാല പ്രസാദ് ശ്രീവാസ്തവ് 1941 മെയ് മാസത്തിൽ ബ്രിട്ടീഷ് സായുധ സേനയുടെ കമാൻഡർ-ഇൻ-ചീഫുമായി കൂടിക്കാഴ്ച നടത്തിയതായും ഭിഡെയുടെ പുസ്തകം അറിയിക്കുന്നു. ഹിന്ദു മഹാസഭയുടെ ആർക്കൈവുകളിൽനിന്നും ലഭ്യമായ രേഖകൾ പ്രകാരം, ഹിന്ദു മഹാസഭ പുറത്തിറക്കിയ പ്രസ് കുറിപ്പ് 'ഹിസ് എക്സലൻസി ദി കമാൻഡർ-ഇൻ-ചീഫ് & ശ്രീ ജ്വാല പ്രസാദ്' എന്ന തലക്കെട്ടിൽ ഇപ്രകാരം പറയുന്നു:

> നേരത്തെ പ്രഖ്യാപിച്ചതുപോലെ, സർ ജ്വാല പ്രസാദ് ശ്രീവാസ്തവും ഹിസ് എക്സലൻസി ദി കമാൻഡർ-ഇൻ-ചീഫും തമ്മിലുള്ള അഭിമുഖം ഡൽഹിയിൽ നടന്നു. പൊതു രാഷ്ട്രീയ-സൈനിക നയങ്ങളും നേവി, എയർഫോഴ്സ്, ആർമിയിലുള്ള ഹിന്ദുക്കൾ പ്രത്യേകം അഭിമുഖീകരിക്കേണ്ടിവരുന്നതുമായ പൊതു പ്രശ്നങ്ങളുമായി ബന്ധപ്പെട്ട് ഹിന്ദു മഹാസഭയുടെ അദ്ധ്യക്ഷൻ വീർ സവർക്കർജിയുടെ നിർദ്ദേശപ്രകാരം, സർ ജ്വാല പ്രസാദ് ഹിന്ദു മഹാസഭയുടെ കാഴ്ചപ്പാടിനെ പ്രതിനിധീകരിച്ചു സംസാരിച്ചു. ഹിസ് എക്സലൻസി വളരെ അനുകമ്പയോടെ അത് കേൾക്കുകയും സൈനിക സേവനവുമായി ബന്ധപ്പെട്ട ഹിന്ദുക്കളുടെ പരാതികൾ ഇല്ലാതാക്കാൻ തന്നാൽ കഴിയുന്നതെല്ലാം ചെയ്യുമെന്ന് വാഗ്ദാനം ചെയ്യുകയും ഇന്ത്യയെ ശത്രു ആക്രമണങ്ങളിൽ നിന്ന് പ്രതിരോധിക്കാൻ വേണ്ടി രാജ്യത്തിന്റെ സൈന്യത്തിൽ ചേരാൻ ഹിന്ദുക്കളെ ഉദ്ബോധിപ്പിക്കുന്നതിൽ ബാരിസ്റ്റർ സവർക്കർ നൽകിയ നേതൃത്വത്തെ അഭിനന്ദിക്കുകയും ചെയ്തു.[67]

ബ്രിട്ടീഷ് ഗവൺമെന്റ് അതിന്റെ പരമോന്നത യുദ്ധ സംഘടനകളുടെ സംഘാടനത്തിനായി സവർക്കറുമായി നിരന്തരം ബന്ധപ്പെട്ടിരുന്നു. സവർക്കർ നിർദ്ദേശിച്ച പേരുകൾ അതിൽ ഉൾപ്പെട്ടിരുന്നു എന്നത് ബ്രിട്ടീഷ് സർക്കാരിന് സവർക്കർ തന്റെ നന്ദി അറിയിച്ചുകൊണ്ട് അയച്ച ടെലിഗ്രാമിൽനിന്നും വ്യക്തമാകുന്നു. ഭിഡെയുടെ പുസ്തകം നമ്മോട് പറയുന്നു,

ഇനിപ്പറയുന്ന ടെലിഗ്രാം, ഹിന്ദു മഹാസഭയുടെ പ്രസിഡന്റായ ബാരിസ്റ്റർ വി ഡി സവർക്കർ [sic] (1) ജനറൽ വേവൽ, (കമാൻഡർ ഇൻ-ചീഫ്); (2)ഇന്ത്യയുടെ വൈസ്രോയി എന്നിവർക്ക് അയച്ചതാണ് (ജൂലൈ 18, 1941).

> YOUR EXCELLENCY'S ANNOUNCEMENT DEFENCE COMMITTEE WITH ITS PERSONNEL IS WELCOME. HINDUMAHASABHA VIEWS WITH SPECIAL SATISFACTION APPOINTMENT OF MESSERS KALIKAR AND JAMNADAS MEHTA.[68]

സവർക്കറുടെ സമ്പൂർണ്ണ നിയന്ത്രണത്തിലുള്ള ഹിന്ദു മഹാസഭ ബ്രിട്ടീഷ് സാമ്രാജ്യത്വത്തെ യുദ്ധശ്രമങ്ങളിൽ സഹായിക്കുമ്പോൾ, ഇന്ത്യയെ യുദ്ധത്തിലേക്ക് നിർബ്ബന്ധിതരാക്കുന്നതിനെതിരെ കോൺഗ്രസ് നിരന്തരമായ പോരാട്ടം നടത്തിയിരുന്നു എന്നതാണ് ഏറ്റവും ഞെട്ടിപ്പിക്കുന്നത്. ദശലക്ഷക്കണക്കിന് ഇന്ത്യക്കാരെ ആകർഷിച്ച 'നോട്ട് എ മാൻ നോട്ട് എ പൈ ഫോർ ദി വാർ' (Not a man, not a pie for the war) എന്ന ജനപ്രിയ മുദ്രാവാക്യം അത് ഉയർത്തിക്കാട്ടി. ബ്രിട്ടീഷ് ഭരണാധികാരികളും സവർക്കറുടെ സഖ്യകക്ഷികളും ഈ മുദ്രാവാക്യം ഏറ്റുവിളിക്കാൻ ധൈര്യപ്പെട്ട നൂറുകണക്കിന് ദേശസ്നേഹികളായ ഇന്ത്യക്കാരെ കൊല്ലുകയും തടവിലാക്കുകയും ചെയ്തു. ബ്രിട്ടീഷ് ഭരണാധികാരികളുടെ താൽപ്പര്യങ്ങൾക്ക് വഴങ്ങി, മുസ്ലീംലീഗ് പോലും ഈ യുദ്ധശ്രമങ്ങളിൽ അണിചേരാനോ സർക്കാർ സ്ഥാപിച്ച പ്രതിരോധ സമിതികളിൽ ചേരാനോ വിസമ്മതിച്ചു എന്നത് ഇവിടെ ശ്രദ്ധേയമാണ്.

1940 ജൂലൈ 5 ന് സിംലയിൽ വച്ച് സവർക്കർ വൈസ്രോയിയെ കണ്ടതായി റിപ്പോർട്ട് ചെയ്യുന്ന ഭിഡെയുടെ പുസ്തകത്തിലെ ഇനിപ്പറയുന്ന ഖണ്ഡികയിൽ നിന്ന് സവർക്കറും ബ്രിട്ടീഷ് സർക്കാരുമായി രഹസ്യ ചർച്ചകളിൽ ഏർപ്പെട്ടിരുന്നുവെന്ന് വ്യക്തമാകുന്നു.

> (വൈസ്റഗൽ അഭിമുഖം) ഹിന്ദു മഹാസഭയുടെ പ്രസിഡന്റായ വീർ സവർക്കറും എച്ച് ഇ വൈസ്രോയിയുമായുള്ള അഭിമുഖത്തിന്റെ വിശദാംശങ്ങൾ അറിയാൻ പത്ര പ്രതിനിധികളുടെ സംഘം സവർക്കറെ വളഞ്ഞു. എച്ച് ഇ യോട് താൻ പൂർണമായും യോജിക്കുന്നുവെന്നും അഭിമുഖത്തിൽ ചർച്ച ചെയ്യപ്പെട്ട വിഷയം രഹസ്യമായി സൂക്ഷിക്കേണ്ടതാണെന്നും സവർക്കർ അവരെ അറിയിച്ചു.[69]

കൂടിക്കാഴ്ചയിൽ എന്തു സംഭവിച്ചെന്ന് സ്വന്തം അനുയായികളോട് പോലും പങ്കുവയ്ക്കാൻ സവർക്കർ തയ്യാറായില്ല എന്നത് പുസ്തകത്തിലെ ഇനിപ്പറയുന്ന വിവരണത്തിൽനിന്നും വ്യക്തമാകും:

> എച്ച് ഇ വൈസ്രോയിയുമായുള്ള അഭിമുഖത്തിന് ശേഷം (1940 ജൂലൈ 5 വെള്ളിയാഴ്ച) സിംല പൊതു സ്വീകരണ പരിപാടിയിൽ വെച്ച് അഭിമുഖത്തിൽ ചർച്ച ചെയ്ത കാര്യങ്ങൾ വെളിപ്പെടു

ത്തണമെന്ന സമ്മർദ്ദമുണ്ടായി. എന്നാൽ മറ്റു ചില പ്രധാനപ്പെട്ട രാഷ്ട്രീയ അഭിമുഖങ്ങളുള്ളതിനാൽ അദ്ദേഹം അതിന് സമയം നൽകിയില്ല. സ്റ്റേഷനിലേക്കുള്ള യാത്രയിൽ അഞ്ച് മിനിറ്റ് ദൈർഘ്യമുള്ള 'ദർശൻ' പരിപാടിയിൽ മാത്രമാണ് സവർക്കർ പങ്കെടുത്തത്.[70]

ബ്രിട്ടീഷ് യജമാനന്മാരിൽനിന്ന് സവർക്കർക്ക് പ്രതിമാസ പെൻഷൻ ലഭിച്ചിരുന്നു.

1929 ൽ വിദേശ ഭരണാധികാരികൾ സവർക്കർക്ക് പെൻഷൻ അനുവദിച്ചതോടെ ബ്രിട്ടീഷ് ഭരണാധികാരികളുടെ പദ്ധതിയിൽ സവർക്കർ എത്രത്തോളം സ്വാധീനംചെലുത്തിയിരുന്നു എന്നത് കൂടുതൽ വ്യക്തമാകും. ഇതുമായി ബന്ധപ്പെട്ട് ഒരു കേന്ദ്ര കൗൺസിൽ അംഗം സർക്കാരിനോട് ചോദിച്ച കാര്യങ്ങൾ സവർക്കറുടെ ഔദ്യോഗിക ജീവചരിത്രകാരൻ കീർ ശരിവയ്ക്കുന്നു.

> ഔദ്യോഗിക പരിപാലനവുമായി ബന്ധപ്പെട്ട് സവർക്കറിൽ നിന്ന് എന്തെങ്കിലും അപേക്ഷ ലഭിച്ചിരുന്നോ എന്നതിന്, അതിനായി സവർക്കർ തങ്ങളെ സമീപിച്ചാൽ പരിഗണിക്കാമെന്ന് സർക്കാർ അറിയിച്ചു. തുടർന്ന്, രത്നഗിരി ജില്ലാ മജിസ്ട്രേറ്റ് പ്രതിമാസം 50 രൂപ സവർക്കറിനു നൽകാൻ നിശ്ചയിച്ചു. പിന്നീട് അത് 60 രൂപയാക്കി ഉയർത്തി.[71] [1920കളിൽ ഇത് ഒരു ചെറിയ തുകയല്ല]

അതിദേശീയതയോടുള്ള ആത്മാർത്ഥത: നേപ്പാൾ രാജാവ് ഇന്ത്യ ഭരിക്കണമെന്ന് സവർക്കർ ആഗ്രഹിച്ചിരുന്നു

ഇന്ത്യൻ മുസ്ലീങ്ങളുടെ 'അതിദേശീയതയോടുള്ള' ആത്മാർത്ഥതയെ സവർക്കർ നിശിതമായി വിമർശിച്ചിരുന്നു. 1937 ൽ ഹിന്ദു മഹാസഭയുടെ 19-ാം സമ്മേളനത്തെ അഭിസംബോധന ചെയ്തുകൊണ്ട് അദ്ദേഹം പറഞ്ഞു:

> ഒരു മുഹമ്മദീയൻ പലപ്പോഴും തന്റെ പ്രദേശത്തിന് പുറത്തുള്ള ദേശങ്ങളോട് വിധേയപ്പെടുകയും അതിനു കൂടുതൽ മൂല്യം കല്പിക്കുന്നതായും കണ്ടുവരുന്നു. ഒരു രാഷ്ട്രമെന്ന നിലയിൽ ഇന്ത്യയെക്കാൾ പലസ്തീനിലെ സംഭവങ്ങളെക്കുറിച്ച് അവർ കൂടുതൽ ആശങ്കപ്പെടുന്നു. ഇന്ത്യയിലെ ഹിന്ദു അയൽക്കാരുടെയും നാട്ടുകാരുടെയും ക്ഷേമത്തെക്കാൾ അറബികളുടെ ക്ഷേമത്തെക്കുറിച്ചോർത്താണ് അവർ കൂടുതൽ ഉത്കണ്ഠപ്പെടുന്നത്.[72]

മുസ്ലീങ്ങളെയും ക്രിസ്ത്യാനികളെയും ഇന്ത്യൻ പൗരന്മാരായി അംഗീകരിക്കാൻ അദ്ദേഹം വിസമ്മതിച്ചതിന്റെ കാരണം അവരുടെ

'വിശുദ്ധഭൂമി' ഇന്ത്യയിൽ നിന്ന് വളരെ അകലെയാണെന്നുള്ള തിനാലാണ്.

എന്നിരുന്നാലും, അതേ സവർക്കറിന് നേപ്പാൾ രാജാവിനെ ഇന്ത്യ യുടെയും ലോകത്തിലെ ഹിന്ദുക്കളുടെയും രാജാവായി പ്രഖ്യാപി ക്കുന്നതിൽ യാതൊരു മടിയുമുണ്ടായില്ല. മറ്റ് ഹിന്ദുത്വ നേതാക്കളെ പ്പോലെ, ലോകമെമ്പാടുമുള്ള ഹിന്ദുക്കൾ നേപ്പാൾ രാജാവിന്റെ കീഴി ലാണെന്ന് അദ്ദേഹം വിശ്വസിച്ചു. എല്ലാ ഹിന്ദുമഹാസഭ സെഷനുക ളിലും നേപ്പാൾ രാജാവിന്റെ ഒരു ഫോട്ടോ പ്രദർശിപ്പിക്കണമെന്നത് അദ്ദേ ഹത്തിന് നിർബ്ബന്ധമായിരുന്നു. ഓരോ സെഷനും നേപ്പാൾ രാജാവിന്റെ മഹത്വവൽക്കരണത്തോടെ ആരംഭിക്കുകയും അദ്ദേഹത്തോടുള്ള വിശ്വസ്തതയുടെ പ്രഖ്യാപനത്തോടെ അവസാനിക്കുകയും ചെയ്തു.

1937 ഡിസംബർ 30 ന് അഹമ്മദാബാദിൽ നടന്ന ഹിന്ദുമഹാസഭ യുടെ 19-ാമത് സമ്മേളനത്തിൽ സവർക്കർ പ്രസിഡന്റായി തിരഞ്ഞെടു ക്കപ്പെട്ടു. ഹിന്ദുമഹാസഭയുടെ സമ്മേളനത്തിന്റെ നടപടിക്രമങ്ങൾ അനുസരിച്ച് അദ്ധ്യക്ഷ പ്രസംഗത്തിന്റെ തുടക്കത്തിൽ, താഴെപ്പറയുന്ന വാക്കുകളിൽ അദ്ദേഹം നേപ്പാൾ രാജാവിനെ ആദരിച്ചു:

> നേപ്പാളിലെ രാജാവ്, ഹിസ് ഹൈനസ് ശ്രീ യുദ്ധസമാഷർ റാണാജി, നേപ്പാൾ പ്രധാനമന്ത്രി, നമ്മുടെ നേപ്പാളിലെ എല്ലാ ഹിന്ദുമതവിശ്വാസികൾക്കും നാട്ടുകാർക്കും എന്റെ സ്നേഹവും വിശ്വാസവും നിറഞ്ഞ ആശംസകൾ. നമ്മുടെ ചരിത്രത്തിലെ ഏറ്റവും ഇരുണ്ട മണിക്കൂറിൽ പോലും ഹിന്ദു ഒരു ശക്തിയായി നിലകൊള്ളുന്നതിലും ഹിമാലയത്തിന്റെ നെറുകയിൽ കളങ്കമി ല്ലാതെ പറന്നുയരുന്ന ഹിന്ദു സ്വാതന്ത്ര്യത്തിന്റെ പതാക ഉയർ ത്തുന്നതിലും വിജയിച്ചിട്ടുള്ളവർ... അവർക്ക് ആദരമർപ്പിക്കേണ്ടത് എന്റെ പരമമായ കടമയാണെന്ന് ഞാൻ കരുതുന്നു. ഈ തല മുറയിലെ ഇരുപത്തിയഞ്ച് കോടിയോളം വരുന്ന നമ്മുടെ ഹിന്ദു ക്കളിൽ നേപ്പാളിലെ രാജാവ്, ഹിസ് മജസ്റ്റിയാണ് ഇന്ന് പ്രഥമ സ്ഥാനീയനായ ഒരേയൊരു ഹിന്ദു. എന്തെന്നാൽ ലോകത്തിലെ എല്ലാ സ്വതന്ത്ര രാജ്യങ്ങളിലെയും രാജാക്കന്മാരുടെയും ചക്രവർ ത്തിമാരുടെയും പ്രസിഡന്റുമാരുടെയും മുമ്പിൽ തല ഉയർത്തി, നട്ടെല്ലുനിവർത്തി, അവർക്ക് തുല്യനായി അദ്ദേഹം നിൽക്കുന്നു. നേപ്പാളിന്റെ വംശവും മതവും സംസ്കാരവും എല്ലാം ഹിന്ദു ത്വമായി ബന്ധപ്പെട്ടിരിക്കുന്നു. ഇത് നമ്മുടെയും മാതൃഭൂമിയുമാ യും പുണ്യഭൂമിയുമായും ബന്ധപ്പെട്ടിരിക്കയാൽ അവരും നമ്മളും ഒന്നാണ്.[73]

ഭിഡെയുടെ പുസ്തകമനുസരിച്ച്, നേപ്പാളിലെ രാജാവിനെ 'സ്വതന്ത്ര ഹിന്ദുസ്ഥാന്റെ ഭാവി ചക്രവർത്തി'യായി അവരോധിക്കുന്നത് നിയമാനുസൃതമാണെന്ന് സവർക്കർ പ്രസംഗിക്കുകയും ചെയ്തു.[74] സവർക്കറിന്റെ വാക്കുകളിൽ,

> ഒരു നിസാമിന്റെ ആധിപത്യം തനിക്ക് നൂറുശതമാനം അഭികാമ്യമെന്നു തോന്നിയ ഗാന്ധിജി പോലും നേപ്പാളിലെ ഹിന്ദു രാജാവിന്റെ സാമ്രാജ്യത്വ ഭരണം അതിനേക്കാൾ സ്വീകാര്യമാണെന്നത് നിഷേധിക്കാൻ ധൈര്യപ്പെടില്ല! വസ്തുതാപരമായി പറഞ്ഞാൽ ഇന്നത്തെ സാഹചര്യത്തിൽ ശിസോദിയാസിന്റെ അനന്തരാവകാശിയായ നേപ്പാളിലെ രാജാവിന് മാത്രമേ ഇന്ത്യയുടെ കിരീടം ചൂടാൻ അവസരമുണ്ടാകൂ. നമുക്ക് അത് വിചിത്രമായി തോന്നിയാലും, നമ്മൾ ഹിന്ദുക്കളേക്കാൾ നന്നായി ഇംഗ്ലീഷുകാർക്ക് അതറിയാം.[75]

ഒരു പ്രമുഖ യാഥാസ്ഥിതിക ബ്രിട്ടീഷ് ചരിത്രകാരനായ പെർസിവലാങ്ഡന്റെ വാക്കുകൾ ഉദ്ധരിച്ചുകൊണ്ട് സവർക്കർ എഴുതി:

> ഇന്ത്യയുടെ ഒരറ്റം മുതൽ മറ്റേ അറ്റം വരെയുള്ള വർഗ്ഗീയ ലഹളകൾ കണക്കിലെടുക്കുമ്പോൾ, നേപ്പാളിന്റെ പ്രാധാന്യം അവഗണിക്കുന്നത് മണ്ടത്തരമായിരിക്കും. ദക്ഷിണേഷ്യൻ സന്തുലിതാവസ്ഥയിൽ നേപ്പാൾ വഹിക്കുന്ന ഉയർന്ന സ്ഥാനവും ഇന്ത്യയുടെ ഇന്നത്തെ അവസ്ഥയെ ചുറ്റിപ്പറ്റിയുള്ള പ്രശ്നങ്ങളുടെ പരിഹാരത്തിന് ഭാവിയിൽ അവർക്കുള്ള മഹത്തായതും ഉയർന്നുവരുന്നതുമായ പ്രാധാന്യവും മനസ്സിലാക്കാൻ ഇംഗ്ലീഷുകാർ ശ്രമിക്കണം. നേപ്പാൾ ഇന്ന് ഒരു പുതിയ കാലത്തിന്റെ പടിവാതിൽക്കൽ നിൽക്കുന്നു. അവളുടെ ഭാവി അവളെ ഒരേയൊരു ദിശയിലേക്കു മാത്രം കൊണ്ടുപോകുന്നു. ഇന്ത്യയുടെ വിധി നിർണ്ണയത്തിൽ പോലും നേപ്പാളിന്റെ കടന്നുവരവുണ്ടായേക്കാം.[76]

ഇന്ത്യയുടെ സ്വാതന്ത്ര്യവുമായി ബന്ധപ്പെട്ട തന്റെ അതുല്യമായ 'ഹിന്ദു' പരിഹാരത്തിൽ, ഇന്ത്യൻ സാമ്രാജ്യം ബ്രിട്ടന്റെ കൈപ്പിടിയിൽ നിന്ന് വഴുതിപ്പോകാതിരിക്കാൻ, "അത് ബ്രിട്ടന്റെ തുല്യവും സ്വതന്ത്രവുമായ ഒരു സഖ്യകക്ഷിക്ക് (നേപ്പാൾ രാജാവിന്) കൈമാറണമെന്ന്" അദ്ദേഹം ബ്രിട്ടീഷ് രാജ്ഞിയോട് ആവശ്യപ്പെട്ടു.[77]

ഇന്ത്യ നേപ്പാളിലെ ഹിന്ദു ഭരണാധികാരികളുടെ രാജ്യത്തിന്റെ ഭാഗമാകണമെന്ന് സവർക്കർ ആഗ്രഹിച്ചിരുന്നു. എന്നാൽ 1857 ലെ സ്വാതന്ത്ര്യസമരകാലത്ത് ബ്രിട്ടീഷ് ഭരണാധികാരികൾക്കൊപ്പം നിന്നുകൊണ്ട്, നമ്മുടെ വിമോചന സമരത്തെ പരാജയപ്പെടുത്തുന്നതിൽ പ്രധാന പങ്കുവഹിച്ചതും ഇതേ ഭരണാധികാരികളായിരുന്നുവെന്നത് നമ്മൾ മറന്നുകൂടാ. ബ്രിട്ടീഷുകാർ ഡൽഹിയും രോഹിൽഖണ്ഡും ഔദും നേടിയത് നേപ്പാൾ ഭരണാധികാരി ജംഗ് ബഹാദൂറിന്റെ സമയോചിതമായ സഹായത്താലാണെന്നും അദ്ദേഹം 50,000 ത്തോളം ഗൂർഖ ശിപായിമാരെ ബ്രിട്ടീഷ് സൈനിക ബലത്തിനായി അയച്ചുവെന്നതിനും ധാരാളം തെളിവുകൾ ലഹളയുടെ സമകാലിക ബ്രിട്ടീഷ് രേഖകളിലുണ്ട്.

ഡൽഹി, അസംഗഢ്, ബരാബങ്കി, ഗോരഖ്പൂർ, ബസ്തി, ബഹ്റൈച്ച്, ബുലന്ദ്ഷഹർ, ബദൗൺ തുടങ്ങിയ സ്ഥലങ്ങളിലെ തദ്ദേശീയ വിപ്ലവകാരികളെ പരാജയപ്പെടുത്തുന്നതിൽ ഈ ഗൂർഖ സേന നിർണ്ണായക പങ്കുവഹിച്ചിരുന്നുവെന്നും നൂറുകണക്കിന് നമ്മുടെ വിപ്ലവകാരികളെ കൊലപ്പെടുത്തിയിരുന്നുവെന്നും അക്കാലത്തുണ്ടായിരുന്ന ബ്രിട്ടീഷ് ഗസറ്റിയർമാർ രേഖപ്പെടുത്തിയിട്ടുണ്ട്.[78] കലാപത്തെ തകർത്ത ശേഷം ജംഗ് ബഹാദൂറിന്റെ നേതൃത്വത്തിലുള്ള നേപ്പാൾ സൈന്യം അയോദ്ധ്യ, ഗോരഖ്പൂർ വഴി നേപ്പാളിലേക്ക് മടങ്ങിയത് വളരെ സാവധാനത്തിലായിരുന്നു. കാരണം, ഇന്ത്യയിൽ നിന്ന് കൊള്ളയടിച്ച സമ്പത്ത് നിറച്ച എണ്ണമറ്റ വണ്ടികൾ അവരുടെ പക്കലുണ്ടായിരുന്നു.[79] 1857 ലെ സ്വാതന്ത്ര്യസമരത്തെ അടിച്ചമർത്താൻ നേപ്പാൾ ഭരണാധികാരി ചെയ്ത സേവനങ്ങൾക്കായി ബ്രിട്ടീഷ് ഭരണാധികാരികൾ ഇന്ത്യയുടെ തെരായ് പ്രദേശത്തിന്റെ വലിയൊരു ഭാഗം നേപ്പാളിന് സമ്മാനിച്ചതായും സമകാലിക ബ്രിട്ടീഷ് രേഖകളിലൂടെ നാം മനസ്സിലാക്കുന്നു.[80] ഈ വസ്തുതകൾ അറിയാമായിരുന്ന, ഇന്ത്യൻ കലാപത്തിന്റെ മുൻനിര കമാൻഡർമാരിൽ ഒരാളായ ബിതൂരിലെ നാനാ സാഹിബ് രാജ്യത്തിന് എഴുതിയ തന്റെ അവസാന കത്തിൽ, ബ്രിട്ടീഷുകാർക്ക് കലാപം അടിച്ചമർത്താനുള്ള കഴിവില്ലായിരുന്നെന്നും ഗൂർഖകളുടെയും നാട്ടുരാജാക്കന്മാരുടെയും സഹായത്താലാണ് അവർ വിജയിച്ചതെന്നും വ്യക്തമായി എഴുതിയിരുന്നു.

നേപ്പാൾ രാജാവിനെ ലോക ഹിന്ദുക്കളുടെ ചക്രവർത്തിയായി പ്രതിഷ്ഠിക്കാനുള്ള ഹിന്ദുത്വ ബ്രിഗേഡിന്റെ താൽപ്പര്യം ഇന്നും നഷ്ടപ്പെട്ടിട്ടില്ല. 2004 ജനുവരി 23 ന് കാഠ്മണ്ഡുവിൽ *വിശ്വഹിന്ദു മഹാസംഘ്* (വേൾഡ് ഹിന്ദു ഫെഡറേഷൻ) സംഘടിപ്പിച്ച ഒരു പരിപാടിയിൽ നേപ്പാൾ രാജാവ് ജ്ഞാനേന്ദ്ര വീർ വിക്രം ഷായെ ലോകമെമ്പാടുമുള്ള ഹിന്ദുക്കളുടെ ഏക ചക്രവർത്തിയായി പ്രതിഷ്ഠിച്ചു. *ഗീത*യിലും *പുരാണങ്ങ*ളിലും പരാമർശിച്ചിരിക്കുന്നതുപോലെ അദ്ദേഹം ദൈവത്തിന്റെ പ്രതിരൂപമായി പ്രകീർത്തിക്കപ്പെട്ടു. അന്നത്തെ വിശ്വഹിന്ദു പരിഷത്ത് വർക്കിങ് പ്രസിഡന്റായിരുന്ന അശോക് സിംഗാൾ ഉൾപ്പെടെയുള്ള ആർ എസ് എസ് നേതാക്കൾ ഈ പരിപാടിയിൽ പങ്കെടുത്തിരുന്നു. പ്രതിഷ്ഠാചടങ്ങിനെ അഭിസംബോധന ചെയ്തുകൊണ്ട് സിംഗാൾ പറഞ്ഞു.

> ലോകമെമ്പാടുമുള്ള 900 ദശലക്ഷം ഹിന്ദുക്കളുടെ ഉത്തരവാദിത്വമാണ് ഹിന്ദു *സാമ്രാട്ടി*നെ സംരക്ഷിക്കുക എന്നത്... *ധർമ്മം* സംരക്ഷിക്കാനാണ് ദൈവം അദ്ദേഹത്തെ (സാമ്രാട്ട്) സൃഷ്ടിച്ചത്.

സിംഗാളിന്റെ 'ഹിന്ദു' ലക്ഷ്യത്തിനായുള്ള സേവനങ്ങളെ ആദരിച്ചുകൊണ്ടാണ് ഹിന്ദു ചക്രവർത്തി പരിപാടി അവസാനിപ്പിച്ചത്.

ത്രിവർണ്ണ പതാകയോടുള്ള സവർക്കറുടെ വിരോധം

ബ്രിട്ടീഷ് ഭരണത്തിനെതിരായ ഇന്ത്യൻ ജനതയുടെ യോജിച്ച പോരാട്ടത്തിന്റെ എല്ലാ പ്രതീകങ്ങളെയും ആർ എസ് എസിനെപ്പോലെ സവർക്കറും വെറുത്തു. സ്വാതന്ത്ര്യ സമരത്തിന്റെ ദേശീയ പതാകയായോ ദേശത്തിന്റെ തന്നെ പതാകയായോ ത്രിവർണ്ണ പതാക (അക്കാലത്ത് പതാകയുടെ മദ്ധ്യത്തിൽ ഒരു ചർക്ക — നൂൽ നൂൽക്കുന്ന യന്ത്രം — ഉണ്ടായിരുന്നു) അംഗീകരിക്കാൻ അദ്ദേഹം വിസമ്മതിച്ചു. 1941 സെപ്തംബർ 22 ന് ഹിന്ദു മഹാസഭ കേഡർമാർക്കായി അദ്ദേഹം പുറപ്പെടുവിച്ച പ്രസ്താവന ഇപ്രകാരമായിരുന്നു.

> പതാകയെ സംബന്ധിച്ചിടത്തോളം, ഹിന്ദുക്കൾക്ക് ഹിന്ദുമതത്തെ മൊത്തത്തിൽ പ്രതിനിധീകരിക്കുന്ന, ഏറ്റവും പുരാതനവും ഹൈന്ദവ വംശത്തിന്റെയും നയത്തിന്റെയും ഹിന്ദുസ്ഥാനിൽ മുഴുവൻ ബഹുമാനമർഹിക്കുന്നതുമായ 'ഓം, സ്വസ്തിക്' എന്നീ പ്രതീകങ്ങളുള്ള 'കുണ്ഡലിനി കൃപാനാങ്കിത്' എന്ന മഹാസഭയുടെ പതാകയല്ലാതെ മറ്റൊരു പതാകയെക്കുറിച്ചും അറിയില്ല. ഇന്ന് ഹരിദ്വാർ മുതൽ രാമേശ്വരം വരെയുള്ള ദശലക്ഷക്കണക്കിന് ഹിന്ദുക്കൾ അംഗീകരിക്കുകയും സ്വന്തമാക്കുകയും ചെയ്ത ഈ പതാക ആയിരക്കണക്കിന് കേന്ദ്രങ്ങളിലെ എല്ലാ ഹിന്ദുസഭ ബ്രാഞ്ച് ഓഫീസുകളിലും പറക്കുന്നു. അതിനാൽ, ഈ പാൻ-ഹിന്ദു പതാകയെ ആദരിക്കാത്ത ഏതെങ്കിലും സ്ഥലമോ ചടങ്ങോ ഉണ്ടായാൽ, ഏതു മാർഗ്ഗത്തിലൂടെയും ഹിന്ദുസംഘടനിസ്റ്റുകൾ അത് ബഹിഷ്കരിക്കണം... ചർക്ക-പതാക, ഒരു ഖാദി-ഭണ്ഡാരത്തെ നന്നായി പ്രതിനിധീകരിച്ചേക്കാം, എന്നാൽ രാജ്യത്തിന്റെ ആത്മാവിനെ പ്രതീകപ്പെടുത്താനും പ്രതിനിധീകരിക്കാനും ചർക്കയ്ക്ക് ഒരിക്കലും കഴിയില്ല. എന്നിരുന്നാലും, ഇഷ്ടമുള്ളവർക്ക് അതിൽ ഉറച്ചുനിൽക്കാം! എന്നാൽ നമുക്ക്, ഹിന്ദുസംഘടനാവാദികൾക്ക് നമ്മുടെ പുരാതന ഹിന്ദു പതാകയുടെ ബഹുമാനം സംരക്ഷിക്കാനായി അതിനു ചുറ്റും അണിനിരക്കാതിരിക്കാൻ കഴിയില്ല.[81]

1938 ൽ ഹിന്ദുത്വ കേഡർമാർ ത്രിവർണ്ണ പതാക വലിച്ചുകീറുകയും ഈ സംഭവത്തിന് പ്രശസ്ത സോഷ്യലിസ്റ്റ് നേതാവ് എൻ ജി ഗോറെ സാക്ഷിയാവുകയും ചെയ്തു. ഇതിന്റെ പൂർണ്ണ ഉത്തരവാദികൾ സവർക്കറും ഹെഡ്ഗേവാറുമാണെന്ന് അദ്ദേഹം ഉറപ്പിച്ചു പറഞ്ഞു. ഗൊറേയുടെ വാക്കുകളിൽ,

> മെയ് ദിന ജാഥയെ ആക്രമിച്ചത് ആരാണ്? സേനാപതി ബാപ്പട്ടിനെയും [ഗജാനൻ] കനിത്കറെയും പോലുള്ളവരെ ആക്രമിച്ചത് ആരാണ്? ആരാണ് ദേശീയ പതാക കീറിയത്? ഹിന്ദു മഹാ

സഭക്കാരും ഹെഡ്ഗേവാറിന്റെ ശിങ്കിടികളുമാണ് ഇതെല്ലം ചെയ്തത്... പൊതുശത്രു എന്ന നിലയിൽ മുസ്ലീങ്ങളെ വെറുക്കാനും കോൺഗ്രസിനെയും അതിന്റെ പതാകയെയും വെറുക്കാനും അവരെ പഠിപ്പിച്ചു. അവർക്ക് അവരുടേതായ 'ഭഗവ' പതാകയുണ്ട്, മറാഠാ മേധാവിത്വത്തിന്റെ പ്രതീകം.[82]

ബ്രിട്ടീഷ് സഹായികളായിരുന്ന ഹിന്ദു രാജകുമാരന്മാരുടെ സംരക്ഷകനായി നിലകൊണ്ട സവർക്കർ

ജന്മദേശം ഭരിക്കുന്ന ഹിന്ദു രാജകുമാരന്മാരുടെ മികച്ച സംരക്ഷകനായിരുന്നു സവർക്കർ. സവർക്കർ പറയുന്നതനുസരിച്ച്, ഹിന്ദു രാജാക്കന്മാർ സഹ-മതവാദികൾ മാത്രമല്ല, മുൻകാല ധീരരായ ഹിന്ദു രാജാക്കന്മാരുടെ പിൻഗാമികളും അവരുടെ 'അടിയന്തരഘട്ടങ്ങളിലെ ശക്തി' യുമായിരുന്നു. വാസ്തവത്തിൽ, ഹിന്ദു മഹാസഭയും ആർ എസ് എസും ജന്മദേശമായ ഇന്ത്യ ഭരിക്കുന്ന ഹിന്ദു രാജാക്കന്മാരുമായും ബ്രിട്ടീഷ് ഭരണാധികാരികളുമായുമുള്ള സന്ധിചേരലിനെ ഹിന്ദുമതത്തിന്റെ 'ശക്തി-സ്ഥാൻ' (അധികാര കേന്ദ്രങ്ങൾ) ആയി അഭിമാനത്തോടെ കൊണ്ടുനടന്നു. അദ്ധ്വാനിക്കുന്ന ഹിന്ദു ജനവിഭാഗങ്ങളുടെ അഭിലാഷങ്ങളെക്കുറിച്ചോ ഹിന്ദു രാജാക്കന്മാർ ഇന്ത്യയിലെ ബ്രിട്ടന്റെ ശക്തി കേന്ദ്രങ്ങൾ അല്ലാതെ മറ്റൊന്നുമല്ലെന്നോ ഹിന്ദു വിഭാഗീയ നേതൃത്വത്തിന് ധാരണയുണ്ടായിരുന്നില്ലെന്നുള്ളതാണ് ഇതുകൊണ്ട് അർത്ഥമാക്കുന്നത്. കൊളോണിയൽ യജമാനന്മാർക്ക് 'ലഹള'യെ അടിച്ചമർത്താൻ മനുഷ്യരെയും വിഭവങ്ങളെയും സംഭാവന ചെയ്തുകൊണ്ട് വിദേശ ഭരണാധികാരികളോട് തികഞ്ഞ വിശ്വസ്തത പുലർത്തിയ ഈ രാജാക്കന്മാരെ (ഹിന്ദുവും മുസ്ലീവും) മാത്രമേ 1857 ന് ശേഷമുള്ള നാടുവാഴികളായി നിലനിർത്തിയിട്ടുള്ളൂ എന്ന നിർണ്ണായക വസ്തുത ഇവിടെ കാണാതെ പോകരുത്.

വെളുത്ത യജമാനന്മാരോട് സത്യവും പ്രതിബദ്ധതയും വച്ചുപുലർത്തിയ ഈ ഹിന്ദു ഭരണാധികാരികൾ ഒരിക്കലും അവരുടെ രാജ്യങ്ങളിൽ ഒരു ജനാധിപത്യ പ്രവർത്തനവും അനുവദിച്ചിരുന്നില്ല. ഈ നാട്ടുരാജ്യങ്ങളിൽ അടിസ്ഥാന മനുഷ്യാവകാശങ്ങൾ ഉന്നയിച്ച രാഷ്ട്രീയ പ്രവർത്തകരേയും പാവപ്പെട്ട ജനങ്ങളെയും ബലാത്സംഗം, കൊലപാതകം, അംഗഭംഗം വരുത്തൽ എന്നിങ്ങനെയുള്ള ഭീകരമായ പീഡനങ്ങൾക്ക് വിധേയമാക്കിയിട്ടുണ്ട്. ഈ സംസ്ഥാനങ്ങളിലെ പ്രജകൾക്ക് ത്രിവർണ്ണ പതാക ഉയർത്താൻപോലും അനുവാദം ലഭിക്കാത്ത അസംഖ്യം സംഭവങ്ങൾക്ക് ഇന്ത്യൻ സ്വാതന്ത്ര്യ സമരം സാക്ഷിയായിട്ടുണ്ട്. ത്രിവർണ്ണപതാകയെ പരസ്യമായി അഭിവാദ്യം ചെയ്യാൻ ധൈര്യപ്പെട്ടതിന്റെ പേരിൽ മൈസൂർ സംസ്ഥാനത്ത് ഹിന്ദു ഭരണാധികാരിയുടെ സായുധസേന 26 പേരെ കൂട്ടക്കൊല ചെയ്യുകയും എണ്ണമറ്റവരെ പരിക്കേൽപ്പിക്കുകയും ചെയ്തിട്ടുണ്ട്.[83]

സർദാർ പട്ടേലിന് ഈ രാജാക്കന്മാരുടെ മനുഷ്യത്വരഹിതമായ ഭരണത്തെക്കുറിച്ച് പണ്ടേ ധാരണയുണ്ടായിരുന്നു. സ്വാതന്ത്ര്യസമര നേതാവെന്ന നിലയിൽ വ്യക്തിപരമായി അദ്ദേഹം ഇവരുടെ പക്കൽനിന്നും പീഡനങ്ങൾ ഏറ്റുവാങ്ങിയിട്ടുണ്ട്. 1946 ജൂലൈ 24 ന് ബിക്കാനീർ ഭരണാധികാരിക്ക് അയച്ച കത്തിൽ ഈ നാട്ടുരാജ്യങ്ങളുടെ യഥാർത്ഥ സ്വേച്ഛാധിപത്യ സ്വഭാവം അദ്ദേഹം അടിവരയിട്ടു പറയുന്നു.

> ജനങ്ങളുടെ മൗലികാവകാശങ്ങളും പൗരസ്വാതന്ത്ര്യവും അംഗീകരിക്കാനും ഉത്തരവാദിത്വമുള്ള ഒരു സർക്കാരിന്റെ സ്വാഭാവിക ആവശ്യങ്ങൾ നിറവേറ്റാനും സംസ്ഥാനങ്ങൾ കാണിക്കുന്ന വിമുഖതയാണ് അവരും അവരുടെ ജനങ്ങളും തമ്മിൽ സൗഹാർദ്ദപരമായ ബന്ധം സ്ഥാപിക്കുന്നതിന് തടസ്സമായി നിൽക്കുന്നത്.[84]

1947 ൽ നവനാഗിലെ മഹാരാജാവ് (ചാൻസലർ ഓഫ് ചേംബർ ഓഫ് പ്രിൻസസ്) തങ്ങളുടെ ദേശത്തിന്റെ നിയമങ്ങൾ നിലനിർത്തുന്നതിനുവേണ്ടി മുസ്ലീംലീഗുമായി ചർച്ചകൾ നടത്തിയിരുന്നതായി റിപ്പോർട്ട് ചെയ്യപ്പെട്ടിരുന്നതിൽനിന്നും, ഈ ഹിന്ദു ഭരണാധികാരികൾക്ക് ഐക്യരാഷ്ട്രത്തോടുള്ള പ്രതിബദ്ധത എത്രത്തോളമുണ്ടെന്നുള്ളത് വിലയിരുത്താവുന്നതാണ്. പ്രഭുക്കന്മാരുടെ ഈ നേതാവ് വാദിച്ചു:

> എന്തുകൊണ്ട് ഞാൻ ലീഗിനെ പിന്തുണച്ചുകൂടാ? ജിന്ന നമ്മുടെ അസ്തിത്വത്തിനുവേണ്ടി നിലകൊള്ളുമ്പോൾ, നെഹ്റു നമ്മുടെ (രാജാക്കന്മാരുടെ) വംശനാശമാണ് ആഗ്രഹിക്കുന്നത്...[85]

ഒരുവശത്ത് ഹിന്ദു മഹാസഭയും ആർ എസ് എസും മറുവശത്ത് ഹിന്ദു രാജാക്കന്മാരും തമ്മിലുള്ള അന്യായ കൂട്ടുകെട്ട് 1948 ലെ ഗാന്ധി വധത്തിനു ശേഷം ഒരിക്കൽക്കൂടി വെളിവാക്കപ്പെട്ടു. ഗ്വാളിയോർ, ഭരത്പൂർ, അൽവാർ തുടങ്ങിയ നാട്ടുരാജ്യങ്ങൾ മധുരം വിതരണം ചെയ്ത് ഗാന്ധിവധം ആഘോഷിച്ചു. ഗാന്ധിജി കൊല്ലപ്പെട്ട് ആറ് ദിവസത്തിന് ശേഷം ജവഹർലാൽ നെഹ്റു തന്റെ ആഭ്യന്തര മന്ത്രി സർദാർ പട്ടേലിന് എഴുതിയ കത്തിൽ ഈ ബന്ധത്തെക്കുറിച്ച് അടിവരയിട്ടു പറയുന്നു:

> പ്രമുഖരായ ആർ എസ് എസുകാർ ചില സംസ്ഥാനങ്ങളിലേക്ക് (സ്വദേശി), പ്രത്യേകിച്ച് ഭരത്പൂരിലേക്കും അൽവാറിലേക്കും പോയതായി കാണുന്നു. അവരോടൊപ്പം പല തരത്തിലുള്ള സാമഗ്രികളും അവർ കൊണ്ടുപോയി. മറ്റെവിടെയെങ്കിലും രഹസ്യ പ്രവർത്തനങ്ങൾ നടത്താനായി അവർ അവിടെ താവളങ്ങൾ സംഘടിപ്പിച്ചേക്കാം.[86]

തങ്ങളുടെ രാജ്യത്തിന്റെ സ്വാതന്ത്ര്യം ആഗ്രഹിച്ചിരുന്ന ജനങ്ങളുടെ, പ്രധാനമായും ഹിന്ദുക്കളടങ്ങുന്ന സമൂഹത്തിന്റെ പുരോഗതി; കൊളോ

ണിയൽ ഭരണാധികാരികളുടേയും അവരുടെ സഹായികളുടെയും നാശത്തെ മാത്രം ആശ്രയിച്ചുള്ളതായിരുന്നു. എന്നാൽ സവർക്കറും ആർ എസ് എസും ഈ സ്വേച്ഛാധിപത്യ ഫ്യൂഡൽ ഘടകങ്ങളുമായി ഒത്തുചേർന്ന് തങ്ങളുടെ പരമാധികാരം പുനഃസ്ഥാപിക്കണമെന്ന് ആവശ്യപ്പെട്ട് ഈ രാജാക്കന്മാരുടെ യഥാർത്ഥ രക്ഷാധികാരികളായ ബ്രിട്ടീഷ് ഭരണാധികാരികളുടെ പക്ഷം ചേരുകയായിരുന്നു. ഹിന്ദു മഹാസഭയും നാട്ടു ഭരണാധികാരികളും തമ്മിലുള്ള ബന്ധം സ്വാതന്ത്ര്യ സമരത്തോടുള്ള സവർക്കറുടെ വിദ്വേഷ മനോഭാവം ഒരിക്കൽക്കൂടി തെളിയിച്ചു.

എ എസ് ഭിഡെയുടെ ഹിന്ദു മഹാസഭയുടെ ഔദ്യോഗിക ഡോക്യുമെന്റേഷനിൽ, ഈ നികൃഷ്ട സ്വേച്ഛാധിപതികളുമായി സവർക്കർക്കുണ്ടായിരുന്ന അടുത്ത ബന്ധം തുറന്ന് കാണിക്കുന്ന അദ്ദേഹത്തിന്റെ നിരവധി രചനകളും ഔദ്യോഗിക ആശയവിനിമയങ്ങളുടെ രേഖകളുമുണ്ട്. 1938 ജൂലൈ 19 ന് സവർക്കർ ഒപ്പിട്ട ഒരു പ്രസ്താവന ഇറങ്ങി:

> എല്ലാ ഹിന്ദു രാഷ്ട്രങ്ങളിലെയും ജനങ്ങളുടെ ക്ഷേമത്തിനും ദേശസ്നേഹ പുരോഗതിക്കുംവേണ്ടി അവരുടെ ആഭ്യന്തര കാര്യങ്ങളിൽ ഇടപെടാതിരിക്കുക എന്നതാണ് ഹിന്ദുമഹാസഭയുടെ നയം.[87]

നാട്ടുരാജ്യങ്ങളിലെ ജനങ്ങളുടെ പൗരാവകാശങ്ങൾ പുനഃസ്ഥാപിക്കുന്നതിനായുള്ള ഒരു പ്രസ്ഥാനത്തിനു കോൺഗ്രസ് തുടക്കമിട്ടപ്പോൾ, 1939 ഏപ്രിൽ 27 ന് സ്വേച്ഛാധിപത്യ തദ്ദേശീയരായ ഹിന്ദു ഭരണാധികാരികളുമായി ചേർന്ന് സവർക്കർ അതിനോട് പ്രതികരിച്ചത് ഇങ്ങനെയായിരുന്നു:

> രാജ്കോട്ടിലും ജയ്പ്പൂരിലും തിരുവിതാംകൂറിലും മറ്റുചില ഹിന്ദു സംസ്ഥാനങ്ങളിലും നടന്ന കോൺഗ്രസ് സിവിൽ റസിസ്റ്റൻസ് മൂവ്മെന്റിനെക്കുറിച്ചുള്ള എന്റെ വീക്ഷണങ്ങളെ സംബന്ധിച്ച് ചില പത്രങ്ങൾ തെറ്റായി ചിത്രീകരിച്ചത് കണക്കിലെടുത്ത്, ഹിന്ദു മഹാസഭ പാസാക്കിയ ഹിന്ദു രാഷ്ട്രങ്ങളെ സംബന്ധിച്ച പ്രമേയത്തിൽ ഹിന്ദു മഹാസഭയുടെ അദ്ധ്യക്ഷൻ എന്ന നിലയിൽ അത്തരമൊരു പ്രസ്താവന പുറപ്പെടുവിക്കാൻ ഞാൻ ബാദ്ധ്യസ്ഥനാണ്. ഞാൻ അതിൽ ഉറച്ചുനിൽക്കുന്നു. ഹിന്ദു രാഷ്ട്രങ്ങളോടുള്ള ഹിന്ദു മഹാസഭയുടെ നയം, അവരുടെ ആഭ്യന്തര കാര്യങ്ങളിൽ ഇടപെടാതിരിക്കുക എന്നതാണ്. അതിനാൽ, സംസ്ഥാനങ്ങളിൽ നടക്കുന്ന ഒരു സംഭവവും മൊത്തത്തിൽ ഹിന്ദു താൽപ്പര്യങ്ങളെ പ്രതികൂലമായി ബാധിക്കാത്തിടത്തോളം കാലം ഹിന്ദു സംസ്ഥാനങ്ങളെ മാത്രം ലക്ഷ്യംവച്ചുള്ള ഒരു പ്രസ്ഥാനത്തെയും ഹിന്ദു മഹാസഭ മുഖവിലയ്ക്കെടുക്കില്ല.[88]

ത്രിവർണ്ണ പതാകയെ അഭിവാദ്യം ചെയ്തു എന്ന കാരണത്താൽ ദേശസ്നേഹികളായ 26 ഇന്ത്യക്കാർ ഭരണാധികാരികളുടെ പോലീസിനാൽ കൂട്ടക്കൊല ചെയ്യപ്പെട്ട ഒരു ഹിന്ദു നാട്ടുരാജ്യമായിരുന്നു മൈസൂർ. ഞെട്ടിപ്പിക്കുന്ന കാര്യം എന്താണെന്നുവെച്ചാൽ, ഈ കൂട്ടക്കൊലയിൽ പ്രതിഷേധിച്ച് ഇന്ത്യയൊട്ടാകെ രോഷം അലതല്ലികൊണ്ടിരുന്ന സമയത്ത്, 1941 ഏപ്രിൽ 17 ന് ഷിമോഗയിൽ നടന്ന മൈസൂർ ഹിന്ദു സഭാ സമ്മേളനത്തിന് സവർക്കർ ഇപ്രകാരം ഒരു സന്ദേശം അയച്ചു എന്നതാണ്.

> മൈസൂർ സംസ്ഥാനത്തിലെ ഹിന്ദു സഭയുടെ പ്രധാന ലക്ഷ്യം ഹിന്ദു രാഷ്ട്രത്തിലെ ഹിന്ദുക്കളെ ശക്തിപ്പെടുത്തിക്കൊണ്ട്, ഏതെങ്കിലും അഹിന്ദു ശക്തികളോ കപട ദേശീയ സംഘടനകളുടെ വക്താക്കളോ നടത്തുന്ന വിധ്വംസക പ്രവർത്തനങ്ങൾക്കെതിരെ പ്രതിരോധിക്കുന്നതിനുള്ള പിന്തുണ നൽകിക്കൊണ്ട് രാജാക്കന്മാർക്കും ഹിന്ദു രാഷ്ട്രത്തിനും ഒപ്പം നിൽക്കുക എന്നതാണ്.[89]

അതിനാൽ മൈസൂർ നാട്ടുരാജ്യത്തിലെ ദേശീയവാദികളായ ഇന്ത്യക്കാർ ത്രിവർണ്ണ പതാകയ്ക്ക് അഭിവാദ്യം അർപ്പിക്കുന്നത് 'അരാജക പ്രവർത്തനങ്ങളുടെ' ഭാഗമായി കണക്കാക്കുകയും അത്തരം പ്രവർത്തനങ്ങളെ അടിച്ചമർത്തുന്നതിൽ ഭരണാധികാരിക്ക് തന്റെ അചഞ്ചലമായ പിന്തുണ അദ്ദേഹം വാഗ്ദാനം ചെയ്യുകയും ചെയ്തു.

നാട്ടുരാജ്യങ്ങൾ ഹിന്ദുത്വ പദ്ധതിയുമായി സഹകരിച്ചത് സവർക്കർക്ക് സ്വീകാര്യമായിരുന്നു. ബ്രിട്ടീഷ് ഭരണാധികാരികളും ഇന്ത്യയെ വർഗ്ഗീയമായി വിഭജിക്കുന്ന ഹിന്ദുത്വ പദ്ധതിയും തമ്മിലുള്ള വ്യക്തമായ ബന്ധത്തിന് ഇത് ഒരിക്കൽക്കൂടി അടിവരയിടുന്നു. 1940 ൽ മധുരയിൽ നടന്ന ഹിന്ദു മഹാസഭയുടെ 22-ാമത് സമ്മേളനത്തിന്റെ അദ്ധ്യക്ഷ പ്രസംഗത്തിൽ സവർക്കർ പറഞ്ഞു:

> മഹാസഭാ പ്രവർത്തനങ്ങളിൽ ഹിന്ദു രാജാക്കന്മാർ സജീവമായ താൽപ്പര്യം പ്രകടിപ്പിക്കുന്നു എന്നത് പ്രോത്സാഹജനകമാണ്. നമ്മുടെ ചരിത്രത്തിന്റെ ഭാഗമായ പൂർവ്വികരുടെ പിൻഗാമികളായിട്ടുള്ള ഹിന്ദു രാജാക്കന്മാരുടെ സിരകളിൽ ഒഴുകുന്ന അഗ്നിയെ, ഇന്നല്ലെങ്കിൽ നാളെ പാൻ-ഹിന്ദു പ്രത്യയശാസ്ത്രം ജ്വലിപ്പിക്കുമെന്ന് ഉറപ്പുണ്ടായിരുന്നു. ഹിന്ദു പ്രസ്ഥാനത്തോടുള്ള സഹതാപം മാത്രമല്ല, അതിനെ നയിക്കുക എന്നതും അവരുടെ കടമയാണെന്ന് അവർക്ക് ബോദ്ധ്യപ്പെടും.[90]

സവർക്കറിന് പ്രിയപ്പെട്ട ഈ ഹിന്ദു രാജാക്കന്മാർ, 1857 ൽ വിദേശ ഭരണാധികാരികളെ പിന്തുണച്ച, അവരുടെ കൈത്താങ്ങുകളായിരുന്നു, ഇത് ഇന്ത്യൻ വിമതരുടെ പരാജയത്തിലേക്ക് നയിച്ചുവെന്നത് ഇവിടെ ശ്രദ്ധേയമാണ്. 1857 ലെ സ്വാതന്ത്ര്യസമരത്തിലെ പ്രമുഖ നേതാക്കളിലൊരാളായ ബിതൂരിലെ നാനാ സാഹേബ് ഇതിന് അടിവരയിട്ടു. 1915

ലെ ഒരു കത്തിൽ അദ്ദേഹം എഴുതി, "ഈ തോൽവി എന്റേതുമാത്രമല്ല, മുഴുവൻ രാജ്യത്തിന്റേതും കൂടിയാണ്. ഗൂർഖകളും സിഖുകാരും നാട്ടു രാജാക്കന്മാരും അതിനു കാരണമായിരുന്നു."[91] പഗ്ഡീസ് ധരിച്ചവരിൽ ഹിന്ദു-മുസ്ലീം സൈനികരുമുണ്ടായിരുന്നു.[92] അതിൽ സിഖുകാരെ മാത്രമാണ് ബ്രിട്ടീഷ് അനുകൂല ഘടകമായി കണക്കിലെടുത്തത്. മുസ്ലീം നാട്ടുരാജ്യങ്ങളിലെ ഭൂരിഭാഗം ഭരണാധികാരികളും മുസ്ലീംലീഗിനെ സംരക്ഷിക്കുന്ന തിരക്കിലായിരുന്നു.

സവർക്കറും ഭഗത് സിങ്ങിനെപ്പോലുള്ള വിപ്ലവകാരികളും

ഹിന്ദുത്വ സംഘടനകൾ പലപ്പോഴും വാദിക്കുന്നത് ഭഗത് സിങ്ങും അദ്ദേഹത്തിന്റെ സഖാക്കളും സവർക്കറിന്റെ ആശയങ്ങൾ ഉൾക്കൊള്ളു കയും സാമ്രാജ്യത്വ വിരുദ്ധ പോരാട്ടത്തിന്റെ പ്രതീകമായി കണക്കാ ക്കുകയും ചെയ്തു എന്നാണ്. സവർക്കറുടെ ആദ്യകാല രാഷ്ട്രീയ ജീവിതം മുൻനിർത്തുമ്പോൾ അത് ശരിയാണ്, അദ്ദേഹം എല്ലാവരെയും ഉൾക്കൊള്ളുന്ന ഐക്യ സ്വാതന്ത്ര്യ സമരത്തിൽ വിശ്വസിക്കുകയും പോരാടുകയും ചെയ്തിരുന്നു. സവർക്കർ സ്ഥാപിച്ച ആദ്യത്തെ വിപ്ലവ സംഘടനയായ *അഭിനവ് ഭാരതിൽ* മുസ്ലീങ്ങളെയും അംഗങ്ങളായി ചേർത്തു എന്നത് ശ്രദ്ധേയമാണ്. 1857 ൽ സവർക്കർ രചിച്ച പുസ്തകം ബ്രിട്ടീഷ് കൊളോണിയൽ ഭരണത്തിൻ കീഴിൽ പ്രസിദ്ധീകരിക്കാൻ കഴി യാത്തതിനാൽ ഇത് രഹസ്യമായി ഹോളണ്ടിൽ പ്രസിദ്ധീകരിച്ചു. *അഭിനവ് ഭാരതി*ലെ മുസ്ലീം അംഗമായ സിക്കന്ദർ ഹയാത് ഖാനാണ് (പിന്നീട് അവിഭക്ത പഞ്ചാബ് പ്രവിശ്യയുടെ മുഖ്യമന്ത്രിയായി) അതിന്റെ പകർപ്പുകൾ തന്റെ ബാഗിന്റെ രഹസ്യ അറയിൽ ഒളിപ്പിച്ച് പുറംലോക ത്തെത്തിച്ചത്.[93] അത്തരമൊരു സവർക്കറെയായിരുന്നു വിപ്ലവകാരികൾക്ക് സ്വീകാര്യമായത്. ബ്രിട്ടീഷ് പോലീസ് ഭഗത് സിങ്ങിനെയും കൂട്ടരെയും അറസ്റ്റ് ചെയ്തപ്പോൾ, 1857 ൽ സവർക്കർ എഴുതിയ പുസ്തകത്തിന്റെ 4-ാം പതിപ്പുമായി അവർ പിടിക്കപ്പെട്ടതു ഇക്കാരണത്താലാണ്. ഭഗത് സിങ്ങും അദ്ദേഹത്തിന്റെ സഖാക്കളും ഒരിക്കലും ഹിന്ദുത്വ രാഷ്ട്രീയത്തിന് വഴങ്ങിയില്ല, മറിച്ച്, വർഗ്ഗീയതയെ ശക്തമായി എതിർത്തിരുന്നു.

ഗ്രന്ഥസൂചി

1. YD Phadke, 'A complex hero', *The Indian Express*, August 31, 2004, Delhi.
2. Ibid.
3. YD Phadke, cited in the report by Ambrish Mishra, 'Saffron brigade reloads Savarkar for ballot battle', *The Times of India*, August 26, 2004, Delhi.
4. Manmohan Singh in his maiden press conference in Delhi on August 4, 2004.
5. Editorial 'Let our icons be', *Hindustan Times*, Delhi, August 31, 2004.

6. Trailokyanath Chakravorty, *Thirty Years in Prison*, Alpha-Beta Publication, Calcutta, 1963, p. 120.
7. RC Majumdar, *Penal Settlement in Andamans*, Ministry of Education and Social Welfare (Government of India), Delhi, 1975, p. 144.
8. Ibid., p. 143
9. Fazal Haq Khairabadi, *Bhaghee Hindustan*, translated by Mohammed Abdul Shahid Khan Shervani, Madina, Bijnore, 1947.
   See also Iqbal, Rashida, *Unsung Heroes of Freedom Struggle in Andamans: Who's Who*, Andaman & Nicobar Administration, Port Blair, 2004, pp. 34-35.
   See also Fatima, Nuzhat (tr.), *Baghee Hindustan*, translation of Fazal Haq Khairabadi's *Al-suratul Hindiya*, Sahitya Sangam, Allahabad, 2016.
   See also Noorani, Khushtar, *Allama Fazal Haq Khairabadi: Chund Unwanaat*, Qaumi Council Baraye Faroogh Urdu Zabaan, Delhi. 2013.
   See also Allamah Fazl-i Haq Khairabadi aur jihad-i azadi, 1987, University of California, Digitised May 2007.
10. *See* P.N. Chopra, *Who is Who of 1987 Martyr*, pp. 82-83. *See also* http://parganachail.blogspot.com/2015/03/maulvi-liyaqat-ali- unsung-hero-of-1857.html
11. See Mohammed Ayub (ed.), *Tawareekh-e-Ajeeb Yanee Kalaa Paani* by Maulvi Mohammed Jafar Thanesri, Salman Academy, Karachi, 1962.
   See also Iqbal, Rashida, *Unsung Heroes of Freedom Struggle in Andamans: Who's Who*, Andaman & Nicobar Administration, Port Blair, 2004, p. 77.
12. Ibid., p. 144
13. Dhananjay Keer, *Veer Savarkar*, Popular, Bombay, 1998 edition, p. 164.
14. VD Savarkar, *The Indian War of Independence 1857*, Rajadhani, Delhi, 1970, pp. ix-x.
15. Ibid., p. 544.
16. There are strong proofs of her being an ally of the British rulers.
17. VD Savarkar, *The Indian War of Independence 1857,* Rajdhani, Delhi, 1970, p. xvi.
18. Ibid., p. 76.
19. Ibid.
20. Ibid., p. 32.
21. Ibid., p. 88.
22. Ibid., p.
23. Ibid., p. 76
24. Ibid., p. 545
25. GM Joshi and Bal Savarkar's note in VD Savarkar, *The Indian War of Independence 1857*, op. cit., p. xvi.

26. Majumdar, op. cit., p. xvi
27. R Ravishankar, 'The real Savarkar' *Frontline*, August 2, 2002.
28. Manini Chatterjee, 'The Kala Pani story', *The Indian Express*, September 21, 2004, Delhi.
29. Keer, op. *cit*., p. 160.
30. Phadke, 'A Complex Hero', op. cit.
31. Cited in Majumdar, op. cit., p. 150.
32. Ibid., p. 151
33. Ibid., p. 249
34. Shamsul Islam, ' A Divisive Firebrand' *The Indian Express*, August 31, 2004, Delhi.
35. For more details of Savarkar's political or in fact communal activities despite British Government's ban see Keer, Dhananjay, *Veer Savarkar*, Popular, Bombay, 1998 edition, pp. 154-202.
36. Keer, op. *cit*., p. 164.
37. Ibid.
38. Ibid., p. 168.
39. Ibid.
40. Ibid., p. 172
41. Ibid., p. 144
42. Ibid., p. 179
43. Ibid., p. 174
44. Ibid., p. 170
45. Cited in VD Savarkar, *Samagra Savarkar Wangmaya: Hindu Rashtra Darshan*, vol. 6, Maharashtra Prantik Hindusabha, Poona, 1963, p. 474.
46. Ibid., pp. 460-461.
47. Ibid., p. 460.
48. Ibid., p. 461.
49. Ibid.
50. Ibid., pp. 461-462.
51. Ibid., p. 419.
52. Ibid., p. 421.
53. Ibid., p. 427.
54. Ibid., p. 428.
55. Ibid., pp. 428-429.
56. Ibid., p. 435.
57. Ibid., p. 439.
58. AS Bhide, (ed.), *Vinayak Damodar Savarkar's Whirlwind Propaganda: Extracts from the President's Diary of his Propagandist Tours Interviews from December 1937 to October 1941*, na, Bombay, 1940, p. xxiv.
59. Ibid., p. xxvi.
60. Ibid., p. xxvii.

61. Ibid., p. xxviii.
62. Ibid., pp. 153-154.
63. Ibid., pp. 149-50.
64. Ibid., p. 354.
65. Ibid., p. 398.
66. Ibid., p. 414.
67. Ibid., p. 418.
68. Ibid., p. 451.
69. Ibid., pp. 625-626.
70. Ibid., p. 626.
71. Ibid., p. 219.
72. Cited in Savarkar, *Samagra Savarkar Wangmaya: Hindu Rashtra Darshan*, vol. 6, Maharashtra Prantik Hindusabha, Poona, 1963, p. 287.
73. Ibid., p. 278.
74. Bhide, op. cited, p 239.
75. Ibid., p. 256.
76. Ibid., p. 257.
77. Ibid., pp. 256-257.
78. HR Nevil (ed.), *Bharaich: A Gazetteer*, Allahabad, 1903, p. 143.
79. HR Nevil (ed.), *Basti: A Gazetteer*, Allahabad, 1907, pp. 161-162.
80. HR Nevil (ed.), *Bharaich: A Gazetteer*, Allahabad, 1903, p. 144.
81. Bhide, p. 469-473.
82. Anil Nauriya, 'The Savarkarist syntax', *The Hindu*, September 18, 2004, Delhi.
83. NS Bapat, *Nationalism Versus Communalism*, SR Desai, Poona, 1943, p. 57.
84. Shankar, V. (ed.), *Sardar Patel Select Correspondence* 1945-1950, vol. I, Navjivan, Ahmedabad, 1976, p. 572.
85. Bhide, p. 551.
86. Letter dated February 5, 1948 cited in V. Shankar (ed.), *Sardar Patel Select Correspondence...*, op. cit., p. 265.
87. A. S. Bhide, op. cit., p. 23.
88. Ibid., p. 79.
89. Ibid., p. 343.
90. Savarkar, *Samagra Savarkar Wangmaya: Hindu Rashtra Darshan*, op. cit., p. 403.
91. Cited in DN Chaturvedi (Tr.), *Remember Us Once in a While*, Govt. of India, 1998, p.15.
92. *For details see*, Shamsul Islam, *Rebel Sikhs of 1857*, Pharos Media, New Delhi.
93. GM Joshi and Bal Savarkar in VD Savarkar's *The Indian War of Independence 1857*, p. 17.

മിത്ത് 2

സവർക്കർ തന്റെ ജീവിതത്തിന്റെ ഭൂരിഭാഗവും സെല്ലുലാർ ജയിലിൽ ചെലവഴിച്ചു

ബ്രിട്ടീഷ് ഭരണത്തിൻ കീഴിൽ സവർക്കർക്ക് രണ്ട് ജീവപര്യന്തം (50 വർഷം) അനുഭവിക്കേണ്ടിവന്നിരുന്നു എന്ന് തെറ്റിദ്ധരിപ്പിക്കാനുള്ള ആസൂത്രിത ശ്രമങ്ങളാണ് ചിലർ നടത്തിവരുന്നത്.[1] മാത്രമല്ല തന്റെ ജീവിതത്തിലെ ഏറ്റവും നല്ല വർഷങ്ങൾ - കാൽ നൂറ്റാണ്ടോളം - അദ്ദേഹം നാടിനുവേണ്ടി ബലിയർപ്പിച്ചു എന്ന് അവകാശപ്പെടുന്ന മറ്റൊരു കൂട്ടരുമുണ്ട്.[2]

വസ്തുതകൾ

രണ്ട് ജീവപര്യന്തം (50 വർഷം) വിധിക്കപ്പെട്ട സവർക്കർ 10 വർഷം മാത്രമേ ആൻഡമാനിലെ ജയിലിൽ കഴിഞ്ഞിരുന്നുള്ളൂ. അതുമാത്രമല്ല 13 വർഷത്തിൽ താഴെ മാത്രമാണ് തടവ് ശിക്ഷ അനുഭവിച്ചിരുന്നത്. എന്നാൽ മുകളിൽ സൂചിപ്പിച്ചതുപോലുള്ള തെറ്റായ വിവരങ്ങൾ പ്രചരിപ്പിച്ചുകൊണ്ട് ഹിന്ദുത്വ കേഡർമാർ സവർക്കറുടെ പേരിൽ ജനങ്ങളെ കബിളിപ്പിക്കുകയായിരുന്നു. ചരിത്രത്തിൽ ഈ വസ്തുതകൾ ചുരുളഴിയുന്നത് നമ്മുക്ക് കാണാം.

സവർക്കറുടെ ശിക്ഷാവിധി

1910 മാർച്ച് 13 ന് ലണ്ടനിൽ വെച്ച് അറസ്റ്റിലായ സവർക്കറെ 1910 ജൂലൈ 1 ന് വിചാരണയ്ക്കായി ഇന്ത്യയിലേക്കുകൊണ്ടുവന്നു. 1910 ഡിസംബർ 23 നും 1911 ജനുവരി 30 നും രണ്ട് വ്യത്യസ്ത കേസുകളിലായി, രണ്ട് പ്രത്യേക ട്രൈബ്യൂണലുകൾ യഥാക്രമം രണ്ട് ജീവപര്യന്തം തടവിന് വിധിക്കയുണ്ടായി. ബ്രിട്ടീഷ് പോലീസ് അദ്ദേഹത്തെ 1911 ജൂലൈ 4 ന് ആൻഡമാനിൽ എത്തിച്ച്, 50 വർഷത്തേക്ക് - രണ്ട് ജീവപര്യന്തം -

തടവിലാക്കി. 1921 മെയ് 2 ന് അദ്ദേഹത്തെ ജ്യേഷ്ഠൻ ബാബറാവുവിനൊപ്പം ഇന്ത്യയിലേക്ക് കൊണ്ടുവന്നു. ഇവിടെ അദ്ദേഹം പടിഞ്ഞാറൻ ഇന്ത്യയിലെ രത്നഗിരി, യേർവാദ ജയിലുകളിൽ തടവിലാക്കപ്പെട്ടു. ഒടുവിൽ 1924 ജനുവരി 6-ന് ഉപാധികളോടെ വിട്ടയച്ചു. എന്നാൽ, രത്നഗിരിയിൽ നിന്നുള്ള ഹിന്ദു മഹാസഭയുടെ ഉജ്വല നേതാവ് വാമൻറാവു ചവാൻ, ബോംബെയിലെ സ്വീറ്റ്ലാൻഡിലെ ഒരു സൈനിക ഉദ്യോഗസ്ഥനുനേരെ വെടിയുതിർത്തതുമായി ബന്ധപ്പെട്ട്, 1934 മെയ് മാസത്തിൽ സവർക്കറെ വീണ്ടും രണ്ടാഴ്ചത്തേക്ക് കസ്റ്റഡിയിലെടുത്തു. എന്നാൽ അദ്ദേഹം ഇതുമായുള്ള ബന്ധം നിരാകരിക്കുകയും എല്ലാ പ്രക്ഷോഭത്തിൽനിന്നും താൻ വിട്ടുനിൽക്കുകയാണെന്നും ബ്രിട്ടീഷ് ഗവൺമെന്റിനോട് അപേക്ഷിച്ചു.

1937 മെയ് 10 ന്, അദ്ദേഹത്തിന്റെ മോചനവുമായി ബന്ധപ്പെട്ട എല്ലാ വ്യവസ്ഥകളും ബ്രിട്ടീഷ് ഗവൺമെന്റ് പിൻവലിച്ചു. അതിനാൽ തന്നെ 50 വർഷത്തെ ജയിൽ ശിക്ഷ എന്നത് 13 വർഷമേ അനുഭവിക്കേണ്ടതായി വന്നുള്ളൂ. എന്നുമാത്രമല്ല, കൊളോണിയൽ യജമാനന്മാരിൽ നിന്ന് തന്റെ 37 വർഷത്തെ ശിക്ഷ ഇളവ് ചെയ്തെടുക്കാൻ അദ്ദേഹത്തിന് കഴിഞ്ഞു എന്നുള്ളതാണ് വസ്തുത. 1924 ൽ ജയിൽ മോചിതനായ സവർക്കർ എല്ലാ കൊളോണിയൽ വിരുദ്ധ പ്രക്ഷോഭങ്ങളിൽനിന്നും വിട്ടുനിൽക്കുകയാണ് പിന്നീടുണ്ടായത്.

മാനിനി ചാറ്റർജിയുടെ അഭിപ്രായത്തിൽ, ഏറ്റവും സങ്കടകരമായ വസ്തുതയെന്തെന്നാൽ, ഇത്തരം തെറ്റായ അവകാശവാദങ്ങളുടെ അടിസ്ഥാനത്തിൽ 'സെല്ലുലാർ ജയിലിലെ യഥാർത്ഥ വിപ്ലവകാരികൾക്കും രക്തസാക്ഷികൾക്കും ചരിത്രത്തിൽ അവരുടെ സ്ഥാനം ഒരിക്കൽക്കൂടി നിഷേധിക്കപ്പെട്ടു'[3] എന്നതാണ്. "സെല്ലുലാർ ജയിലിൽ ജീവിച്ചു മരിച്ച ആയിരക്കണക്കിന് ആളുകൾക്കിടയിൽ സവർക്കർ മാത്രമാണ് അവിസ്മരണീയനായ ഏക നായക"നെന്നു റാം നയിക്കും സംഘപരിവാറും സമർത്ഥിക്കാൻ ശ്രമിക്കുന്നതിൽ മാനിനി തന്റെ ഖേദം പ്രകടിപ്പിച്ചു. അവരുടെ അഭിപ്രായത്തിൽ:

> സെല്ലുലാർ ജയിലിനെ സംബന്ധിച്ചിടത്തോളം, സവർക്കറെ മാത്രം അവിസ്മരണീയനാക്കിയത് ഏറെ പരിഹാസ്യം തന്നെ ... 11 വർഷം സവർക്കർ അവിടെ കഴിഞ്ഞു [മാനിനി തന്റെ വസ്തുത ഇവിടെ തിരുത്തേണ്ടതുണ്ട്. സത്യത്തിൽ സവർക്കർ 10 വർഷത്തിൽ താഴെ മാത്രമേ അവിടെ ഉണ്ടായിരുന്നുള്ളൂ – കൃത്യമായി പറഞ്ഞാൽ ഒമ്പത് വർഷവും പത്ത് മാസവും] എന്നാൽ വിട്ടയക്കപ്പെട്ട ശേഷം ആദ്യ ഘട്ടത്തിൽ ഉണ്ടായിരുന്ന കോളനി വിരുദ്ധ ആശയങ്ങളിൽ നിന്നും അദ്ദേഹം പൂർണ്ണമായും വിട്ടുനിൽക്കുകയാണുണ്ടായത്. അങ്ങേയറ്റം മനുഷ്യത്വരഹിതമായിരുന്നു ജയിലിലെ അവസ്ഥ. അതിന്റെപേരിൽ ചില ഗദ്ദർ വിപ്ലവകാരികളും ബംഗാൾ 'തീവ്രവാദികളും' ദയാഹർജി സമർപ്പിച്ചിരുന്നുവെങ്കിലും സ്വന്തം വ്യക്തി

> സ്വാതന്ത്ര്യത്തിന് പകരമായി, ഇന്ത്യയുടെ സ്വാതന്ത്ര്യത്തിനായുള്ള പോരാട്ടം ഉപേക്ഷിക്കാൻ അവർ തയ്യാറായിരുന്നില്ല.[4]

കൊളോണിയൽ ഭരണാധികാരികളെ വെല്ലുവിളിച്ച വിപ്ലവകാരികൾ

1857 ന്റെ തുടക്കത്തിൽ സെല്ലുലാർ ജയിലിലുണ്ടായിരുന്ന വഹാബി തടവുകാരിൽ അചഞ്ചലരായ വീരന്മാരും മഹാന്മാരായ വിപ്ലവകാരികളും ഉണ്ടായിരുന്നു. അവരിൽ പലരും രക്തസാക്ഷികളായി. എന്നാൽ ആ വിപ്ലവകാരികളുടെ വീരഗാഥകളെക്കുറിച്ച് കൂടുതൽ വിവരങ്ങൾ ലഭ്യമല്ല. എന്നിരുന്നാലും, സവർക്കറുടെ സമകാലീനരും ധീരന്മാരുമായിരുന്ന തടവുകാരുടെ ഒരു നീണ്ട പട്ടിക തന്നെയുണ്ട്. പക്ഷേ, സവർക്കറെപ്പോലെ തങ്ങളുടെ ശിക്ഷാവിധികളിൽ ഇളവ് നേടിയെടുക്കാനുള്ള ഭാഗ്യം അവർക്കുണ്ടായിരുന്നില്ല. മാനിനിയുടെ അഭിപ്രായത്തിൽ,

> ജയിലിലെ പ്രാഥമിക സൗകര്യങ്ങൾക്കായി ഒറ്റക്കെട്ടായി നിന്ന് നിരാഹാരസമരങ്ങൾ സംഘടിപ്പിച്ച്, യാതനകളിൽ തളരാതെ പോരാടിയ, നൂറുകണക്കിന് ചെറുപ്പക്കാർ സെല്ലുലാർ ജയിലിൽ അകാല വാർദ്ധക്യത്തെ പ്രാപിച്ചിരുന്നു; അവർ അവർക്കായി ലൈബ്രറിയൊ, ഒരു 'യൂണിവേഴ്സിറ്റി' പോലുമോ ഒരുക്കിയിരുന്നു.[5]

സെല്ലുലാർ ജയിലിലെ മനുഷ്യത്വരഹിതമായ ശിക്ഷാവിധികൾക്ക് മുന്നിൽ യാതൊരു വിട്ടുവീഴ്ചകൾക്കും തയ്യാറാകാതെ, കൊളോണിയൽ ഭരണാധികാരികൾക്ക് മുൻപിൽ ദയാ വായ്പ്പിനായി യാചിക്കാതെ തങ്ങളുടെ പ്രത്യയശാസ്ത്രത്തിലുറച്ചു നിന്ന വീര നായകൻമാരുടെ അനന്തമായ ഒരു പട്ടികതന്നെയുണ്ട്. സവർക്കറുടെ ആരാധകർക്ക് ഈ പേരുകൾ പരിചിതമാണോ എന്ന് നമുക്കറിയില്ല. പക്ഷേ, ഈ വീര നായകന്മാരുടെ കഥകളും നാം ഓർമ്മിക്കേണ്ടതാണ്.

ത്രൈലോക്യനാഥ് ചക്രവർത്തി

'മഹാരാജ' എന്നറിയപ്പെട്ടിരുന്ന ത്രൈലോക്യനാഥ് ചക്രവർത്തി, 1916 മുതൽ 1921 വരെ ആൻഡമാനിലെ സെല്ലുലാർ ജയിലിൽ തടവിലാക്കപ്പെട്ട വിപ്ലവകാരിയായിരുന്നു. 1970 ഓഗസ്റ്റ് 9 ന് ഡൽഹിയിൽ വച്ചായിരുന്നു അദ്ദേഹത്തിന്റെ അന്ത്യം. അദ്ദേഹത്തിന്റെ *ജയിൽ ട്രിസ വച്ചര* (*Thirty Years in Jail*) എന്ന ജയിലിലെ ഓർമ്മക്കുറിപ്പുകളുടെ സംഗ്രഹം 1948 ലാണ് പ്രസിദ്ധീകൃതമായത്. ഇതിന്റെ അപൂർവ്വമായ പതിപ്പുകൾ കൽക്കട്ടയിലെ നാഷണൽ ലൈബ്രറിയിൽ ലഭ്യമാണ്. സെല്ലുലാർ ജയിലിലെ ഭയാനകമായ പല സംഭവങ്ങളുടെയും ഒരു പട്ടിക തന്നെ അവ നമ്മോടു വെളിപ്പെടുത്തുന്നു.

> കഠിനാദ്ധ്വാനം ചെയ്യിക്കാനായി രാഷ്ട്രീയത്തടവുകാരോട് കാണിച്ച ക്രൂരതകൾ - പ്രത്യേകിച്ചും ഓയിൽ മില്ലിൽ - അത് വ്യക്തിഗത ആത്മഹത്യകളിലും ഭ്രാന്തിലും കൂട്ട പണിമുടക്കുകളിലും കലാശിച്ചു. എന്നിട്ടും ക്രൂരമായ പെരുമാറ്റവും ശിക്ഷകളും അനുദിനം വർദ്ധിച്ചുകൊണ്ടേയിരുന്നു.[6]

വിപ്ലവകാരി എന്ന നിലയിലുള്ള ചക്രവർത്തിയുടെ ജീവിതം അദ്ദേഹം ധരിച്ചിരുന്ന ടിക്കറ്റിൽ (ആൻഡമാനിലെ ഓരോ തടവുകാരനും തന്റെ കുറ്റകൃത്യം ഉൾക്കൊള്ളിച്ചുകൊണ്ടുള്ള ഒരു കുറിപ്പ്-ടിക്കറ്റ്- കഴുത്തിൽ ധരിക്കണമായിരുന്നു.) ഇപ്രകാരമാണ് വിവരിച്ചിട്ടുണ്ടായിരുന്നത്;

> മുൻ ചരിത്രം. 1914 ൽ രാജാവിനെതിരെ യുദ്ധം ചെയ്യാനുള്ള ഗൂഢാലോചനയിൽ ഉൾപ്പെട്ട ബംഗാളി വിദ്യാർത്ഥികളുടെ സംഘത്തിലെ ഒരാളാണ് കുറ്റാരോപിതൻ. ഇന്ത്യയിലെ ബ്രിട്ടീഷ് ഭരണത്തെ അട്ടിമറിക്കുക എന്ന ലക്ഷ്യത്തോടെ രൂപീകൃതമായ അനുശീലൻ സമിതിയിലെ ആദ്യകാല പ്രവർത്തകൻ. ബ്രിട്ടീഷുകാർക്കെതിരെ യുദ്ധം ചെയ്യാനാവശ്യമായ ആയുധങ്ങളും വെടിക്കോപ്പുകളും വാങ്ങുന്നതിനായി പണം സ്വരൂപിക്കാൻ വേണ്ടി ഈ സംഘം നിരവധി കൊള്ളകൾ നടത്തിയിട്ടുണ്ട്. അരാജകവാദിയായ പി ദാസിൽ നിന്ന് പരിശീലനം നേടി. ഡാക്ക ഗൂഢാലോചന കേസ് ആരംഭിച്ചപ്പോൾ ഒളിവിലായിരുന്നു. റവല്യൂഷണറി പാർട്ടിയുടെ നേതാക്കളിൽ ഒരാൾ. 14 കൊലപാതകങ്ങളിലും നിരവധി കൊള്ളകളിലും സംശയിക്കപ്പെടുന്നു. അത്യധികം അപകടകാരി.[7]

ആർ സി മജുംദാറിന്റെ പുസ്തകത്തിലെ ഇനിപ്പറയുന്ന വിവരണത്തിൽ നിന്ന് ചക്രവർത്തിയും അദ്ദേഹത്തിന്റെ സഹ രാഷ്ട്രീയ തടവുകാരും അഭിമുഖീകരിച്ച ബുദ്ധിമുട്ടുകൾ മനസ്സിലാക്കാം:

> നാളികേരത്തിൽനിന്നും ചകിരി വേർതിരിച്ചെടുക്കാനുള്ള ജോലിയാണ് ചക്രവർത്തിക്ക് നൽകിയിരുന്നത്. താനൊരു ആസ്ത്മ രോഗിയാണെന്ന് തന്നെ വൈദ്യപരിശോധനയ്ക്ക് വിധേയനാക്കിയ സൂപ്രണ്ടിനെ ധരിപ്പിച്ചുവെങ്കിലും, 'ഇത് ആൻഡമാൻ ആണ്', എന്ന മറുപടിയാണ് ലഭിച്ചത്. ഒരു ദിവസം, രോഗം മൂർഛിച്ചു ജോലി സ്ഥലത്തു തളർന്നുവീണ അദ്ദേഹത്തെ കൂടെയുണ്ടായിരുന്നവർ ആശുപത്രിയിൽ എത്തിക്കുകയും ഡോക്ടർ പരിശോധിച്ചശേഷം അഡ്മിറ്റാക്കുകയും ചെയ്തു. ചക്രവർത്തി ആശുപത്രിയിലാണെന്നറിഞ്ഞ സൂപ്രണ്ട് രോഷാകുലനായി, അദ്ദേഹത്തെ അവിടെനിന്നു നിന്ന് മാറ്റാൻ ആജ്ഞാപിച്ചു. സെല്ലിലേക്ക് തിരിച്ചയക്കപ്പെട്ട ചക്രവർത്തിയോട് "നീ നാട്ടിൽ കുഴപ്പമുണ്ടാക്കിയത് ഓർക്കുന്നില്ലേ?

> ഇനി നിനക്ക് ഇവിടെ പാല് കുടിച്ച് കിടക്കണമല്ലേ?" എന്ന് ക്രുദ്ധനായി ചോദിച്ചു. തന്റെ ആരോഗ്യസ്ഥിതിയുടെ ദയനീയാവസ്ഥയെക്കുറിച്ച് പറഞ്ഞ ചക്രവർത്തി, രാത്രി മുഴുവൻ ചുമച്ചു കൊണ്ടിരുന്നിട്ടും അദ്ദേഹത്തിന് ഒരു തുപ്പൽ പാത്രം പോലും നൽകിയില്ല. ഇടയ്ക്ക് അവശനായി മയങ്ങിപ്പോകുന്ന അവസരങ്ങളിൽ ജീവനുണ്ടോയെന്നറിയാൻ വാർഡൻ വന്നു പരിശോധിച്ചുനോക്കുമായിരുന്നു.

ഒരേ നിലയിലെ സെല്ലുകളിലാണ് തടവിലാക്കപ്പെട്ടിരുന്നതെങ്കിലും ഭക്ഷണ സമയത്തു ഒരുമിച്ചിരിക്കാനോ പരസ്പരം സംസാരിക്കാനോ ഒരു രാഷ്ട്രീയ തടവുകാരനും അനുവാദമുണ്ടായിരുന്നില്ല. ചക്രവർത്തി നൽകുന്ന വിവരങ്ങളും ഔദ്യോഗിക രേഖകളും പരിശോധിച്ചാൽ, ജയിലിനകത്തു നേരിടേണ്ടിവരുന്ന ക്രൂരമായ പീഡനങ്ങളുടെ പേരിൽ ഓരോ മാസവും ശരാശരി മൂന്ന് തടവുകാരെങ്കിലും ആത്മഹത്യ ചെയ്തിരുന്നു എന്നു കാണാം.

എന്നാൽ മനുഷ്യത്വരഹിതമായ ഇത്തരംക്രൂരതകൾക്ക് കീഴടങ്ങാൻ വിസമ്മതിച്ച വിപ്ലവകാരികളുടെ ഒരു വലിയ നിര തന്നെ അവിടെയുണ്ടായിരുന്നു.

> രാഷ്ട്രീയ തടവുകാരും, അവരുടെ മുൻഗാമികളെപ്പോലെ, ഇത്തരം ക്രൂരതകളെ സധൈര്യം നേരിടാൻ തീരുമാനിച്ചു. ഇതുമായി ബന്ധപ്പെട്ട് ചക്രവർത്തിയുടെ നിരീക്ഷണം ഇപ്രകാരമായിരുന്നു: 'ഇത് രാഷ്ട്രീയ തടവുകാർക്കിടയിൽ ഭിന്നിപ്പുണ്ടാക്കുകയും 'മിതവാദികൾ', 'തീവ്രവാദികൾ' എന്നിങ്ങനെ രണ്ടുവിഭാഗങ്ങളായി പിളരുകയും ചെയ്തു. തങ്ങൾക്ക് മുമ്പ് ഇവിടെ തടവിലാക്കപ്പെട്ട് ദുരിതങ്ങൾ ഏറ്റുവാങ്ങിയ സവർക്കറും സഹോദരനും, ബരിൻ ബാബുവും (ഘോഷ്) മറ്റു ചിലരും, കഠിനമായ പോരാട്ടത്തിനൊടുവിൽ ചില ഇളവുകളും പദവികളും തട്ടിയെടുത്തവരായിരുന്നു. എന്നാൽ ഇപ്പോൾ അവർ സൂപ്രണ്ടിന്റെ ഇഷ്ടക്കാരാകയാൽ ഞങ്ങളോടൊപ്പം സമരത്തിൽ ചേരാൻ സന്നദ്ധത കാട്ടിയില്ല.'[8]

കൊളോണിയൽ യജമാനന്മാരായ ഉദ്യോഗസ്ഥന്മാർ തടവിലാക്കപ്പെട്ട വിപ്ലവകാരികളോട് കാണിച്ച ക്രൂരതയുടെയും അടിച്ചമർത്തലിന്റെയും സാക്ഷ്യപത്രമാണ് ചക്രവർത്തിയുടെ ഈ ഓർമ്മക്കുറിപ്പുകൾ. അത് ഇങ്ങനെ തുടരുന്നു:

> എന്റെ അനാരോഗ്യത്തെ കരുതിയുള്ള സുഹൃത്തുക്കളുടെ എതിർപ്പ് വകവയ്ക്കാതെ, ജയിൽ നിയമങ്ങളും അധികൃതരുടെ ഉത്തരവുകളും മറികടന്ന് ഞാൻ പ്രസ്ഥാനത്തിൽ ചേർന്നു. ഞങ്ങളിൽ നിക്ഷിപ്തമായിരുന്ന പതിവ് ജോലികൾ തുടർന്നുകൊണ്ടിരുന്നു. ഞങ്ങൾ ഞങ്ങളെ സ്വതന്ത്രരായി തന്നെ കരുതി, യജമാ

> നന്മാരുടെ ഉത്തരവുകളോ ശിക്ഷകളോ ഒന്നും വിലയ്ക്കെടുത്തില്ല. ഞങ്ങൾ പരസ്പരം സംസാരിക്കുകയും, ഭക്ഷണത്തിന്റെ അപര്യാപ്തതയ്ക്കും ഗുണനിലവാരമില്ലായ്മയ്ക്കുമെതിരെ ഉച്ചത്തിൽ കലഹിക്കുകയും പ്രതിഷേധിക്കുകയും ചെയ്തു. തടവുകാരെ മർദ്ദിക്കുന്ന ഉദ്യോഗസ്ഥർക്കെതിരെ ഞങ്ങൾ ഒറ്റക്കെട്ടായി നിന്നു. അവർ പതിവ് ശിക്ഷകൾ പിന്തുടർന്നു: കൈവിലങ്ങുകൾ, ചങ്ങലകൾ, ബാർ-വിലങ്ങുകൾ, ഏകാന്തതടവ് എന്നിങ്ങനെ കുളിയ്ക്കുമ്പോഴും ഭക്ഷണം കഴിക്കുമ്പോഴുമൊഴികെ മറ്റെല്ലായ്പ്പോഴും ശിക്ഷാ നടപടികൾ തുടർന്നുകൊണ്ടിരുന്നു. സിഖ് തടവുകാർ നാൽപ്പതിന് മുകളിലുള്ളവരും ചിലർ അമ്പതോ അറുപതോ പ്രായമുള്ളവരുമായിരുന്നു, എന്നാൽ അവരെല്ലാം തന്നെ വീരോചിതമായി എല്ലാ പീഡനങ്ങളെയും നേരിട്ടു. തന്റെ ജോലി പൂർത്തിയാക്കിയ ശേഷം ഒരു ഉച്ച സമയത്ത് അമർ സിങ് വരാന്തയിലൂടെ നടക്കുകയായിരുന്നു, 'നീ എന്തിനാണ് നടക്കുന്നത്?' എന്ന് ചോദിച്ചുകൊണ്ട് ജയിലർ അവനെ ശകാരിച്ചു. അതിന്റെ പേരിൽ മാത്രം അമർ സിങ്ങിന് മൂന്ന് മാസത്തേക്ക് കഠിനതടവ് അനുഭവിക്കേണ്ടിവന്നു.[9]

ചക്രവർത്തിയുടെ ഓർമ്മക്കുറിപ്പുകൾ, അത് നമ്മോടു ഇനിയും ഏറെ പറയുന്നു,

> ജയിലറുടെ പ്രേരണയാൽ ജമാദാർമാർ, ടിൻഡലുകൾ, പെറ്റി ഓഫീസർമാർ, വാർഡർമാർ എന്നിവർ അവസരം കിട്ടുമ്പോഴെല്ലാം രാഷ്ട്രീയ തടവുകാരെ ദേഹോപദ്രവം ഏൽപ്പിച്ചിരുന്നു... ഒരു ദിവസം ഭാൻ സിങ്ങെന്നെ തടവുകാരനെ നിഷ്കരുണം മർദ്ദിച്ചു, അയാൾ മരിച്ചുപോകുമെന്ന് ഞങ്ങൾ ഭയപ്പെട്ടു. അതിന്റെപേരിൽ, ഞങ്ങൾ എഴുപതോളം പേർ പൊതു പണിമുടക്ക് പ്രഖ്യാപിച്ചുകൊണ്ട് നിരാഹാരം അനുഷ്ഠിച്ചു. ഞങ്ങളെ ഓരോരുത്തരെയും ആറ് മാസത്തേക്ക് ചങ്ങലയ്ക്കിടാനും (*ദണ്ഡ-വെറി*) ആറ് മാസത്തേക്ക് ഏകാന്തതടവിനും ശിക്ഷിച്ചു. എന്നുമാത്രമല്ല, ഒഴാഴ്ചത്തെ ഞങ്ങളുടെ ഭക്ഷണത്തിന്റെ അളവിൽ കുറവും വരുത്തി.[10]

ചക്രവർത്തിയുടെ വിവരങ്ങളിൽ മുഴുവനായും നിറഞ്ഞുനിൽക്കുന്നത് അധികൃതരുടെ അധപതിച്ച മനോഭാവവും താഴെ പറയും പ്രകാരമുള്ള ഭയാനകമായ സംഭവങ്ങളുമാണ്:

> ഒരു ദിവസം ചീഫ് കമ്മീഷണർ സെല്ലുലാർ ജയിൽ സന്ദർശിക്കുകയുണ്ടായി. 'നീ എന്തിനാണ് ഈ കുഴപ്പങ്ങളൊക്കെ ഉണ്ടാക്കുന്നത്?' അയാൾ എന്നോട് വളരെ പരുഷമായി ചോദിച്ചു. ഞാൻ അദ്ദേഹത്തെ സല്യൂട്ട് ചെയ്തശേഷം ഭാൻ സിങ്ങിനേറ്റ ക്രൂര മർദ്ദനത്തെക്കുറിച്ച് സൗമ്യമായി സംസാരിച്ചു. കമ്മീഷണർ ആദ്യം

അത് നിഷേധിച്ചുവെങ്കിലും, ഭാൻ സിങ്ങിനെ നേരിൽ കണ്ട് ബോദ്ധ്യപ്പെടണമെന്ന എന്റെ അഭ്യർത്ഥന കേട്ടപ്പോൾ രോഷാകുലനായി ചോദിച്ചു: 'അതിനു നിനക്ക് എന്താണ്?', 'അവൻ നിന്റെ കൊച്ചച്ഛനോ അപ്പൂപ്പനൊ ഒന്നുമല്ലല്ലോ, നിന്റെ കാര്യം എങ്ങനെ?' ഞാൻ അദ്ദേഹത്തോട് എന്റെ ആസ്ത്മ രോഗത്തെക്കുറിച്ചും സൂപ്രണ്ട് ചികിത്സ നിഷേധിച്ച് ആശുപത്രിയിൽനിന്നും തിരിച്ചയച്ചതിനെക്കുറിച്ചുമെല്ലാം പറഞ്ഞു. 'അത് കള്ളമാണ്. അന്നത്തെ ദിവസം ഇയാൾക്ക് ഒരസുഖവുമില്ലായിരുന്നുവെന്ന് ഞാൻ വ്യക്തമായി ഓർക്കുന്നു.' എന്നുപറഞ്ഞുകൊണ്ട് എന്നെ കള്ളനാക്കാനാണ് സൂപ്രണ്ട് ശ്രമിച്ചത്. രോഗവിവരം കുറിച്ചിട്ടുള്ള ആശുപത്രിയിലെ കുറിപ്പടി ഞാൻ കാണിച്ചപ്പോൾ, 'ഇത് നിന്റെ മുടന്തൻ ന്യായമാണ് (*ബഹാംഗ്*)' എന്ന് നിസാരമായി പറഞ്ഞുകൊണ്ട് കമ്മീഷണർ നടന്നുപോയി.

എന്നാൽ സന്ദർശനം തുടരുന്നതിനിടെ ചീഫ് കമ്മീഷണർക്ക് പരുക്കൻ സ്വീകരണമാണ് ജയിലിലെ തടവുകാരിൽനിന്നും ലഭിച്ചത്. ഒരു സിഖ് തടവുകാരൻ തന്റെ സെല്ലിൽ വാതിലിനു നേരെ പുറം തിരിഞ്ഞു ഇരിക്കുകയായിരുന്നു. എഴുന്നേറ്റു നിൽക്കാൻ ജയിലർ ആവശ്യപ്പെട്ടെങ്കിലും അയാൾ കാര്യമാക്കിയില്ല. മറ്റൊരു സിഖുകാരൻ കിടക്കുന്നത് കണ്ട് ജയിലർ വിളിച്ചപ്പോൾ ഉറക്കത്തിൽ ശല്യപ്പെടുത്തരുതെന്ന് പരുഷമായി പറഞ്ഞു. എല്ലാ ബാരക്കുകളിലും ഏതാണ്ട് ഇത്തരം പ്രതികരണങ്ങൾ തന്നെയാണുണ്ടായത്.[11]

ഛത്തർ സിങ് സൂപ്രണ്ടിനെ മർദ്ദിച്ചതാണ് ഏറ്റവും പ്രധാനപ്പെട്ട സംഭവം. അതിന്റെ പേരിൽ വിലങ്ങുകളുമായി അഞ്ചുവർഷത്തോളം ഏകാന്ത തടവിൽ കഴിയേണ്ടിവന്നു. സെല്ലുലാർ ജയിലിലെ പീഡനത്തെക്കുറിച്ചുള്ള വിവരണങ്ങൾ തുടരുന്നതിനിടയിൽ പഞ്ചാബ്, അഹമ്മദാബാദ് എന്നിവിടങ്ങളിൽനിന്നും സൈനിക നിയമ കേസിൽ ശിക്ഷിക്കപ്പെട്ട് അവിടെ എത്തിയ തടവുകാരെക്കുറിച്ച് മജുംദാർ ഇങ്ങനെ പറയുന്നുണ്ട്,

അവർക്ക് ഓയിൽ മില്ലിലാണ് ജോലി ചെയ്യേണ്ടി വന്നത്, സത്യഗ്രഹ നയത്തിന്റെ അടിസ്ഥാനത്തിൽ അവർ അത് നിരസിച്ചു. ജയിലറുടെ ഉത്തരവനുസരിച്ച്, അവരുടെ കൈകാലുകൾ ബന്ധിച്ച് മില്ലിലെ ചക്കിന്റെ നുകത്തണ്ടിൽ കെട്ടിയിട്ട് മറ്റുള്ളവരെക്കൊണ്ട് അത് വലിപ്പിച്ചു. അവരുടെ ശരീരമാസകലം ഗുരുതരമായി മുറിവേറ്റു. അവർക്ക് മുമ്പേ തടവിലാക്കപ്പെട്ട ചില സമരക്കാർ സംഭവസ്ഥലത്തേക്ക് കുതിച്ചെത്തി മുദ്രവാക്യം മുഴക്കി. ഇതിനെ തുടർന്ന് ജയിലർ നിർഭാഗ്യവാന്മാരായ ആ തടവുകാരെ ചക്കിൽനിന്നും മോചിപ്പിച്ച് സെല്ലിൽ അടച്ചു.

> അടുത്ത ദിവസം, സൂപ്രണ്ട് ജയിൽ സന്ദർശനത്തിനായി വന്നപ്പോൾ, ചക്രവർത്തി ഓയിൽ മില്ലിലെ ജോലിക്കാരായ തടവുകാരോടുള്ള മനുഷ്യത്വരഹിതമായ പെരുമാറ്റത്തെക്കുറിച്ചു പറയുകയുണ്ടായി. അദ്ദേഹം ചക്രവർത്തിയോട് ചോദിച്ചു, 'നിങ്ങളോ ഞാനോ ആരാണ് സൂപ്രണ്ട്?' 'തീർച്ചയായും നിങ്ങളാണ്, അതുകൊണ്ടാണ് തടവുകാരെ ഇങ്ങനെ പീഡിപ്പിക്കുന്നത് എന്തുകൊണ്ടാണെന്ന് ഞാൻ നിങ്ങളോട് ചോദിച്ചത്' എന്ന് ചക്രവർത്തി മറുപടി പറഞ്ഞു. സൂപ്രണ്ട് ആക്രോശിച്ചു: 'പന്നിയുടെ മകനേ... നിന്റെ നാവടക്കൂ' ഇത് ചക്രവർത്തിക്ക് സഹിക്കാനായില്ല, അദ്ദേഹം തിരിച്ചടിച്ചു: 'നീ നിന്റെ നാവടക്കൂ വേശ്യയുടെ മകനേ.'[12]

മജുംദാറിന്റെ അഭിപ്രായത്തിൽ,

> ചക്രവർത്തി ഹിന്ദിയിലും പഞ്ചാബിയിലും എല്ലാ ഉദ്യോഗസ്ഥരെയും അധിക്ഷേപിക്കുന്നത് തുടർന്നപ്പോൾ, അവർക്ക് പിൻവാങ്ങേണ്ടിവന്നു. സൂപ്രണ്ട് തിടുക്കത്തിൽ അവിടെനിന്നും പോയി. എന്നാൽ പിന്നീട് ചക്രവർത്തിയെ നാല് ദിവസത്തേക്ക് പീനൽ ഡയറ്റിനു (24 മണിക്കൂർ കഞ്ഞിവെള്ളം മാത്രം) ശിക്ഷിച്ചു.[13]

ചക്രവർത്തി തന്റെ ഓർമ്മക്കുറിപ്പുകളിൽ ഇപ്രകാരം സൂചിപ്പിച്ചിട്ടുണ്ട്.

> സിഖ് തടവുകാർ പൊതുവെ നല്ല ശക്തരും ആരോഗ്യമുള്ളവരുമായിരുന്നു, മതിയായ അളവിൽ ഭക്ഷണം ലഭിക്കാതെ വന്നപ്പോൾ അവരിൽ പലരുടെയും ഭാരം 40 മുതൽ 60 പൗണ്ട് വരെ കുറഞ്ഞു. ഒരു ദിവസം തടവുകാർ അവരുടെ ഭക്ഷണം കഴിച്ചുകൊണ്ടിരുന്നപ്പോൾ ജയിലർ, പ്രായമായ നാഥൻ സിങ്ങിനോട്, 'എങ്ങനെയുണ്ട്?' (*ക്യാസ ഹായ് ജി*) എന്ന് ചോദിച്ചു. നാഥൻ സിങ് ദേഷ്യത്തോടെ മറുപടി പറഞ്ഞു: 'എന്താ നിങ്ങളുടെ മകളെ എനിക്ക് വിവാഹം കഴിച്ചുതരാൻ ഉദ്ദേശ്യമുണ്ടോ? ഈ വിലങ്ങുകളുമായി രാവും പകലും സെല്ലിൽക്കിടന്ന്, പട്ടിണിയോട് മല്ലിട്ടു ജീവിക്കുന്ന എന്നോട് ഇത് ചോദിക്കാൻ നിനക്ക് എങ്ങനെ ധൈര്യമുണ്ടായി? നീ തമാശ പറയുകയാണോ? നാണംകെട്ട ദുഷ്ടാ, കടക്ക് പുറത്ത്.' ജയിലർ നിശ്ശബ്ദനായി പോയി; ലഭിക്കാവുന്ന ശിക്ഷകളുടെ പരാമവധി ലഭിച്ചു കഴിഞ്ഞിരുന്നതിനാൽ തടവുകാർക്ക് അതിനോടുള്ള ഭയം നഷ്ടപ്പെട്ടിരുന്നു.[14]

ബാബ ഗുർമുഖ് സിങ്

ആദ്യത്തെ ലാഹോർ ഗൂഢാലോചന കേസിൽ ശിക്ഷിക്കപ്പെട്ട് 1916 ൽ സെല്ലുലാർ ജയിലിൽ എത്തിയ ബാബയുടെ വീരകൃത്യങ്ങളെക്കു

റിച്ച് മാനിനി ഇങ്ങനെ വിവരിച്ചിട്ടുണ്ട്:

1919 ഡിസംബറിൽ തിരഞ്ഞെടുക്കപ്പെട്ട രാഷ്ട്രീയ തടവുകാർക്കായി പ്രഖ്യാപിച്ച രാജകിയ ഉത്തരവുപ്രകാരമുള്ള പൊതുമാപ്പിന് ശേഷം, ഗുർമുഖ് സിങ്ങിനെ ഇന്ത്യയിലേക്ക് തിരിച്ചയച്ചെങ്കിലും അദ്ദേഹം തടവിൽ നിന്ന് രക്ഷപ്പെട്ടു. കാലാപാനിയിൽ (സെല്ലുലാർ ജയിലിൽ) നേരിടേണ്ടി വന്ന ഭീകരതയിൽ തളരാതെ ദേശീയ വിമോചന പ്രസ്ഥാനത്തിന്റെ ഭാഗമായി കൊളോണിയൽ ഭരണത്തിനെതിരെയുള്ള തന്റെ പ്രവർത്തനങ്ങൾ അദ്ദേഹം തുടർന്നു. 1937 ൽ പിടിക്കപ്പെട്ട അദ്ദേഹത്തെ സെല്ലുലാർ ജയിലിൽ തടവിലാക്കി. അവിടെ, 'തീവ്ര വിപ്ലവകാരികളിൽ' ഭൂരിഭാഗത്തിനെയും ശാസ്ത്രീയ സോഷ്യലിസത്തിന്റെ അന്നത്തെ നവോത്ഥാന ആശയങ്ങൾ പഠിപ്പിക്കുന്നതിൽ അദ്ദേഹം സുപ്രധാന പങ്ക് വഹിച്ചു.[15]

പണ്ഡിറ്റ് രാമരക്ഷ

മജുംദാറിന്റെ വിവരണമനുസരിച്ച്,

> പണ്ഡിറ്റ് രാമരക്ഷ ബർമ്മ ഗൂഢാലോചന കേസിൽ ശിക്ഷിക്കപ്പെട്ട് സെല്ലുലാർ ജയിലിലേക്ക് കൊണ്ടുവന്ന വിപ്ലവകാരികളിൽ ഒരാളായിരുന്നു. ജയിലിലേക്ക് കൊണ്ടുവരുന്ന തടവുകാർ പൂണൂൽ ഉപേക്ഷിക്കണമെന്ന് നിർബന്ധമുണ്ടായിരുന്നു (ഉയർന്ന ജാതി ഹിന്ദുക്കൾ ധരിക്കുന്ന നൂൽ). എന്നാൽ ഇത് അനുസരിക്കാൻ പണ്ഡിറ്റ് രാമരക്ഷ വിസമ്മതിച്ചു. ഉദ്യോഗസ്ഥർ തന്റെ പൂണൂൽ ബലമായി പിടിച്ചുകൊണ്ടുപോയപ്പോൾ അത് തിരിച്ചുനല്കണമെന്ന് ആവശ്യപ്പെട്ടു മൂന്നുമാസത്തോളം നിരാഹാര സമരം തുടരുകയും ഒടുവിൽ ജീവൻ വെടിയുകയും ചെയ്തു.[16]

ഇന്ദു ഭൂഷൺ റോയ്

അലിപൂർ ബോംബ് കേസിൽ ജീവപര്യന്തം തടവിന് ശിക്ഷിക്കപ്പെട്ട, ബംഗാളിൽ നിന്നുള്ള വിപ്ലവകാരിയായിരുന്ന ഇന്ദു ഭൂഷൺ റോയ് സെല്ലുലാർ ജയിലിൽവെച്ചു ആത്മഹത്യ ചെയ്യാൻ നിർബ്ബന്ധിതനായി. അതിന് അദ്ദേഹത്തെ നയിച്ച സാഹചര്യങ്ങൾ എന്തായിരുന്നു എന്നതിനെക്കുറിച്ച്, ബരീന്ദ്ര ഘോഷിന്റെ ഓർമ്മക്കുറിപ്പുകളിൽ ഇപ്രകാരം വിവരിക്കുന്നു.

> ശക്തവും സുദൃഢവുമായ നിലപാടുകളുണ്ടായിരുന്ന അദ്ദേഹം ജയിലിലെ കഠിനാദ്ധ്വാനത്തെ ഒരിക്കലും ഭയപ്പെട്ടിരുന്നില്ല. പക്ഷേ, അവിടുത്തെ നിസ്സാരമായ അവഹേളനങ്ങൾ അദ്ദേഹത്തെ അനുദിനം അക്ഷമനാക്കി. 'എന്റെ ജീവിതത്തിന്റെ പത്ത് വർഷം ഈ നരകത്തിൽ ചെലവഴിക്കുക അസാദ്ധ്യമാണ്' എന്ന് അദ്ദേഹം ഇടയ്ക്കിടെ പറഞ്ഞിരുന്നു. ഒരു രാത്രി അദ്ദേഹം തന്റെ ഷർട്ട്

> വലിച്ചുകീറി കയറാക്കി തൂങ്ങിമരിച്ചു. അന്ന് രാത്രി തന്നെ സൂപ്രണ്ടിനെ ഫോണിൽ വിളിച്ചെങ്കിലും പിറ്റേന്ന് രാവിലെ 8 മണി വരെ അദ്ദേഹം വന്നില്ല. ഇന്ദുവിന്റെ മുറിയിലേക്ക് ജയിലറെ അനുഗമിച്ച പല ഗാർഡുകളും അദ്ദേഹത്തിന്റെ കഴുത്തിൽ കെട്ടിയ ടിക്കറ്റിൽ ഒരു കുറുപ്പുണ്ടായിരുന്നതായി പറഞ്ഞു. ആ കുറിപ്പോ അതിലെ സത്യാവസ്ഥയെന്തെന്നോ ഇതുവരെയും കണ്ടെത്തിയിട്ടില്ല.[17]

ഉല്ലാസ്കർ ദത്ത്

അലിപൂർ ബോംബ് കേസിൽ 14 വർഷത്തേക്കാണ് ഉല്ലാസ്കർ ദത്തിന് ശിക്ഷ ലഭിച്ചത്. സെല്ലുലാർ ജലിൽ അദ്ദേഹം അനുഭവിച്ച ഭയാനകമായ ജീവിതത്തെക്കുറിച്ച് അദ്ദേഹത്തിന്റെ ഓർമ്മക്കുറിപ്പുകളിൽ വിവരിച്ചിട്ടുണ്ട്.

> തേങ്ങ, എള്ള് തുടങ്ങിയവയിൽനിന്നും എണ്ണ ആട്ടിയെടുക്കുന്ന ചക്കിന്റെ [വടക്കേ ഇന്ത്യയിൽ കൊഹ്ലു എന്നറിയപ്പെടുന്നു] നുകത്തിൽ കാളയ്ക്കുപകരമായി എന്നെ ചേർത്തുകെട്ടി. കാളയ്ക്ക് പോലും 16 പൗണ്ടിൽ കൂടുതൽ എണ്ണ ആട്ടിയെടുക്കാൻ കഴിയില്ല. എന്നാൽ ആൻഡമാൻ ജയിലിൽ കാളകൾക്ക് പകരം ചക്കിന്റെ നുകത്തിൽ കെട്ടിയിട്ടിരുന്ന തടവുകാർ അവരുടെ കഠിനാദ്ധ്വാനത്താൽ 80 പൗണ്ട് എണ്ണ ആട്ടിയെടുക്കണമെന്ന് നിർബ്ബന്ധമുണ്ടായിരുന്നു. ഒരു നുകത്തിൽ മൂന്ന് തടവുകാരെയാണ് കെട്ടിയിരുന്നത്. രാവിലെ മുതൽ വൈകുന്നേരം വരെ തുടർച്ചയായി ജോലി ചെയ്യേണ്ടിവന്ന ഇവർക്ക് കുളിക്കാനും പ്രഭാതഭക്ഷണത്തിനും മാത്രം ചെറിയ ഇടവേളകളാണ് അനുവദിച്ചിരുന്നത്.. യഥാർത്ഥത്തിൽ അത് ഏതാനും മിനിറ്റുകൾ മാത്രമേയുണ്ടായിരുന്നുള്ളൂ. മൃഗങ്ങളിൽനിന്നും വ്യത്യസ്തമായി, ഞങ്ങളെ നുകത്തിൽ കെട്ടി ഓടിക്കുകയാണ് ചെയ്തിരുന്നത്. അല്ലാത്തപക്ഷം, ദിവസേന ലഭിക്കേണ്ട എണ്ണയുടെ അളവ് പൂർത്തീകരിക്കാൻ കഴിയാതെ വരുമോ എന്ന ഭയമായിരുന്നു. ഞങ്ങളിൽ ആർക്കെങ്കിലും വേഗത കുറയുകയാണെങ്കിൽ, ജമാദാർ (ജയിലിലെ ഉദ്യോഗസ്ഥൻ) തന്റെ വലിയ വടികൊണ്ട് ആട്ടിത്തെളിക്കുമായിരുന്നു. അതുമല്ലെങ്കിൽ നുകത്തിന്റെ തണ്ടിൽ കൈയും കാലും കെട്ടിയിട്ട് മറ്റുള്ളവരോട് വേഗത്തിൽ ഓടാൻ ആജ്ഞാപിക്കും. ഒരു പാവം മനുഷ്യനെ തല തറയിൽ തട്ടുന്ന രീതിയിൽ ഇതുപോലെ കെട്ടിയിട്ടു നിലത്തുകൂടി വലിച്ചിഴയ്ക്കുകയും അദ്ദേഹത്തിന്റെ ശരീരമാസകലം മുറിവേറ്റു രക്തം വാർന്നൊഴുകുകയും ചെയ്തിരുന്നു. ഇത്തരത്തിലുള്ള അവരുടെ ക്രൂര വിനോദങ്ങൾ ഞാൻ എന്റെ കൺമുന്നിൽ കണ്ടിട്ടുണ്ട്. ഒരു മനുഷ്യന് തന്റെ സഹജീവിയോട് എത്ര

ത്തോളം ക്രൂരത കാണിക്കാൻ പറ്റും?[18]

ഒരിക്കൽ അപസ്മാരം ബാധിച്ച ഉല്ലാസ്കറിനെ മദ്രാസിലെ (ഇപ്പോൾ ചെന്നൈ) ഭ്രാന്താശുപത്രിയിൽ പ്രവേശിപ്പിച്ചു. അദ്ദേഹത്തിന് മോചനം നൽകാതെ, അവിടെ 14 വർഷത്തെ ശിക്ഷാകാലാവധി പൂർത്തിയാക്കിയ ശേഷമാണ് വിട്ടയച്ചത്. അതിനുശേഷമാണ് അദ്ദേഹം തന്റെ ഓർമ്മക്കുറിപ്പുകൾ എഴുതിയത്.[19]

ജ്യോതിഷ് ചന്ദ്രപാൽ

ബാലേശ്വർ കേസിൽ കുറ്റാരോപിതനായ വ്യക്തിയാണ് ജ്യോതിഷ്. ജയിലിലെ മനുഷ്യത്വരഹിതമായ പെരുമാറ്റത്തെ എതിർത്തതിനാൽ, പലപ്പോഴും അദ്ദേഹത്തിന് മർദ്ദനമേറ്റുവാങ്ങേണ്ടി വന്നിട്ടുണ്ട്. ഒരിക്കൽ അദ്ദേഹത്തിന്റെ ക്ഷമ നശിച്ച് ഉല്ലാസ്കറിന്റെ പോലെ മാനസികനില തെറ്റുകയുണ്ടായി. അദ്ദേഹത്തെ ഭ്രാന്താശുപത്രിയിലേക്ക് മാറ്റുകയും 1924 ഡിസംബർ 4 ന് ബംഗാളിലെ [ഇപ്പോൾ ഒറീസയിലെ] ബെർഹാംപൂർ ജയിലിൽ വെച്ച് മരണമടയുകയും ചെയ്തു. മരിക്കുന്നതിന് മുമ്പ് അദ്ദേഹം തന്റെ സുഹൃത്തുക്കൾക്കും ബന്ധുക്കൾക്കും ഇപ്രകാരം ഒരു സന്ദേശം നൽകി:

> എന്റെ ആത്മാവ് സ്വർഗ്ഗത്തിൽ ശാന്തമായി ഇരിക്കുകയാണെന്ന് കരുതരുത്. രാജ്യത്തോടുള്ള എന്റെ സ്നേഹം തീക്ഷ്ണവും ആത്മാർത്ഥവുമാണെങ്കിൽ, ഞാൻ ഉടൻ പുനർജനിച്ച് അവളെ, എന്റെ രാജ്യത്തെ സേവിക്കാനായി മടങ്ങിയെത്തിയിരിക്കും.[20]

പരമാനന്ദ്

പരമാനന്ദ്; (സെല്ലുലാർ ജയിലിലെ ഉദ്യോഗസ്ഥരുടെ ഇഷ്ടക്കാരനായതുകൊണ്ടുതന്നെ, സമകാലിക തടവുകാരാൽ തന്റെ ദേശസ്നേഹം ചോദ്യം ചെയ്യപ്പെട്ട ആര്യസമാജത്തിലെ ഭായി പരമാനന്ദ് പ്രൊഫസർ പരമാനന്ദ് എന്നയാളാണ് ഇദ്ദേഹം എന്ന് തെറ്റിദ്ധരിക്കരുത്).

സെല്ലുലാർ ജയിലിലെ അടിച്ചമർത്തലിനെതിരെ ഈ യുവ വിപ്ലവകാരി നടത്തിയ പ്രക്ഷോഭത്തിന്റെ ഫലമായി നേരിടേണ്ടിവന്ന ദുരനുഭവങ്ങളുടെ ഹൃദയഭേദകമായ വിവരണം ത്രൈലോക്യനാഥ് ചക്രവർത്തി നൽകിയിട്ടുണ്ട്. അതു പ്രകാരം,

> ഒരു ദിവസം, തടവുകാരുടെ 'ഫയലിൽ' (ക്യൂ) തന്റെ സ്ഥിരം സ്ഥാനം നിലനിർത്താത്തതിന് ജയിലർ അവനെ അധിക്ഷേപിച്ചു. പരമാനന്ദയ്ക്ക് ഇത് അസഹനീയമായിരുന്നു. അയാൾ വാർഡർമാരെ ഇരുവശത്തുനിന്നും തള്ളിമാറ്റി, മുന്നോട്ട് കുതിച്ച് ജയി

> ലറുടെ മുഖത്ത് അടിക്കുകയും ചവിട്ടി നിലത്ത് വീഴ്ത്തുകയും ചെയ്തു. രോഷാകുലരായ വാർഡന്മാർ അദ്ദേഹത്തെ ക്രൂരമായി മർദ്ദിച്ചു. ഓരോ മർദ്ദനവും അദ്ദേഹത്തിന്റെ ശരീരത്തിൽ ആഴത്തിലുള്ള മുറിവുണ്ടാക്കി. രക്തം വാർന്നൊഴുകിയിട്ടും പരമാനന്ദ് ഒരു വാക്കുപോലും മിണ്ടിയില്ല. എന്നാൽ ബോംബെ റിയാനായി വന്ന ഒരുവൻ വാർഡർമാരെയും ബെറിയെയും മർദ്ദിച്ചു എന്ന കഥയാണവിടെ പ്രചരിപ്പിക്കപ്പെട്ടത്.[21]

ഛത്രസിങ്

സെല്ലുലാർ ജയിലിൽ തടവിലാക്കപ്പെടുന്നതിന് മുമ്പ്, ഛത്രസിങ് ലയൽപൂരിലെ (ഇപ്പോൾ പാകിസ്ഥാനിൽ) ഖൽസ സ്കൂളിൽ അദ്ധ്യാപകനായിരുന്നു. ആദ്യം മുതൽ തന്നെ ഇദ്ദേഹത്തെ സെല്ലിൽ പൂട്ടിയിട്ടിരുന്നതായി ബരീന്ദ്ര ഘോഷ് തന്റെ ഓർമ്മക്കുറിപ്പുകളിൽ എഴുതിയിട്ടുണ്ട്. കാരണം,

> മുൻപ് സമരം നടക്കുമ്പോൾ അദ്ദേഹം സൂപ്രണ്ടിനെ ആക്രമിക്കാൻ ശ്രമിച്ചിരുന്നു. വാർഡർമാർ അദ്ദേഹത്തെ ബോധരഹിതനാകുന്നതുവരെ മർദ്ദിച്ചു. രണ്ടു വർഷം കഴിഞ്ഞിട്ടും അദ്ദേഹത്തിന് മോചനം നൽകിയില്ല. വരാന്തയുടെ ഒരു മൂലയിൽ കമ്പിവല കൊണ്ട് അടച്ച് അവനുവേണ്ടി ഒരു കൂടുണ്ടാക്കി. അവിടെയാണ് അദ്ദേഹം ഭക്ഷണം കഴിക്കേണ്ടതും തന്റെ പ്രാഥമിക ആവശ്യങ്ങൾ നിറവേറ്റേണ്ടതും, ഉറങ്ങേണ്ടതുമെല്ലാം. തൽഫലമായി, അദ്ദേഹത്തിന്റെ ആരോഗ്യം ക്ഷയിച്ച്, ക്രമേണ മരണത്തെ അഭിമുഖീകരിക്കുകയായിരുന്നു എന്ന് പറയേണ്ടതില്ലലോ. മറ്റൊരു സിഖുകാരനായ അമർ സിങ്ങിനും ഏതാണ്ട് ഇതേ വിധിയായിരുന്നു.[22]

പുലിൻ ബിഹാരി ദാസ്

ഡാക്ക ഗൂഢാലോചന കേസിൽ ഏഴ് വർഷത്തേക്ക് സെല്ലുലാർ ജയിലിൽ തടവിലായിരുന്നു പുലിൻ ബിഹാരി ദാസ്. ഗവർണർ ജനറൽ കൗൺസിലിലെ ഹോം അംഗമായ സർ റെജിനോൾഡ് ക്രാഡോക്ക് ആൻഡമാൻ സന്ദർശിച്ചപ്പോൾ, മുതിർന്ന വിപ്ലവകാരികളായ വി ഡി സവർക്കറും ബരീന്ദ്ര കുമാർ ഘോഷും അദ്ദേഹത്തിന്റെ മുന്നിൽ കരുണയ്ക്കായി യാചിച്ചിരുന്നു. എന്നാൽ ക്രാഡോക്ക് ജയിൽ സന്ദർശനത്തെക്കുറിച്ചുള്ള തന്റെ കുറിപ്പുകളിൽ പുലിൻ ബിഹാരിയെക്കുറിച്ച് ഇപ്രകാരമാണ് എഴുതിയത്: "ഡാക്കാ സംഘത്തിന്റെ തലവനായ പുലിൻ ബിഹാരിക്ക് ഒരു വാക്കുപോലും പറയാനുണ്ടായിരുന്നില്ല."[23] 1914 ൽ ഭൂരിഭാഗം വിപ്ലവ തടവുകാരെയും ഇന്ത്യൻ ജയിലിലേക്ക് മാറ്റാൻ തീരുമാനിച്ചപ്പോൾ

ക്രാഡോക്ക് പുലിനെ മാത്രം ഒഴിവാക്കി. 1914 ജനുവരി 6 ലെ തന്റെ ഉത്തരവിൽ അദ്ദേഹം എഴുതി: "എനിക്ക് ചെയ്യാൻ കഴിയുന്ന ഒരേയൊരു പ്രതിഷേധം പുലിൻ ബിഹാരിയെ ആൻഡമാനിൽ നിലനിർത്തുക എന്നതാണ്."[24]

നന്ദഗോപാൽ

അലഹബാദിലെ *സ്വരാജ്* പത്രത്തിന്റെ എഡിറ്ററായ നന്ദഗോപാലിനെ സ്വരാജ്യ കേസിൽ വിചാരണ ചെയ്യുകയും പത്തുവർഷത്തെ തടവിന് ശിക്ഷിക്കുകയും ചെയ്തു. ജയിൽ സ്വേച്ഛാധിപത്യത്തിനെതിരായ നന്ദഗോപാലിന്റെ വീരോചിതമായ പോരാട്ടത്തിന്റെ വിശദാംശങ്ങൾ ബരീന്ദ്ര കുമാർ ഘോഷ് തന്റെ സ്മരണികയായ *ദ ടെയിൽ ഓഫ് മൈ എക്സൈലിൽ* നൽകിയിട്ടുണ്ട്.

> ഓയിൽ മില്ലിലേക്ക് കൊണ്ടുപോയപ്പോൾ, 'ഇത്ര വേഗതയിൽ ചക്ക് തിരിക്കാൻ എന്നെക്കൊണ്ടാവില്ല'എന്ന് മുഖത്തടിക്കുംപോലെ പറഞ്ഞുകൊണ്ട് അദ്ദേഹം ബഹളമുണ്ടാക്കി. എന്നിട്ട് കഴിയുന്നത്ര പതുക്കെ ചക്ക് ആട്ടാൻ തുടങ്ങി. തൽഫലമായി, ആവശ്യമായ എണ്ണയുടെ മൂന്നിലൊന്ന് പോലും 10 മണിക്ക് മുമ്പ് കിട്ടിയില്ല. സാധാരണ തടവുകാർ ജോലി സമയത്തിനിടയ്ക്ക് ഇറങ്ങി അഞ്ചോ ആറോ മിനിറ്റിനുള്ളിൽ ഭക്ഷണം കഴിച്ച് പെട്ടെന്നുതന്നെ ജോലി തുടരും. ജയിലിലെ ചട്ടം അനുസരിച്ച്, 10 നും 12 നും ഇടയിലുള്ള സമയം അത്താഴത്തിനും വിശ്രമത്തിനും വേണ്ടിയുള്ളതാണ്, എന്നാൽ വാസ്തവത്തിൽ തടവുകാർ വിശ്രമിക്കാൻ ധൈര്യപ്പെട്ടില്ല, കാരണം ജോലികൾ വേഗത്തിൽ പൂർത്തിയാക്കി സമാധാനത്തോടെ വിശ്രമിക്കാനാണ് അവർ ആഗ്രഹിച്ചത്. എന്നാൽ നന്ദഗോപാലിന് അങ്ങനെയുള്ള ഭയമൊന്നുമില്ലായിരുന്നു.
>
> ജയിലിലെ കീഴുദ്യോഗസ്ഥൻ വന്ന് പെട്ടെന്ന് ഭക്ഷണം കഴിച്ചുതീർക്കാൻ ആജ്ഞാപിച്ചപ്പോൾ, നന്ദഗോപാൽ പുഞ്ചിരിച്ചുകൊണ്ട് ഭക്ഷണം കഴിക്കുമ്പോൾ പാലിക്കേണ്ട ആചാര മര്യാദയെക്കുറിച്ച് വിശദീകരിക്കാൻ തുടങ്ങി. 'ധൃതിയിൽ ഭക്ഷണം കഴിക്കുന്നത് വയറിന് അപകടമുണ്ടാക്കും. പത്ത് വർഷത്തോളം സർക്കാറിന്റെ അതിഥിയായി തുടരേണ്ടതിനാൽ, തന്റെ ആരോഗ്യം നശിപ്പിക്കാനും അതുവഴി സർക്കാറിന് ചീത്തപ്പേരുണ്ടാക്കാനും ഞാൻ ആഗ്രഹിക്കുന്നില്ല' എന്ന് അദ്ദേഹം പറഞ്ഞു. ജയിലർ എത്തിയപ്പോൾ വളരെ സാവധാനം ഭക്ഷണം കഴിച്ചുകൊണ്ടിരിക്കുന്ന നന്ദഗോപാലിനെയാണ് കണ്ടത്. രോഷാകുലനായ ജയിലർ ഏൽപ്പിച്ച ജോലി കൃത്യസമയത്ത് ചെയ്തു തീർത്തില്ലെങ്കിൽ കുതിര ചമ്മട്ടികൊണ്ട് അടിക്കുമെന്ന് ആക്രോശിച്ചു. നന്ദഗോപാൽ

> മധുരമായി പുഞ്ചിരിച്ചുകൊണ്ട് തന്റെ ശുചിത്വപാഠം ആവർത്തിക്കുകയാണ് ചെയ്തത്. 10 നും 12 നും ഇടയിലുള്ള സമയം വിശ്രമത്തിനായി നിശ്ചയിച്ചിരിക്കുന്നത് സർക്കാരാണ്. ആ നിയമം ലംഘിക്കാൻ ഞാൻ തയ്യാറല്ല, എന്ന് മാത്രമല്ല, ജയിലറും അത് പാലിക്കാൻ പ്രത്യേകം ശ്രദ്ധിക്കേണ്ടതാണെന്ന് അദ്ദേഹം ഓർമ്മിപ്പിച്ചു. ജയിലർക്ക് ദേഷ്യം വന്നെങ്കിലും സമചിത്തത പാലിച്ചു കൊണ്ട് പിൻവാങ്ങി.
>
> നന്ദഗോപാൽ സമയമെടുത്ത് ഭക്ഷണം കഴിച്ച ശേഷം സെല്ലിലേക്ക് പോയി. എന്നാൽ വീണ്ടും ജോലി തുടരുമെന്നാണ് കീഴുദ്യോഗസ്ഥൻ കരുതിയത്. പക്ഷേ, തന്നെ ആർക്കും തിരുത്താൻ കഴിയില്ല എന്ന മട്ടിൽ, നന്ദഗോപാൽ ഒരു പുതപ്പെടുത്ത് തറയിൽ വിരിച്ച് കിടന്നു. അധിക്ഷേപങ്ങളുടെ പെരുമഴ ഒരുതരത്തിലും അദ്ദേഹത്തിന്റെ ഉച്ചമയക്കത്തെ അസ്വസ്ഥമാക്കിയില്ല. നിഷ്ക്രിയമായ ചെറുത്തുനിൽപ്പിന്റെ കാര്യത്തിൽ, അദ്ദേഹം മഹാത്മാഗാന്ധിയുടെ പോലും ഗുരുവായിരുന്നു. 12 മണിക്ക് അദ്ദേഹം എഴുന്നേറ്റു, ഒരു മണിക്കൂർ ചക്കാട്ടി. പകുതി ജോലി മാത്രമേ തീർന്നുള്ളു, ബാക്കിയുള്ളത് ഇനി ആരുചെയ്യും? നന്ദഗോപാൽ പറഞ്ഞു, 'ഇഷ്ടമുള്ളവർ അത് ചെയ്യട്ടെ. ദിവസം മുഴുവൻ ചക്കാട്ടി നില്ക്കാൻ ഞാൻ ഒരു കാളയല്ല. എനിക്ക് ഒരു ദിവസം കിട്ടുന്ന റേഷന് ഒന്നര അണയുടെ വില പോലുമില്ല, പിന്നെ എങ്ങനെ 30 പൗണ്ട് ലഭിക്കേണ്ട എണ്ണ ആട്ടിയെടുക്കും? നന്ദഗോപാലിൽനിന്നും പ്രതീക്ഷിച്ചത്ര എണ്ണയാട്ടി ലഭിക്കില്ല എന്ന് മനസ്സിലാക്കിയ സൂപ്രണ്ട്, അടുത്ത ഒരു ഉത്തരവ് ഉണ്ടാകുന്നതു വരെ, അദ്ദേഹത്തെ സെല്ലിൽ ഇടാനായി അയച്ചു.[25]

നന്ദഗോപാൽ കാണിച്ച ഈ മനക്കരുത്താണ് സെല്ലുലാർ ജയിലിലെ രാഷ്ട്രീയ തടവുകാരുടെ ആദ്യ സമരത്തിന് കരണമായിത്തീർന്നത് എന്നത് ശ്രദ്ധേയമാണ്. എന്നാൽ അധികാരികളും വെറുതെ ഇരുന്നില്ല, ഉടൻ ശിക്ഷയുടെ ഒരു പരമ്പരതന്നെ അവർ പിന്തുടർന്നു. ഏറ്റവും മനുഷ്യത്വരഹിതമായ ശിക്ഷകൾക്ക് അവർ നന്ദഗോപാലിനെ തെരഞ്ഞെടുത്തു. എന്നാൽ ഉദ്യോഗസ്ഥർക്കെതിരെ താൻ നടത്തുന്ന തന്റെ വെല്ലുവിളികളെ അടിച്ചമർത്താൻ അദ്ദേഹം ഒരിക്കലും അനുവദിച്ചില്ല.

1913 നവംബർ 15 ന് നന്ദഗോപാലും ഹൃഷി കേശ് കാഞ്ജിലാലും (ആലിപ്പൂർ ബോംബ് കേസ്, 10 വർഷത്തെ തടവിന് ശിക്ഷിക്കപ്പെട്ടു) ക്രാഡോക്കിന് നിവേദനങ്ങൾ സമർപ്പിച്ചു എന്നത് ശരിയാണ്. എന്നിരുന്നാലും, ഇവ ഒരുതരത്തിലും ദയാഹർജികളായിരുന്നില്ല, അഭ്യർത്ഥനകൾ മാത്രമായിരുന്നു. ഇന്ത്യൻ ജയിൽ നിയമങ്ങൾ അനുശാസിക്കുന്ന മാനുഷികമായ എല്ലാ അവകാശങ്ങളും സെല്ലുലാർ ജയിലിലും പ്രയോഗത്തിൽ വരുത്തണമെന്ന് അവർ ആവശ്യപ്പെടുന്നു.

നാനി ഗോപാൽ

ഡൽഹൗസി സ്ക്വയർ ബോംബ് കേസിൽ നാനി ഗോപാൽ മുഖർജി എന്ന പതിനാറുകാരനെ വിചാരണ ചെയ്യുകയും 15 വർഷത്തെ തടവിന് ശിക്ഷിക്കുകയും ചെയ്തു. വളരെ ചെറുപ്പമായിരുന്നിട്ടും, ഓയിൽ മില്ലിലെ കഠിനാദ്ധ്വാനത്തിൽ അദ്ദേഹം ഏർപ്പെട്ടു. സെല്ലുലാർ ജയിലിൽ നടന്ന ആദ്യത്തെ നിരാഹാര സമരത്തിലും ഒന്നാമനായി പങ്കെടുത്തു. കൈ വിലങ്ങുകളാൽ ബന്ധനസ്ഥനായിരുന്നെങ്കിലും സെല്ലുലാർ ജയിൽ അധി കാരികൾ എത്രത്തോളം ശിക്ഷിക്കുന്നുവോ അത്രത്തോളം ശൗര്യമുള്ള വനായി അദ്ദേഹം കാണപ്പെട്ടു. ചാക്ക് തുണികൊണ്ടുള്ള വസ്ത്രങ്ങളാണ് അദ്ദേഹത്തിന് നൽകിയിരുന്നത്. അത് ധരിക്കാൻ വിസ്സമ്മതിച്ചപ്പോൾ അവർ ബലം പ്രയോഗിച്ചു. അദ്ദേഹം ആ വസ്ത്രങ്ങൾ വലിച്ചു കീറി. അതിനുള്ള ശിക്ഷയായി കൈകാലുകൾ ചങ്ങലയിൽ ബന്ധിച്ചു. എന്നാൽ പലപ്പോഴും ചങ്ങലപ്പൂട്ട് പൊളിക്കാൻ അദ്ദേഹത്തിനു സാധിച്ചു. ഉദ്യോ ഗസ്ഥരുടെ ഒരു ചോദ്യത്തിനും ഉത്തരം നൽകാൻ അദ്ദേഹം മെനക്കെട്ടില്ല, മാത്രമല്ല, ഉദ്യോഗസ്ഥർക്ക് മുന്നിൽ നിൽക്കാൻപോലും അദ്ദേഹം വിസ്സമ്മതിച്ചു. ഏകാന്ത തടവിൽ കഴിയാൻ ഉത്തരവിട്ടപ്പോൾ, സെല്ലിൽ നിന്ന് പുറത്തുവരാൻ അദ്ദേഹം തയ്യാറായില്ല. കുളിക്കാൻ വിസമ്മതിച്ച അദ്ദേഹത്തിന്റെ ശരീരമാസകലം ഉണങ്ങിയ നാളികേരത്തിന്റെ തൊണ്ടു രച്ചു മുറിവേല്പിച്ചുകൊണ്ട് നിർബ്ബന്ധപൂർവ്വം കുളിപ്പിച്ചു. രക്തം വാർ ന്നൊഴുകിയിട്ടും അദ്ദേഹം കീഴടങ്ങാൻ തയ്യാറായില്ല. പകൽ മുഴുവൻ നഗ്നനായിരുന്ന അദ്ദേഹത്തിന് രാത്രി ഒരു പുതപ്പുപോലും നല്കിയില്ല. ചാക്കുതുണി ധരിപ്പിക്കാൻ ശ്രമിച്ചപ്പോഴൊക്കെ അദ്ദേഹം അത് വലി ച്ചെറിഞ്ഞു. മുറിവേറ്റ, നഗ്നമായ തന്റെ ശരീരവുമായി, തണുപ്പിന്റെ ആധി ക്യത്താൽ അദ്ദേഹം തറയിൽ കിടന്നു വിറച്ചു.

> അവർ എത്രത്തോളം മോശമായ ഭക്ഷണമാണ് നൽകിയത്! പക്ഷേ, അതെല്ലാം അദ്ദേഹം നിസ്സാരമായി കണ്ടു. രാഷ്ട്രീയ തടവുകാരൻ എന്ന പദവിയായിരുന്നു അദ്ദേഹത്തിന്റെ അഭിമാനപ്രശ്നം. 'ഞങ്ങൾ രഷ്ട്രീയ തടവുകാരാണ്, അല്ലാതെ കള്ളന്മാരോ പിടിച്ചു പറിക്കാരോ കൊള്ളക്കാരോ അല്ല' തന്റെ പദവിക്കായി എല്ലായി പ്പോഴും അദ്ദേഹം തർക്കിച്ചുകൊണ്ടേയിരുന്നു. എന്നാൽ ആ പദവി ഒരിക്കലും അദ്ദേഹത്തിന് നൽകില്ലെന്ന് ചീഫ് കമ്മീഷണർ അറിയിച്ചു. മെരുക്കാൻ കഴിയുമെന്ന വിശ്വാസത്തോടെ അവർ ഒരു ചെറിയ ജയിലിലേക്ക് അദ്ദേഹത്തെ മാറ്റി. അത് തെറ്റായിപ്പോയി എന്ന് താമസിയാതെ അവർക്ക് മനസ്സിലായി എന്തെന്നാൽ, അവി ടെയും അദ്ദേഹം നിരാഹാരസമരം നടത്തി. ഭക്ഷണത്തിന്റെ ഒരു കണികപോലും ഇറക്കാൻ കൂട്ടാക്കിയില്ല. വെള്ളമോ ഭക്ഷണമോ ഇല്ലാതെ വെറും നിലത്തു കിടന്നു. സിൽവർ ജയിലിലേക്ക് തിരികെ കൊണ്ടുവന്നെങ്കിലും അദ്ദേഹം ഒന്നിനും വഴങ്ങിയില്ല.

ജയിലിന്റെ ചട്ടങ്ങളനുസരിച്ച്, ട്യൂബിലൂടെ ഭക്ഷണം നല്കാമെന്നാണ്. എന്നാൽ അതിന്റെ പേരിൽ ബലംപ്രയോഗിച്ച് മൂക്കിൽ ട്യൂബിട്ട് ഭക്ഷണം കഴിപ്പിക്കാനാണ് ജയിൽ ഉദ്യോഗസ്ഥർ ശ്രമിച്ചത്.[26]

മഹാവീർ സിങ്

സെല്ലുലാർ ജയിലിൽ മരണം കൈവരിച്ച മഹാവീർ സിങ്, സവർക്കറിൽ നിന്ന് വ്യത്യസ്തമായി, ജയിൽ ഉദ്യോഗസ്ഥരുടെ ക്രൂരമായ പീഡനങ്ങൾക്ക് മുന്നിൽ കീഴടങ്ങാത്തതിന്റെ ഏറ്റവും വലിയ ഉദാഹരണമായിരുന്നു. 1904 സെപ്റ്റംബർ 16 ന് ഇറ്റാ ജില്ലയിലെ (ഇപ്പോൾ ഉത്തർപ്രദേശിൽ) ഷാപൂർ തെഹ്ലാൻ ഗ്രാമത്തിലാണ് അദ്ദേഹം ജനിച്ചത്. 1929–30 ലെ ലാഹോർ ഗൂഢാലോചന കേസിന്റെ ഭാഗമായി അദ്ദേഹത്തെ അറസ്റ്റ് ചെയ്യുകയുണ്ടായി. ഇന്ത്യൻ വിപ്ലവകാരികളുടെ ചരിത്രകാരനായ ചമൻ ലാലിന്റെ അഭിപ്രായത്തിൽ,

> ഭഗത് സിങ്ങിന്റെ വളരെ അടുത്ത സഖാക്കളിൽ ഒരാളായിരുന്നു അദ്ദേഹം. കാൺപൂരിലെ കോളേജ് പഠനകാലം മുതൽ അദ്ദേഹം വിപ്ലവ പ്രസ്ഥാനത്തിൽ ചേർന്നു. ശിവ വർമ്മ, ജയ്ദേവ് കപൂർ എന്നിവർക്കൊപ്പം ലാഹോറിൽ താമസിച്ചു. ലാഹോർ ഗൂഢാലോചന കേസിൽ ജീവപര്യന്തം ശിക്ഷിക്കപ്പെട്ട് ജയിലിൽ അടയ്ക്കപ്പെട്ട അദ്ദേഹം, ചാട്ടവാറടിയുൾപ്പെടെ ക്രൂരമായ പീഡനങ്ങൾക്ക് വിധേയനായി. ജയിൽ സൂപ്രണ്ടിന്റെ ക്രൂരമായ പെരുമാറ്റത്തെ വെല്ലുവിളിച്ചതിന് അദ്ദേഹത്തിന് മുപ്പത് ചാട്ടയടിയാണ് ഏൽക്കേണ്ടിവന്നത്. ചെറുപ്പം മുതലേ വിമതനായിരുന്നു അദ്ദേഹം. ചില ഫ്യൂഡൽ ബ്രിട്ടീഷ് ഗുണ്ടകൾ തന്റെ ഗ്രാമത്തിൽ ബ്രിട്ടീഷ് കൊളോണിയലിസ്റ്റുകൾക്ക് അനുകൂലമായി യോഗം ചേർന്നപ്പോൾ, അതിൽ പ്രതിഷേധിച്ചുകൊണ്ട് അദ്ദേഹം മഹാത്മാഗാന്ധി കി ജയ് വിളിച്ചു. അച്ഛൻ ദേവി സിങ് വൈദ് രാജ്യത്തിന് വേണ്ടി പ്രവർത്തിക്കാനുള്ള അദ്ദേഹത്തിന്റെ തീരുമാനത്തെ പിന്തുണച്ചതുകൊണ്ട്, ഒരു വൈവാഹിക ജീവിതത്തിനായി അദ്ദേഹത്തെ നിർബ്ബന്ധിച്ചതുമില്ല.
>
> 1933 മെയ് 17 ന് ആൻഡമാനിൽ വെച്ച്, നിരാഹാര സമരത്തിന്റെ ആറാം ദിവസം, ബലം പ്രയോഗിച്ച് ഭക്ഷണം നൽകുന്നതിനിടയിൽ പാൽ ശ്വാസകോശത്തിൽ കടന്ന് അദ്ദേഹം മരിക്കുകയുണ്ടായി. സഹ വിപ്ലവകാരികൾക്കൊപ്പം അദ്ദേഹം നേരത്തെ 63 ദിവസത്തെ നിരാഹാര സമരം നടത്തിയിട്ടുണ്ടായിരുന്നു. ജതിൻ ദാസിന്റെ ജീവൻ അപഹരിച്ച ലാഹോർ ജയിലിലെ ബ്രിട്ടീഷ് ജയിലർമാർ അദ്ദേഹത്തിന്റെ മൃതദേഹം കടലിൽ എറിഞ്ഞു, ഏറെ ദിവസ

ങ്ങൾക്ക് ശേഷം ഏതോ പത്രത്തിലെ ഒരു ചെറിയ വാർത്തയിലൂടെയാണ് അദ്ദേഹത്തിന്റെ ജീവ ത്യാഗത്തെക്കുറിച്ച് കുടുംബമറിഞ്ഞത്.[27]

നിരാഹാര സമരക്കാരായിരുന്ന മോഹൻ കിഷോർ, മോഹിത് മിത്ര എന്നീ തടവുകാരും ജയിൽ ഉദ്യോഗസ്ഥരുടെ ഇത്തരം സ്വേച്ഛാധിപത്യ മനോഭാവത്താൽ കൊല്ലപ്പെട്ടു എന്നതും ഇവിടെ ശ്രദ്ധേയമാണ്. സെല്ലുലാർ ജയിലിന്റെ ഔദ്യോഗിക രേഖകളിൽ ഇത്തരം മരണങ്ങളെ വിശേഷിപ്പിക്കുന്നത് 'പാലിൽ മുങ്ങി' (Drowned in milk) എന്നാണ്. *തടവുകാരൻ 93 മോഹിത് മിത്ര കൊല്ലപ്പെട്ടു, പാലിൽ മുങ്ങി.*[28]

ഹരിപാദോ ചൗധരി

വാട്സൺ വെടിവയ്പ്പ് കേസിൽ അറസ്റ്റിലായി സെല്ലുലാർ ജയിലിൽ 10 വർഷം തടവിന് ശിക്ഷിക്കപ്പെട്ടപ്പോൾ, കോട്ടാലിപ്പറയിൽ (ഇപ്പോൾ ഫരീദ്പൂർ) ജനിച്ച ഹരിപദോ ചൗധരിക്ക് 20 വയസ്സായിരുന്നു. അനുശീലൻ സമിതി അംഗമായിരുന്ന അദ്ദേഹത്തെ ആൻഡമാനിലേക്ക് നാടുകടത്തിയപ്പോൾ, ബ്രിട്ടീഷുകാരുടെ കരുണയ്ക്കോ ഇളവുകൾക്കോ വേണ്ടി അദ്ദേഹം ഒരിക്കലും യാചിച്ചിട്ടില്ല. 1937 ൽ സെല്ലുലാർ ജയിലിൽ നടന്ന രണ്ടാം നിരാഹാര സമരത്തിൽ അദ്ദേഹം സജീവമായി പങ്കെടുത്തു. നാട്ടിലേക്ക് തിരിച്ചയക്കപ്പെട്ട ശേഷം, തന്റെ ത്യാഗങ്ങളെ മഹത്വപ്പെടുത്താൻ അദ്ദേഹം ആരെയും അനുവദിച്ചില്ല, മരണം വരെ ലളിത ജീവിതമായിരുന്നു അദ്ദേഹം നയിച്ചിരുന്നത്.[29]

ഗയാ പ്രസാദ് കത്യാർ

1901 ൽ ജഗദീഷ്പൂരിൽ (കാൻപൂർ), മൗജിറാം കഥീറിന്റെ മകനായി ജനിച്ച ഗയ പ്രസാദ്, 1925 ൽ ഹിന്ദുസ്ഥാൻ റിപ്പബ്ലിക്കൻ അസോസിയേഷനിൽ (HRA പിന്നീട് ഹിന്ദുസ്ഥാൻ സോഷ്യലിസ്റ്റ് റിപ്പബ്ലിക്കൻ ആർമിയായി പുനഃസംഘടിപ്പിക്കപ്പെട്ടു) ചേർന്നു. അദ്ദേഹം ആഗ്രയിലെ ഹീങ്-കീ-മണ്ടിയിൽ ഒരു ബോംബ് ഫാക്ടറി നടത്തുകയായിരുന്നു. 1929 ൽ ലാഹോർ ഗൂഢാലോചനക്കേസുമായി ബന്ധപ്പെട്ട് സഹരൻപൂരിൽ വെച്ച് അദ്ദേഹം അറസ്റ്റു ചെയ്യപ്പെട്ടു. ലാഹോർ ജയിലിൽ നിരാഹാര സമരത്തിൽ പങ്കെടുത്ത്, രണ്ട് വർഷത്തോളം ഒളിവിൽ കഴിഞ്ഞിരുന്ന അദ്ദേഹത്തെ ജീവപര്യന്തം തടവിന് ശിക്ഷിച്ച് ആൻഡമാനിലേക്ക് നാടുകടത്തി. അവിടെ ഒന്നും രണ്ടും നിരാഹാര സമരത്തിൽ പങ്കെടുത്ത അദ്ദേഹം 1937 ൽ സ്വദേശത്തേക്ക് മടങ്ങിയെങ്കിലും അറസ്റ്റിലാവുകയും 1946 വരെ ജയിലിൽ കഴിയുകയും ചെയ്തു. ആകെ 17 വർഷം തടവ് ശിക്ഷ അനുഭവിക്കേണ്ടതായിവന്നു.[30]

ജയ്ദേവ് കപൂർ

മഹാവീർ സിങ്ങിന്റെയും ശിവ വർമ്മയുടെയും സഖാവായിരുന്നു ജയ്ദേവ് കപൂർ. 1928 സെപ്റ്റംബർ 8–9 തീയതികളിൽ ഡൽഹിയിലെ കോട്‌ല ഫിറോസ്ഷായിൽ നടന്ന വിപ്ലവകാരികളുടെ രഹസ്യ യോഗത്തിൽ അദ്ദേഹം പങ്കെടുത്തു. ഭഗത് സിങ്ങിനും ബടുകേശ്വർ ദത്തിനും നിയമനിർമ്മാണ സഭയുടെ സന്ദർശക ഗാലറിയിൽ പ്രവേശിക്കാൻ പാസുകൾ ഏർപ്പാടാക്കി, അവിടെനിന്ന് ബോംബേറ് നടത്തി. 1930 ലെ ലാഹോർ ഗൂഢാലോചന കേസിൽ അദ്ദേഹത്തെ അറസ്റ്റു ചെയ്യുകയുണ്ടായി. ജീവപര്യന്തം തടവിന് ശിക്ഷിക്കപ്പെട്ട് അദ്ദേഹത്തെ 1933 ൽ സെല്ലുലാർ ജയിലിലേക്ക് അയച്ചുവെങ്കിലും 1938 ൽ അദ്ദേഹത്തെ ഇന്ത്യൻ ജയിലിലേക്ക് തിരിച്ചയച്ചു.[31]

ഈ മണ്ണിൽ ഏറ്റവും വലിയ ശക്തിയായി നിലകൊണ്ട ബ്രിട്ടനെ വെല്ലുവിളിക്കാനുള്ള ദൃഢനിശ്ചയത്തിൽ ഉറച്ചുനിന്ന ഏതാനും വീരന്മാരുടെ മാത്രം ത്യാഗപൂർണ്ണമായ സമര ജീവിതത്തിന്റെ വിവരണമാണ് മുകളിൽ പറഞ്ഞിരിക്കുന്നത്. ഒരുപക്ഷേ, ഇത് അവസാനിക്കാത്ത ഒരു പട്ടികയായിരിക്കാം. 1931 മാർച്ച് 23 ന് ലാഹോർ ജയിലിൽ തൂക്കിലേറ്റപ്പെട്ട ഭഗത് സിങ്, രാജ്ഗുരു, സുഖ്ദേവ് എന്നിവരെപ്പോലെ, ആൻഡമാനിലേക്ക് കൊണ്ടുപോയ സോഷ്യലിസ്റ്റ് റിപ്പബ്ലിക്കൻ ആർമിയിലെ ശിവകുമാറിനെപ്പോലെ, ഇന്ത്യൻ റിപ്പബ്ലിക്കൻ ആർമിയിലെ ഏറ്റവും പ്രായം കുറഞ്ഞ അംഗമായ സുബോധ് റോയിയെപ്പോലെ (1930 ഏപ്രിൽ 18 ന് ചിറ്റഗോങ് ആയുധപ്പുരയിലെ പ്രസിദ്ധമായ കൊള്ളയിൽ പങ്കെടുത്തു), ഇന്നും സ്തുതിപാടകർ പാടി പുകഴ്ത്തിയിട്ടില്ലാത്ത നൂറുകണക്കിന് നായകന്മാർ നമുക്കുണ്ടായിരുന്നു.

കൊളോണിയൽ യജമാനന്മാർക്ക് മുന്നിൽ കീഴടങ്ങുകയും മോചിതനായശേഷം (സെല്ലുലാർ ജയിൽ ശിക്ഷയുടെ 1/5 ഭാഗം പൂർത്തിയാക്കിയ ശേഷം മാത്രം) ബ്രിട്ടീഷ് ഭരണാധികാരികളുടെ തന്ത്രപ്രധാനമായ ലക്ഷ്യങ്ങൾ നിറവേറ്റുന്നതിൽ മുഴുകിയ സവർക്കറെ മാത്രം പോരാട്ട നായകനായി അവതരിപ്പിക്കുന്നത് ഏറെ ദൗർഭാഗ്യകരമാണ്. യഥാർത്ഥത്തിൽ ബ്രിട്ടീഷ് സാമ്രാജ്യത്വത്തെ വെല്ലുവിളിക്കുകയും കൊളോണിയൽ യജമാനന്മാരുടെ ഭയാനകമായ അടിച്ചമർത്തലിന് കീഴടങ്ങാതെ പോരാടി ജീവൻ ബലിയർപ്പിച്ച രക്തസാക്ഷികളായ വിപ്ലവകാരികളെ അപമാനിക്കുന്നതിനും വീണ്ടും കൊലപ്പെടുത്തുന്നതിനും തുല്യമാണത്.

ഗ്രന്ഥസൂചി

1. SCN Jatar, 'Political shades and stripes' *The Indian Express*, September 1, 2004, Delhi.
2. Ambrish Mishra, 'Saffron brigade reloads Savarkar for ballot battle', *The Times of India*, August 26, 2004, Delhi.

3. Manini Chatterjee, 'The Kala Pani Story', *The Indian Express*, September 21, 2004, Delhi.
4. Ibid.
5. Ibid.
6. The English translation of Chakravarti's memoirs cited in RC Majumdar, *Penal Settlement in Andamans*, Ministry of Education and Social Welfare (Government of India), Delhi, 1975, p. 237. For English translation of the original memoirs, see: Trailokyanath Chakravorty, *Thirty Years in Prison*, Alpha-Beta Publication, Calcutta, 1963.
7. Ibid.
8. Ibid., pp. 237-8.
9. Ibid., p. 238.
10. Ibid., p. 239.
11. Cited., Ibid.
12. Ibid., p. 240.
13. Ibid.
14. Ibid.
15. Manini Chatterjee, op. cit.
16. Majumdar, op. cit., p. 245.
17. Cited Ibid., pp. 168-169.
18. Cited in Majumdar, Op cited, pp. 184-185.
19. Cited Ibid., p. 187. Ullaskar Dutt's jail memoirs titled *Twelve Years of Prison Life* was published in 1924 by the Arya Publishing House, Calcutta. An extremely brittle copy is available at the National Library, Calcutta.
20. Ibid., p. 244.
21. Ibid., pp. 239, 245.
22. Ibid., p. 246.
23. Ibid., p. 204.
24. Cited., Ibid.
25. Ibid., pp. 164-165. *The Tale of My Exile* was published by Arya Office, Pondicherry in 1922 and perhaps the only copy is available at the National Library, Calcutta.
26. Cited Ibid., pp. 189-191.
27. See Photographs remembering Shaheed Mahavir Singh https://www.facebook.com/Dr.Chaman.JNU/media_set?set=a.2803662509934.100356.1809775413 & Shukla, Anuradha, 'Mahavir Singh:

An unsung national hero', *The Tribune*, October 31, 2005, Chandigarh.

28. Kumar, Pramod, *Hunger-strike in Andamans: Repression and Resistance of Transported Prisoners in Cellular Jail, 12 May-26 June 1933*, Michigan University, 2004.
29. Based on interview with his daughter-in-law and son. Also see Iqbal, Rashida, *Unsung Heroes of Freedom Struggle in Andamans: Who's Who*, Andaman & Nicobar Administration, Port Blair, 2004, p. 147.
30. Iqbal, Rashida, *Unsung Heroes of Freedom Struggle in Andamans: Who's Who*, Andaman & Nicobar Administration, Port Blair, 2004, p. 169-70.
31. Ibid., p. 179-80.

മിത്ത് 3

സവർക്കറുടെ ദയാഹർജി സ്വാതന്ത്ര്യം ഉറപ്പാക്കാനുള്ള ഒരു തന്ത്രം

സവർക്കറുടെ ദയാഹർജികൾ മാതൃരാജ്യത്തിന്റെ വിമോചനത്തിനായി പ്രവർത്തിക്കാൻ സ്വാതന്ത്ര്യം നേടിയെടുക്കാനുള്ള ഒരു തന്ത്രമായിരുന്നു എന്ന് സവർക്കറിസ്റ്റുകൾ വാദിക്കുന്നു;

> ജയിൽ മോചിതനാകാൻ സവർക്കർ ബ്രിട്ടീഷുകാരുമായി സഹകരിച്ചുവെന്നതിന് തെളിവുകളൊന്നുമില്ല. വാസ്തവത്തിൽ, മോചനത്തിനായുള്ള അദ്ദേഹത്തിന്റെ അപേക്ഷ ഒരു തന്ത്രമായിരുന്നു. പുറത്തുള്ള രാഷ്ട്രീയ സംഭവവികാസങ്ങളെക്കുറിച്ച് നന്നായി അറിയാവുന്ന അദ്ദേഹത്തിന് അതിന്റെ ഭാഗമാകാൻ ആഗ്രഹമുണ്ടായിരുന്നു. അതിനാൽ, തന്നെ മോചിപ്പിക്കണമെന്ന് അദ്ദേഹം നിരന്തരം അഭ്യർത്ഥിച്ചു. എന്നാൽ ബ്രിട്ടീഷ് അധികാരികൾക്ക് അദ്ദേഹത്തെ അൽപ്പംപോലും വിശ്വാസമില്ലായിരുന്നു.[1]

ഒരു പ്രമുഖ ആർ എസ് എസ് പ്രവർത്തകൻ പറയുന്നത് ഇപ്രകാരമാണ്.

> ശിവജിയുടെ കടുത്ത അനുയായി എന്ന നിലയിൽ, സവർക്കർ രാജ്യത്തിന്റെ വിമോചനത്തിനായി പ്രവർത്തിച്ചു മരിക്കാൻപോലും ആഗ്രഹിച്ചിരുന്നു. അതിനുവേണ്ടി മാത്രമാണ് അദ്ദേഹം തന്നെ മോചിപ്പിക്കണം എന്നാവശ്യപ്പെട്ടുകൊണ്ട് ആറ് ദയാ ഹർജികൾ ബ്രിട്ടീഷുകാർക്ക് മുന്നിൽ സമർപ്പിച്ചത്.[2]

സവർക്കറുടെ ദയാഹർജികളെ ന്യായീകരിച്ചുകൊണ്ട് ആർ എസ് എസ് സംഘടനയായ *ഓർഗനൈസർ* എഴുതി,

> അദ്ദേഹം ഒരു പ്രധാന തന്ത്രജ്ഞനായിരുന്നു. കൊളോണിയലിസത്തിനെതിരെ പോരാടാൻ രാജ്യം മുന്നിട്ടിറങ്ങുമ്പോൾ, ജയിലിൽ ബ്രിട്ടീഷുകാരാൽ പീഡിപ്പിക്കപ്പെട്ട് തന്റെ ജീവിതത്തിന്റെ ഒരു നല്ല പങ്ക് പാഴാക്കുകയാണെന്ന് അദ്ദേഹത്തിന് തോന്നി. സജീവ രാഷ്ട്രീയത്തിലേക്കും സ്വാതന്ത്ര്യ സമരത്തിലേക്കും തിരിച്ചുവരാൻ വേണ്ടി, ആ വൃത്തികെട്ട ജയിലിൽ നിന്ന് പുറത്തുകടക്കാൻവേണ്ടി മാത്രം അദ്ദേഹം ദയാ ഹർജികൾ സമർപ്പിച്ചിട്ടുണ്ടെങ്കിൽ, അത് തികച്ചും ന്യായമാണ്.[3]

വസ്തുതകൾ

മുഗൾ ഭരണാധികാരികളെ കബളിപ്പിക്കാൻ ശിവജി പ്രയോഗിച്ച തന്ത്രങ്ങൾ എന്താണോ, അതുതന്നെയാണ് സവർക്കറും തന്റെ ദയാ ഹർജികളിലൂടെ പ്രയോഗിക്കാൻ ശ്രമിച്ചത് എന്ന സവർക്കറിസ്റ്റുകളുടെ വാദത്തോളം ഹീനമായ ഒരു നുണ പ്രചാരണം വേറെയുണ്ടാകില്ല. ശിവജിയുടെ പേരുചൊല്ലി ആണയിടുന്ന ഹിന്ദുത്വ ക്യാമ്പ്, ഇവ രണ്ടിനെയും സമാന്തരമായി വരയ്ക്കുന്നത് ഖേദകരമാണ്. സവർക്കറുടെ 1913 ലെയും 1920 ലെയും ദയാഹർജികളുടെ മൂലഗ്രന്ഥം പരിശോധിച്ചാൽ, ഇത്തരമൊരു വാദം മുന്നോട്ടുവെക്കുന്നതിലുള്ള ഹിന്ദുത്വ ക്യാമ്പിന്റെ വഞ്ചന നമുക്ക് ബോദ്ധ്യമാകും. സവർക്കറുടെ ദയാ ഹർജികൾ, ശിവജി മുഗളന്മാർക്ക് എഴുതിയ കത്തുകൾ പോലെയാണെന്ന് ആരെങ്കിലും അവകാശപ്പെടുന്നെങ്കിൽ അത് തികഞ്ഞ മണ്ടത്തരവും ശിവജിയെ പരസ്യമായി അപകീർത്തിപ്പെടുത്തുന്നതിനു തുല്യവുമായിരിക്കും.

വി ഡി സവർക്കർ (കുറ്റവാളി നമ്പർ 32778), 1913 നവംബർ 14 ന് ഗവർണർ ജനറൽ കൗൺസിലിലെ ഹോം അംഗം സർ റെജിനാൾഡ് ക്രാഡോക്ക് ആൻഡമാൻ (ഒക്ടോബർ-നവംബർ, 1913) സന്ദർശിക്കാൻ വന്നപ്പോൾ വ്യക്തിപരമായി സമർപ്പിച്ച ദയാഹർജിയുടെ യഥാർത്ഥ ഉള്ളടക്കം താഴെപ്പറയും പ്രകാരമാണ്. അത് നമ്മിൽ ഞെട്ടൽ ഉളവാക്കുന്നു.

> താഴെപ്പറയുന്ന കാര്യങ്ങൾ താങ്കളുടെ പരിഗണനയ്ക്കായി സമക്ഷത്തിങ്കൽ സമർപ്പിക്കുന്നു:
>
> 1. 1911 ജൂണിൽ ഞാനിവിടെ എത്തിയപ്പോൾ (ആൻഡമാൻ ജയിലിൽ: വിവ.), എന്നോടൊപ്പമുണ്ടായിരുന്ന മറ്റ് തടവുകാർക്കൊപ്പം എന്നെ ചീഫ് കമ്മീഷണറുടെ ഓഫീസിൽ ഹാജരാക്കുകയുണ്ടായി. അവിടെവെച്ച് മറ്റു തടവുകാരിൽനിന്നും വ്യത്യസ്തമായി എന്നെ D എന്ന ഗണത്തിലെ തടവുകാരനാക്കി മാറ്റി. D എന്നാൽ അപകടകാരിയായ തടവുകാരൻ (Dangerous prisoner) എന്നർത്ഥം. അതേത്തുടർന്ന് 6 മാസം പൂർണ്ണമായും ഏകാന്തതടവിൽ കഴിഞ്ഞു. അന്നു മുതൽ കയർ പിരിക്കുന്ന ജോലിക്ക്

എന്നെ നിയോഗിക്കുകയുണ്ടായി, എന്റെ കൈകളിൽ നിന്ന് രക്തം വമിച്ചിട്ട് പോലും പിന്നീട് എണ്ണയാട്ടുന്ന മില്ലിൽ, ജയിലിലെ ഏറ്റവും കാഠിന്യമാർന്ന ജോലിക്ക്, എന്നെ നിയോഗിക്കുകയുണ്ടായി. ഇക്കാലയളവിൽ എന്നോടൊപ്പം വന്നവർക്ക് മോചനം നൽകിയിട്ടും എന്റെ പെരുമാറ്റം അസാധാരണമാം വിധം മികച്ചതായിരുന്നിട്ടുപോലും എന്നെ തടവിൽനിന്നും മുക്തമാക്കിയില്ല. ആ സമയം മുതൽ ഇന്നുവരെ എന്റെ സ്വഭാവം എനിക്ക് കഴിയുംവിധം മെച്ചപ്പെട്ടതായി സംരക്ഷിക്കാൻ ഞാൻ ശ്രമിച്ചിട്ടുണ്ട്.

2. തടവിലെ സ്ഥാനക്കയറ്റത്തിന് അപേക്ഷിച്ചപ്പോൾ, ഞാൻ ഒരു സവിശേഷ തടവുകാരനാണെന്നും അതിനാൽ സ്ഥാനക്കയറ്റത്തിന് അർഹതയില്ലെന്നുമാണ് അറിയിച്ചത്. എന്നാൽ പ്രത്യേക ഭക്ഷണത്തിനോ പ്രത്യേക പരിചരണത്തിനോ ആവശ്യപ്പെട്ടാൽ ഞങ്ങളോട് പറയുക 'നിങ്ങൾ സാധാരണ തടവുകാരായതിനാൽ മറ്റുള്ളവർ കഴിക്കുന്നത് തന്നെ കഴിക്കേണ്ടതാണ്' എന്നാണ്. അതിനാൽ ഞങ്ങളെ സവിശേഷ തടവുകാർ എന്ന ഗണത്തിൽപ്പെടുത്തിയത് സവിശേഷമായ അസൗകര്യങ്ങൾക്ക് വേണ്ടിയാണ് എന്ന് ബഹുമാനപ്പെട്ട അങ്ങ് കാണേണ്ടതുണ്ട്.

3. ഭൂരിപക്ഷം തടവുകാരേയും മോചിപ്പിച്ച അവസരത്തിൽ ഞാനും എന്റെ വിടുതലിനായി അപേക്ഷിക്കുകയുണ്ടായി. രണ്ടോ മൂന്നോ പ്രാവശ്യം എന്നെ ഏകാന്തതടവിന് വിധിച്ചിരുന്നു. കാരണം ഞാൻ അവരുടെ നോട്ടപ്പുള്ളിയായിരുന്നു. എന്നെ ഏകാന്തതടവിൽ നിന്നും വിമോചിപ്പിക്കാനുള്ള കല്പന വന്നപ്പോഴാകട്ടെ പുറത്തുള്ള ചില രാഷ്ട്രീയത്തടവുകാർ പ്രശ്നങ്ങളിൽ പെടുകയും, എന്നാൽ അവരുടെ നോട്ടപ്പുള്ളി ആയതുകൊണ്ടു മാത്രം എന്നെ അതിന്റെ പേരിൽ അകത്തിടുകയും ചെയ്തു.

4. ഇന്ത്യൻ ജയിലുകളിൽ ആയിരുന്നെങ്കിൽ ഒരുപക്ഷേ, കുറേക്കൂടി സ്വതന്ത്രനാക്കപ്പെടുകയും വീട്ടിലേക്ക് എഴുത്തുകൾ അയയ്ക്കാനും സന്ദർശകരെ കാണുവാനും കഴിയുമായിരുന്നു. ഞാൻ നാടുകടത്തപ്പെട്ടവൻ ആയിരുന്നെങ്കിൽ ഇക്കാലംകൊണ്ട് എളുപ്പത്തിൽ ഈ ജയിലിൽനിന്നും കുറ്റവിമുക്തനായി മോചിക്കപ്പെടുകയും ടിക്കറ്റിനും അവധിക്കുംവേണ്ടി കാത്തിരിക്കുകയും ചെയ്തേനെ. പക്ഷേ, ഇപ്പോൾ ഇന്ത്യൻ ജയിലിലെ ആനുകൂല്യങ്ങളോ കോളനി റെഗുലേഷന്റെ ആനുകൂല്യങ്ങളോ ഫലത്തിൽ എനിക്ക് ലഭിക്കുന്നില്ല. അതേ സമയം ഈ രണ്ട് നിയമങ്ങളുടേയും മോശപ്പെട്ട ഫലങ്ങൾ അനുഭവിക്കുന്നുണ്ടുതാനും.

5. അതിനാൽ ബഹുമാനപ്പെട്ട അങ്ങ് എന്നെ പ്രതിഷ്ഠിച്ചിട്ടുള്ള

ഈ ദുർഘടസന്ധിക്ക് അന്ത്യംകുറിക്കാൻ ദയവുണ്ടാകണം. ഒന്നുകിൽ എന്നെ ഇന്ത്യൻ ജയിലുകളിലേക്ക് അയക്കുകയോ അല്ലെങ്കിൽ മറ്റേത് തടവുകാരനെപ്പോലെയും നാടുകടത്തപ്പെട്ടവനായി എന്നെ കണക്കാക്കുകയോ ചെയ്യണം. ലോകത്തിലെ ഏത് സ്വതന്ത്ര രാജ്യത്തേയും പരിഷ്കൃതമായ ഒരു പൊതുഭരണ സമ്പ്രദായത്തിൽ നിന്ന് ഒരു രാഷ്ട്രീയ തടവുകാരൻ പ്രതീക്ഷിക്കുന്നതെന്തോ, അതുപോലും ഞാൻ ആവശ്യപ്പെടുന്നില്ല. മറിച്ച് ഏറ്റവും മോശപ്പെട്ട തടവുകാർക്കും സ്ഥിരമായി കുറ്റകൃത്യങ്ങളിൽ ഏർപ്പെടുന്ന കുറ്റവാളികൾക്കും നൽകുന്ന ഇളവുകൾ മാത്രമാണ് ഞാൻ ആവശ്യപ്പെടുന്നത്. ഈ ജയിലിൽ എന്നന്നേക്കുമായി എന്നെ തളച്ചിടാനുള്ള പദ്ധതി ജീവനും ശുഭപ്രതീക്ഷയും നിലനിർത്തുന്ന ഏതെങ്കിലും സാദ്ധ്യതയെപ്പറ്റി അങ്ങേയറ്റം നിരാശ മാത്രമാണ് എനിക്ക് നൽകുന്നത്. ഹ്രസ്വകാല തടവുകാരെ സംബന്ധിച്ച് കാര്യങ്ങൾ വ്യത്യസ്തമാണ്. പക്ഷേ സാർ, മുഖത്ത് തുറിച്ച് നോക്കുന്ന 50 വർഷങ്ങളാണ് എനിക്ക് വിധിച്ചിട്ടുള്ളത്. ഏറ്റവും മോശപ്പെട്ട കുറ്റവാളികൾക്ക് പോലും നൽകുന്ന, അവരുടെ തടവുജീവിതത്തെ അയത്നലളിതമാക്കുന്ന ഇളവുകൾ എനിക്ക് നിഷേധിക്കപ്പെടുമ്പോൾ എങ്ങനെയാണ് ഇടുങ്ങിയ തടവറയിൽ കിടന്നുകൊണ്ട് ഇത്രയും വർഷം, മറികടക്കാനാവശ്യമായ ധാർമ്മികമായ ഊർജ്ജം സംഭരിക്കാനാകുക?

അതിനാൽ ഒന്നുകിൽ എന്നെ ഇന്ത്യൻ ജയിലുകളിലേക്ക് അയയ്ക്കുക. അവിടെ എനിക്ക്

(എ) മോചനം അല്ലെങ്കിൽ,

(ബി) നന്നാലുമാസത്തിലൊരിക്കൽ ബന്ധുജനങ്ങളെ കാണാനുള്ള അവസരം ലഭിക്കും. ദൗർഭാഗ്യവശാൽ ജയിലിലായിപ്പോയവർക്ക് അറിയാം അവരുടെ ബന്ധുമിത്രാദികളെ ഇടയ്ക്കിടെ കാണാൻ കഴിയുന്നത് എത്രമാത്രം അനുഗ്രഹീതമായ ഒന്നാണെന്നത്.

(സി) 14 വർഷത്തിന് ശേഷം മോചനം ലഭിയ്ക്കുക എന്നത് ധാർമ്മികമായ, നിയമപരമായല്ലെങ്കിലും, അവകാശം കൂടിയാണ്.

(ഡി) അതുപോലെ തന്നെ കത്തുകൾ എഴുതാനും മറ്റുമുള്ള ചെറിയ അവകാശങ്ങളും. ഇനി എന്നെ ഇന്ത്യൻ ജയിലുകളിലേക്ക് അയയ്ക്കുന്നില്ലെങ്കിൽ മറ്റേത് കുറ്റവാളിയേയും പോലെ 5 വർഷത്തിനുശേഷം എന്റെ കുടുംബത്തെ സന്ദർശിക്കാനായി ലീവ് അനുവദിച്ച് ശുഭാപ്തി വിശ്വാസത്തോടെ ജയിലിന് പുറത്തേക്ക് അയക്കേണ്ടതാണ്.

ഇത് അനുവദിക്കുകയാണെങ്കിൽ, അവശേഷിക്കുന്ന ഒരേ ഒരു പരാതി, സ്വന്തം തെറ്റുകുറ്റങ്ങൾക്കല്ലാതെ മറ്റുള്ളവരുടെ തെറ്റ് കുറ്റങ്ങൾക്ക് ഞാൻ ഉത്തരവാദിയല്ല എന്നതാണ്. എല്ലാ മനുഷ്യ രുടേയും അടിസ്ഥാന അവകാശത്തിനുവേണ്ടി അഭ്യർത്ഥിക്കുക എന്നത് തീർച്ചയായും ദയനീയമായ ഒന്നാണ്. ഒരുവശത്ത് പ്രവർത്തനനിരതരും അസ്വസ്ഥരുമായ പത്തിരുപത് ചെറുപ്പക്കാർ, മറുവശത്ത് ഒരു കുറ്റവാളിസമൂഹത്തിനു മേലുള്ള നിയന്ത്രണങ്ങൾ. ചിന്തയുടേയും ആവിഷ്കാരത്തിന്റേയും സ്വാതന്ത്ര്യങ്ങളെ സാദ്ധ്യമായ ഏറ്റവും ഇടുങ്ങിയതാക്കിത്തീർക്കുക എന്നതാണ് നിയന്ത്രണങ്ങളുടെ സ്വഭാവം. ഇതെല്ലാം കൊണ്ട് അവരിൽ ചിലർ ഒന്നോ രണ്ടോ നിയന്ത്രിത ചട്ടങ്ങളെ ലംഘിച്ചിട്ടുണ്ടാവാം.

അവസാനമായി ബഹുമാനപ്പെട്ട അങ്ങയോട്, 1911 ൽ ഞാൻ അയച്ച ദയാഹർജിയിലൂടെ കടന്നുപോകുന്നത് നന്നായിരിക്കുമെന്ന് ഓർമ്മിപ്പിക്കുന്നു. അത് അനുവദിച്ചു കിട്ടാൻ ഇന്ത്യൻ ഗവൺമെന്റിന് അയച്ചുകൊടുക്കുകയുണ്ടായോ? ഇന്ത്യൻ രാഷ്ട്രീയത്തിലുണ്ടായ പുതിയ വികാസങ്ങളും അവയോട് ഗവൺമെന്റ് എടുക്കുന്ന സൗഹാർദ്ദപൂർവ്വമായ നയങ്ങളും ഭരണഘടനാപരമായ രീതികൾ ഒന്നുകൂടി തുറന്നു കാട്ടുന്നുണ്ട്. ഇന്ന് ഇന്ത്യയുടെ നന്മയും മനുഷ്യത്വവും ഉള്ളിലുള്ള ഒരാളും മുൾപ്പാതകളിലേക്ക് അന്ധമായി എടുത്തു ചാടില്ല. 1906–'07 ലെ ആവേശോജ്ജ്വലവും അതേ സമയം നിരാശാജനകവുമായ അക്കാലം ഞങ്ങളെ സമാധാനത്തിന്റേയും പുരോഗതിയുടേയും പാതയിൽ നിന്ന് വ്യതിചലിപ്പിച്ചു. അതിനാൽ ഗവൺമെന്റ് അതിന്റെ ഉദാരതയാലും കരുണയാലും എന്നെ വിമോചിപ്പിക്കുകയാണെങ്കിൽ, ഭരണഘടനാപരമായ പുരോഗതി യുടേയും ആ പുരോഗതിക്ക് കാരണമായ ഇംഗ്ലീഷ് ഗവൺമെന്റി നോടുള്ള വിധേയത്വത്തിന്റേയും ഏറ്റവും ശക്തനായ വക്താക്കളിൽ ഒരാളല്ലാതെ മറ്റാരും ആയിരിക്കില്ല ഞാൻ. ഞങ്ങൾ ജയിലിൽ ആയിരിക്കുന്നിടത്തോളം കാലം പൊന്നുതമ്പുരാന്റെ നൂറുകണക്കിനും ആയിരക്കണക്കിനുമുള്ള ഇന്ത്യൻ പ്രജകളുടെ വീടുകളിൽ ശരിയായ ആഹ്ലാദമോ സന്തുഷ്ടിയോ ഉണ്ടായിരിക്കില്ല. കാരണം രക്തം വെള്ളത്തേക്കാൾ കട്ടിയുള്ളതാണ്. അതേസമയം ഞങ്ങൾ വിമോചിതരാകുകയാണെങ്കിൽ, ജനങ്ങൾ സന്തോഷത്തി ന്റേയും നന്ദിയുടേയും ഉദ്ഘോഷം, എങ്ങനെ ശിക്ഷിക്കണം പ്രതി കാരം ചെയ്യണം എന്നതിനപ്പുറം എങ്ങനെ തെറ്റുതിരുത്തിപ്പിക്ക ണമെന്നും പൊറുക്കണമെന്നും അറിയുന്ന ഗവൺമെന്റിന് നേരെ, സ്വാഭാവികമായി ഉയർത്തും. അതിലുപരിയായി ഭരണഘടനയ്ക്ക് വിധേയപ്പെടാനുള്ള എന്റെ മനംമാറ്റം എന്നെ മാർഗ്ഗദർശിയായി ക്കാണുന്ന ഇന്ത്യയിലും വിദേശത്തുമുള്ള നിരവധി വഴിതെറ്റിയ

> ചെറുപ്പക്കാരെ മടക്കിക്കൊണ്ടുവരും. ഗവൺമെന്റ് ആഗ്രഹിക്കുന്നതനുസരിച്ച് ഏത് തരത്തിൽ സേവിക്കാനും ഞാൻ തയ്യാറാണ്. കാരണം എന്റെ മനംമാറ്റം പരിപൂർണ്ണമാണ്. ഭാവിയിൽ എന്റെ പെരുമാറ്റവും അങ്ങനെത്തന്നെയായിരിക്കും എന്ന് ഞാൻ കരുതുന്നു. എന്നെ ജയിലിൽ തന്നെ പിടിച്ചിടുന്ന അവസ്ഥയെ മറ്റേത് അവസ്ഥയുമായി താരതമ്യപ്പെടുത്തിയിട്ടും കാര്യമില്ല. ഞങ്ങളുടെ തമ്പുരാന് ദയാനിർഭരനായിരിക്കാൻ കഴിവുണ്ടായിരിക്കേ, മുടിയനായ പുത്രൻ ഗവൺമെന്റിന്റെ രക്ഷാകർത്തൃത്വത്തിന്റെ വാതിലുകളിലേക്കല്ലാതെ മറ്റെങ്ങോട്ടാണ് മടങ്ങുക? ബഹുമാന്യനായ അങ്ങ് ഇക്കാര്യങ്ങൾ ഗൗരവത്തിലെടുക്കുമെന്ന് ഞാൻ പ്രത്യാശിക്കുന്നു.

ദയാഹർജികൾ സമർപ്പിക്കുന്നതിൽ തെറ്റൊന്നുമില്ല

സെല്ലുലാർ ജയിലിലെ തടവുകാർ, ബ്രിട്ടീഷ് ഉദ്യോഗസ്ഥർക്ക് രേഖാമൂലം നിവേദനം നൽകുന്നത് ഒരു തെറ്റായ കാര്യമല്ല. വാസ്തവത്തിൽ, ഇത് തടവുകാരുടെ നിയമപരമായ അവകാശമായിരുന്നു. സവർക്കർ മാത്രമായിരുന്നില്ല മറ്റ് വിപ്ലവകാരികളും ഇത്തരത്തിലുള്ള നിവേദനങ്ങൾ ബ്രിട്ടീഷ് സർക്കാരിന് മുന്നിൽ സമർപ്പിച്ചിട്ടുണ്ട്. ക്രാഡോക്ക് സെല്ലുലാർ ജയിൽ സന്ദർശിക്കാനായി വന്നപ്പോൾ ഹൃഷി കേശ് കാഞ്ചിലാൽ, ബരീന്ദ്ര കുമാർ ഘോഷ്, നന്ദഗോപാൽ എന്നിവരും സവർക്കറിനൊപ്പം അദ്ദേഹത്തിന് മുന്നിൽ ഹർജികൾ സമർപ്പിച്ചിരുന്നു. എന്നിരുന്നാലും, വ്യക്തിസ്വാതന്ത്ര്യത്തിനു പകരമായി, തങ്ങളുടെ ഉള്ളിലെ വിപ്ലവത്തെപോലും ഉപേക്ഷിക്കാൻ തയ്യാറാണ് എന്ന് ബ്രിട്ടീഷുകാരോട് അഭ്യർത്ഥിച്ചത് സവർക്കറും ബരീന്ദ്ര ഘോഷും (അരബിന്ദോ ഘോഷിന്റെ സഹോദരൻ) മാത്രമാണ്. സവർക്കറെപ്പോലെ ബരീന്ദ്രയും ക്രാഡോക്കിനോട് ഇപ്രകാരം അഭ്യർത്ഥന നടത്തിയിട്ടുണ്ട്:

> ഗവൺമെന്റിന്റെ പ്രതിനിധിയായ മാന്യ ഹാർഡിജിന്റെ പരിഗണയ്ക്കായി, എത്രയും ബഹുമാനത്തോടെയും വിനയാന്വിതമായും സമർപ്പിക്കുന്ന ഈ എളിയ അപേക്ഷയിൽ അങ്ങ് കാരുണ്യമുള്ളവനായിരിക്കുമെന്ന് ഞാൻ പ്രതീക്ഷിക്കുന്നു. 20 വർഷത്തെ ഈ ശിക്ഷ എനിക്ക് വധശിക്ഷയ്ക്ക് തുല്യമാണെന്ന് ഞാൻ പ്രസ്താവിക്കട്ടെ. കൂടാതെ ഇവിടെയും അലിപൂർ ജയിലിലും ജയിൽ ജീവിതത്തിന്റേതായ എല്ലാ ദുരിതങ്ങളും ഞാൻ അനുഭവിച്ചിട്ടുണ്ട്. ജയിൽ ഉദ്യോഗസ്ഥന്മാർ എത്രയും ദയയും സഹാനുഭൂതിയും ഉള്ളവരാണെങ്കിൽ കൂടിയും അങ്ങയുടെ കൃപയില്ലെങ്കിൽ എനിക്ക് മോചനം ലഭിക്കുകയില്ല. പരമകാരുണികനായ രാജാവിന്റെ കിരീടധാരണ വേളയിൽ, മാപ്പ് ലഭിക്കുമെന്ന ഞങ്ങളുടെ പ്രതീക്ഷകൾ പൂർത്തീകരിക്കപ്പെട്ടില്ല. താങ്കളെപ്പോലെ ആദരണീയനായ ഒരു

> സന്ദർശകന്റെ സാന്നിദ്ധ്യം ആ നിർജ്ജീവമായ പ്രതീക്ഷയെ ഞങ്ങളുടെ ഹൃദയങ്ങളിൽ പുനരുജ്ജീവിപ്പിച്ചു. റഷ്യയിലെ സ്വേച്ഛാധിപത്യ ഗവൺമെന്റ് എല്ലാ രാഷ്ട്രീയ തടവുകാർക്കും തുടരെ രാഷ്ട്രീയ മാപ്പ് നൽകിയിട്ടുണ്ടല്ലോ. നാഗരികതയുടെയും സംസ്കാരത്തിന്റെയും വെളിച്ചം വീശുന്ന യുവാക്കളുടെ മുൻകാല വിവേചനങ്ങൾ നമ്മുടെ സർക്കാർ അവഗണിക്കുമെന്ന് ഞങ്ങൾക്ക് ഉറപ്പുണ്ട്. എല്ലാ പ്രക്ഷോഭങ്ങളിൽനിന്നും വിട്ടു നിൽക്കാനും അദ്ദേഹത്തിന്റെ (രാജാവിന്റെ) ചെറിയ താൽപ്പര്യങ്ങളെപ്പോലും അനുസരിക്കുവാനും അദ്ദേഹം ആഗ്രഹിക്കുന്നിടത്ത് തന്നെ തുടരുന്നതിനും ഞാൻ ബാദ്ധ്യസ്ഥനായിരിക്കും. ഇതിൽക്കൂടുതലൊന്നും എനിക്ക് ഇതുപോലുള്ള ഒരു ഹർജിയിൽ കൂടി ബോധിപ്പിക്കാനില്ല![5]

ബരീന്ദ്ര ഘോഷിന്റെ ഹർജി വ്യക്തിപരമായ ദയാഹർജി കൂടിയായിരുന്നെങ്കിലും നമ്മൾ മുൻപ് കണ്ടതുപോലെ, സവർക്കറുടെ സമ്പൂർണ്ണവും സമഗ്രവുമായ കീഴടങ്ങലുമായി താരതമ്യപ്പെടുത്തുമ്പോൾ, അത് ഒന്നുമല്ല എന്നത് ശ്രദ്ധേയമാണ്.

സവർക്കറിനേയോ ബരീന്ദ്രനേയോ പോലെയായിരുന്നില്ല വിപ്ലവകാരികളായ ഹൃഷി കേശ് കാഞ്ജിലാലും ഗോപാലും. അവർ വ്യക്തിപരമായ ആനുകൂല്യങ്ങൾക്കായി അപേക്ഷിക്കുന്നതിനുപകരം മുഴുവൻ രാഷ്ട്രീയ തടവുകാരോടും മനുഷ്യത്വപരമായി ഇടപെടണമെന്ന് ആവശ്യപ്പെട്ടു. തങ്ങളുടെ ഭൂതകാല രാഷ്ട്രീയ പ്രവർത്തനത്തിൽ യാതൊരു പശ്ചാത്താപവും അവർക്കുണ്ടായിരുന്നില്ല. സെല്ലുലാർ ജയിലിൽ രാഷ്ട്രീയ തടവുകാർ നേരിടുന്ന പൊതു പീഡനത്തെക്കുറിച്ച് പരാമർശിക്കവേ, കാഞ്ചിലാൽ – അയാൾ വളരെയധികം കഷ്ടപ്പാടുകൾ അനുഭവിച്ചിട്ടുണ്ടെങ്കിൽ കൂടിയും – മറ്റുള്ളവർക്ക് വേണ്ടി ഇപ്രകാരം എഴുതി,

> എന്റെ പല സഹ തടവുകാരും [sic] ജയിലിനുള്ളിൽ എന്നെക്കാൾ കൂടുതൽ കഷ്ടപ്പെട്ടിരുന്നു. എന്നോടൊപ്പമുണ്ടായിരുന്ന ഒരാൾ ആത്മഹത്യ ചെയ്തു, മറ്റൊരാൾ ഭ്രാന്തനായി. ജയിലിൽ ഞങ്ങളോടുള്ള പെരുമാറ്റം അത്രയ്ക്ക് നീചവും ക്രൂരവുമായിരുന്നു.[6]

അദ്ദേഹത്തിന്റെ ഹർജിയിൽ വ്യക്തിപരമായ എന്തെങ്കിലും ഉണ്ടെങ്കിൽ, അത് ഇപ്രകാരമാണ്, 'എന്നെ ഇന്ത്യൻ ജയിലുകളിലേക്ക് അയക്കുന്നതിൽ സർക്കാരിന് താല്പര്യമില്ലെങ്കിൽ, ഇന്ത്യൻ ജയിലുകളിലെ കുറ്റവാളികൾക്ക് എല്ലായ്പ്പോഴും ലഭിക്കുന്ന എല്ലാ അവകാശങ്ങളും സർക്കാർ എനിക്കും നൽകണം...'[7]

അലഹബാദിലെ സ്വരാജ് പത്രത്തിന്റെ എഡിറ്ററായ നന്ദ ഗോപാലിനെ രാജ്യദ്രോഹപരമായി എഴുതി എന്ന കുറ്റത്തിന് ജീവപര്യന്തം തടവിന് ശിക്ഷിച്ചു. അദ്ദേഹവും വ്യക്തിപരമായ ഒരു അപേക്ഷയും തന്റെ

ഹർജിയിൽ പരാമർശിച്ചിരുന്നില്ല, കാഞ്ചിലാലിനെപ്പോലെ തന്നെ, സെല്ലുലാർ ജയിലിൽ രാഷ്ട്രീയ തടവുകാർ നേരിടുന്ന ഭീകരമായ പീഡനമാണ് പ്രധാനമായി ഉന്നയിച്ചിരുന്നത്. അദ്ദേഹം എഴുതി:

> ഞങ്ങളുടെ ഉള്ളിലെ വിപ്ലവത്തിന്റെ വിത്തുകളില്ലാതാക്കാൻ വേണ്ടി ഞങ്ങളുടെ ജീവിതം ശോചനീയവും ദുരിതപൂർണ്ണവുമാക്കരുതെന്ന് ലോകത്തിലെ ഏറ്റവും ശക്തമായ ഗവൺമെന്റിന്റെ ഉദ്യോഗസ്ഥരോടും പ്രത്യേകമായി, ഇന്ത്യൻ സർക്കാരിനോടും ഞാൻ അഭ്യർത്ഥിക്കുന്നു. ക്രിസ്തുമതത്തിനെതിരായി അതിന്റെ ശത്രുക്കൾ നടത്തുന്ന മതപരമായ പീഡാനുഭവങ്ങൾ മൂലം ഈ ഭൂമുഖത്തുനിന്ന് അത് ഇല്ലാതായിട്ടില്ലായെങ്കിൽ, തീർച്ചയായും രാഷ്ട്രീയ രക്തസാക്ഷിത്വവും ഭാരതമെന്ന പുണ്യഭൂമിയിൽനിന്നും ഇന്ത്യൻ ദേശീയതയെ ഉന്മൂലനം ചെയ്യുകയില്ല.[8]

സവർക്കറിനെക്കുറിച്ചും അദ്ദേഹത്തിന്റെ രാഷ്ട്രീയത്തെക്കുറിച്ചും ഗവേഷകനായ ആർ രവിശങ്കർ പറയുന്നു:

> ഒരു ദയാഹർജി നല്കിയതുകൊണ്ട് അദ്ദേഹം ഒരു തരത്തിലും ഹീറോ അല്ലാതാകുന്നില്ല. തന്റെ ആരാദ്ധ്യ പുരുഷന്മാരിലൊരാളായ ഛത്രപതി ശിവാജി [sic] ശത്രുവിനെ കബളിപ്പിച്ചതുപോലെ, സ്വാതന്ത്ര്യ സമരത്തിൽ വീണ്ടും സജീവമായി സ്വയം അർപ്പിക്കാൻ, ബ്രിട്ടീഷുകാരെ കബളിപ്പിച്ച് മോചനം നേടാൻ അദ്ദേഹം ശ്രമിച്ചിരിക്കാം. 1939 ഒക്ടോബറിൽ, ലിൻലിത്ഗോ പ്രഭുവുമായുള്ള കൂടിക്കാഴ്ചയ്ക്കിടെ അദ്ദേഹം അതിശയകരമായ മലക്കം മറിച്ചിൽ നടത്തിയപ്പോൾ അത്തരം പ്രതീക്ഷകൾ അസ്തമിച്ചു: 'ഇപ്പോൾ തങ്ങളുടെ താൽപ്പര്യങ്ങൾ ഒന്നായിരിക്കുന്നതിനാൽ, ഹിന്ദുമതവും ഗ്രേറ്റ് ബ്രിട്ടനും സുഹൃത്തുക്കളായിരിക്കേണ്ടത് അത്യാവശ്യമാണ്. ആ പഴയ വിരോധം ഇനി ആവശ്യമില്ല....' ഇപ്രകാരം ജയിൽ മോചിതനായ ശേഷം സ്വാതന്ത്ര്യത്തിനായുള്ള രാഷ്ട്രീയ തടവുകാരുടെ സമരത്തിൽ പങ്കെടുക്കാതിരുന്നതിന് കണ്ടെത്തിയ കാരണം അദ്ദേഹത്തിന്റെ കാപട്യത്തെ പുറത്തുകൊണ്ടുവന്നു.[9]

സവർക്കർ തന്റെ മോചനത്തിനായുള്ള വ്യവസ്ഥകൾ പൂർണ്ണ മനസ്സോടെ സ്വീകരിച്ചു

ധനഞ്ജയ് കീർ എഴുതിയ സവർക്കറുടെ ജീവചരിത്രത്തെ *വീർ സവർക്കർ* ഔദ്യോഗിക ജീവചരിത്രം എന്ന് വിശേഷിപ്പിക്കാം. നിരവധി പഠനങ്ങളെ അടിസ്ഥാനമാക്കിയാണ് കീർ ഈ ജീവചരിത്രം എഴുതിയതെന്നും സവർക്കർ തന്നെയാണ് ഇവ എനിക്ക് നൽകിയതെന്നും ചില

വിവരങ്ങൾ അദ്ദേഹവുമായുള്ള അഭിമുഖത്തിൽനിന്നും ലഭ്യമായിട്ടുള്ളവയാണന്നും പുസ്തകത്തിന്റെ ആമുഖത്തിൽ തന്നെ വ്യക്തമാക്കിയിരുന്നു.'[10]

ഈ പുസ്തകം, സവർക്കറുടെ മോചനത്തെക്കുറിച്ചുള്ള യഥാർത്ഥ വിശദാംശങ്ങൾ അവതരിപ്പിക്കുമ്പോൾ, ബ്രിട്ടീഷുകാരും സവർക്കറും തമ്മിൽ നടന്ന അനിഷ്ടകരമായ ചില ഇടപാടുകളിലേക്കും വെളിച്ചം വീശുന്നു. 1924 ൽ സവർക്കറുടെ മോചനത്തെക്കുറിച്ച് പരാമർശിക്കുന്നിടത്ത് ജീവചരിത്രം ഇങ്ങനെ വായിക്കപ്പെടുന്നു:

> സാഹചര്യങ്ങൾ അദ്ദേഹത്തിന് അനുകൂലമായി തുടങ്ങി. ഇപ്പോൾ, സോളിസിറ്റർ ജനറലെന്ന നിലയിൽ, ഇംഗ്ലണ്ടിൽ സവർക്കറെ കൈമാറുന്നതിനുള്ള വിചാരണയ്ക്ക് നേതൃത്വം വഹിക്കുന്ന, ലോർഡ് റീഡിങ് – സർ റൂഫസ് ഐസക്കിന് (ഇന്ത്യയിലെ ഗവർണർ ജനറലായിരുന്നു). സവർക്കറോട് സഹതാപം തോന്നിയിരിക്കണം. ബോംബെ ഗവർണറായ ഹിസ് എക്സലൻസി സർ ജോർജ്ജ് ലോയ്ഡ്, തന്റെ കൗൺസിലർമാർക്കൊപ്പം സവർക്കറുമായി അഭിമുഖം നടത്തി. സെല്ലുലാർ ജയിലിലെ ജയിൽ സൂപ്രണ്ടായിരുന്ന (ഐ എം എസ്) ലെഫ്റ്റനന്റ് കേണൽ ജെ എച്ച് മുറെ (ഇപ്പോൾ യേർവാദയിലെ ജയിൽ സൂപ്രണ്ടാണ്), സവർക്കറും എച്ച് ഇയും തമ്മിൽ നടത്തിയ ചർച്ചകളുടെ വെളിച്ചത്തിലാണ് മോചനത്തിനുള്ള വ്യവസ്ഥകൾ എഴുതി തയ്യാറാക്കിയത്. ഗവർണർ, അന്നത്തെ ഹോം അംഗം, എ മോണ്ട്ഗോമറിയും ഒപ്പമുണ്ടായിരുന്നു. ഹർജിയിൽ ചില തിരുത്തലുകൾ വരുത്തിയ ശേഷം, വ്യവസ്ഥകൾ അംഗീകരിക്കുകയും; 1923 ഡിസംബർ 27 ന് സവർക്കർ ഈ വ്യവസ്ഥയിന്മേൽ ഒപ്പുവച്ചുകൊണ്ട്, 1924 ജനുവരി 6 ന് യേർവാദ ജയിലിൽനിന്നും സോപാധികമായി മോചിപ്പിക്കപ്പെടുകയുമുണ്ടായി. നിബന്ധനകൾ ഇപ്രകാരമായിരുന്നു:
>
> അഞ്ച് വർഷത്തേക്ക് സവർക്കർ രത്നഗിരി ജില്ലയിൽ തന്നെ താമസിക്കണം; സർക്കാരിന്റേയോ, അടിയന്തര സാഹചര്യത്തിൽ ജില്ലാ മജിസ്ട്രേറ്റിന്റേയോ അനുമതിയില്ലാതെ ആ ജില്ലയുടെ പരിധിക്കപ്പുറത്തേക്ക് പോകരുത്; പരസ്യമായോ രഹസ്യമായോ സർക്കാരിന്റെ സമ്മതമില്ലാതെ ഒരു രാഷ്ട്രീയ പ്രവർത്തനത്തിലും ഏർപ്പെടാൻ പാടില്ല. കാലാവധി അവസാനിക്കുന്നതനുസരിച്ച് ഇത്തരം നിയന്ത്രണങ്ങൾ സർക്കാരിന്റെ വിവേചനാധികാരത്തിൽ പുതുക്കുന്നതാണ്.[11]

ബ്രിട്ടീഷ് ഭരണാധികാരികൾക്ക് സവർക്കർ നൽകിയ അവസാനത്തെ രേഖാമൂലമുള്ള കരാറായിരുന്നില്ല ഇത്. കീർ എഴുതിയ അദ്ദേഹത്തിന്റെ ജീവചരിത്രം, 1934 ൽ അദ്ദേഹം സമർപ്പിച്ച മറ്റൊരു ഹർജിയുടെ വിശദാം

ശങ്ങൾ നൽകുന്നു:

> 1934 മെയ് മാസത്തിൽ, രത്നഗിരിയിൽ നിന്നുള്ള ഒരു സംഘട്ടനിസ്റ്റായ [ഹിന്ദു മഹാസഭ അംഗം] വാമൻറാവു ചവാൻ ബോംബെയിലെ സ്വീറ്റ്ലാന്റിലെ സൈനിക ഉദ്യോഗസ്ഥനുനേരെ വെടിയുതിർത്തതുമായി ബന്ധപ്പെട്ട് സവർക്കർ വീണ്ടും അറസ്റ്റിലാവുകയും രണ്ടാഴ്ച തടവിൽ കിടക്കുകയും ചെയ്തു. 1934 മെയ് 8 ന് രത്നഗിരി ജയിലിൽ നിന്ന് സവർക്കർ ഇങ്ങനെ എഴുതി, 'കുറ്റാരോപിതരായ വാമൻ ചവാൻ, ഗജന്നൻ ദാംലെ എന്നിവരുമായി തനിക്ക് യാതൊരു ബന്ധവുമില്ല; ചവാൻ ഒരു ട്രങ്ക് പെട്ടി തന്റെ മുറിയിൽ സൂക്ഷിച്ചതിനാലാണ് അറസ്റ്റ് ചെയ്യപ്പെട്ടത്... ഗവൺമെന്റിന്റെ മുൻ അനുമതിയില്ലാത്ത, സാമൂഹികമോ രാഷ്ട്രീയമോ ആയ എല്ലാ പ്രക്ഷോഭങ്ങളിലും പങ്കെടുക്കുന്നത് അവസാനിപ്പിക്കാൻ താൻ തയ്യാറാണെന്നും സവർക്കർ സൂചിപ്പിച്ചു.[12]

സവർക്കറുടെ മനംമാറ്റം

ആർ സി മജുംദാറിനെ ഹിന്ദുത്വ വാദികൾ ഒരു യഥാർത്ഥ ഭാരതീയ (ഇന്ത്യൻ എന്ന് വായിക്കുക) ചരിത്രകാരനായാണ് കണക്കാക്കുന്നത്. ആൻഡമാനിലെ സെല്ലുലാർ ജയിലിനെക്കുറിച്ചുള്ള തന്റെ നാഴികക്കല്ലായ പുസ്തകം, *പീനൽ സെറ്റിൽമെന്റ്*, എഴുതുന്നതിനായി സെല്ലുലാർ ജയിലുമായി ബന്ധപ്പെട്ട ഔദ്യോഗിക രേഖകൾ പരിശോധിക്കുന്നതിനിടയിൽ സവർക്കറിന്റെയും ബരീന്ദ്ര കുമാർ ഘോഷിന്റെയും ദയാഹർജികൾ കണ്ട് അദ്ദേഹം ഞെട്ടിയിരിക്കണം. അദ്ദേഹത്തിന് അഭിപ്രായം പറയാതിരിക്കാൻ കഴിഞ്ഞില്ല.

> ആൻഡമാനിലെ ജയിൽവാസം മഹാന്മാരായ വിപ്ലവ നേതാക്കന്മാരിൽ വലിയ മാറ്റമാണുണ്ടാക്കിയത് എന്ന് നിസ്സംശയം പറയാം. ബ്രിട്ടീഷ് ഗവൺമെന്റിനോടുള്ള അവരുടെ മനോഭാവവും വിപ്ലവത്തിലൂടെയോ രഹസ്യ ഗൂഢാലോചനയിലൂടെയോ കൊളോണിയൽ ഭരണത്തെ ഇല്ലാതാക്കുക എന്ന അവരുടെ വീക്ഷണവും സമൂലമായ മാറ്റങ്ങൾക്ക് വിധേയമായിരുന്നു.[13]

സെല്ലുലാർ ജയിലിനെക്കുറിച്ച് ബ്രിട്ടീഷ് പുരാവസ്തു രേഖകൾ ആഴത്തിൽ പഠിച്ച ആർ സി മജുംദാർ, അവ ജയിലിൽ നിന്ന് പുറത്തിറങ്ങിയ ശേഷം സവർക്കർ എഴുതിയ ഓർമ്മക്കുറിപ്പുകളുമായി താരതമ്യം ചെയ്തു. ഗവർണർ ജനറൽ കൗൺസിൽ, സർ റെജിനാൾഡ് ക്രാഡോക്ക്, സവർക്കർ എന്നിവർ തമ്മിൽ നടന്ന കൂടിക്കാഴ്ചയുടെ മിനിറ്റ്സ് അദ്ദേഹം പ്രത്യേകം ശ്രദ്ധിച്ചു. (ഈ കൂടിക്കാഴ്ചയ്ക്കിടെയാണ് സവർക്കർ വ്യക്തിപരമായി ബ്രിട്ടീഷ് ഗവൺമെന്റിന് – ക്രാഡോക്കിന്, ദയാഹർജി സമർപ്പി

ച്ചത്) ഈ രേഖകളെല്ലാം പരിശോധിച്ച ശേഷം മജുംദാർ സത്യസന്ധമായി പറഞ്ഞു:

> സവർക്കർ തന്റെ കാഴ്ചപ്പാടുകൾ മാറ്റിയെങ്കിലും സർക്കാർ വീക്ഷണം പഴയതുപോലെ തന്നെ തുടർന്നു. ഉദാഹരണത്തിന്, നിയമനിർമ്മാണ കൗൺസിലിൽ ഗോഖലെയുടെ നിർബ്ബന്ധിത വിദ്യാഭ്യാസ പ്രമേയം സർക്കാർ അംഗീകരിക്കുകയും അത്തരം നടപടികൾ ഇന്ത്യയെ ഒരു പുരോഗമന രാഷ്ട്രമായി ഉയർത്തുമെന്ന് ഉറപ്പ് നൽകുകയും ചെയ്താൽ, എല്ലാ വിപ്ലവകാരികളും സമാധാനത്തിന്റെ പാതയിലേക്ക് തിരിയുമെന്ന് സവർക്കർ പറഞ്ഞു. 'അങ്ങനെ നാം മുന്നേറുകയാണെങ്കിൽ, അക്രമത്തിന്റെ പാതകളിലേക്ക് പ്രവേശിക്കുന്നത് തീർച്ചയായും അധാർമ്മികമായിരിക്കും' എന്ന് സവർക്കർ അഭിപ്രായപ്പെട്ടു. ഇതിനുള്ള ക്രാഡോക്കിന്റെ മറുപടി ഇപ്രകാരമായിരുന്നു: 'ഇവിടെ നിങ്ങൾക്ക് പൂർണ്ണമായും തെറ്റുപറ്റിയതിൽ ഞാൻ ഖേദിക്കുന്നു, കാരണം അവർ ഇപ്പോഴും നിങ്ങളുടെ പേരിൽ തീവ്രവാദത്തെ പ്രോത്സാഹിപ്പിക്കുകയും പ്രചരിപ്പിക്കുകയും ചെയ്യുന്നു, ഇന്ത്യയിലും അമേരിക്കയിലും നിങ്ങളുടെ അനുയായികൾ, അവരുടെ രഹസ്യസംഘടനകൾ രൂപീകരിക്കുന്നതിലും വിപ്ലവ പ്രവർത്തനങ്ങൾ നടത്തുന്നതിലുമുള്ള തിരക്കിലാണ്.[14]

മേൽപ്പറഞ്ഞ ക്രാഡോക്കിന്റെ വിവരണം, യഥാർത്ഥത്തിൽ എന്തുകൊണ്ടാണ് സവർക്കർ ബ്രിട്ടീഷ് യജമാനന്മാരോട് കരുണയ്ക്കായി യാചിച്ചിട്ടും അദ്ദേഹത്തെ മോചിപ്പിക്കാതിരുന്നത് എന്ന ചോദ്യത്തിനുള്ള ഉത്തരം നൽകുന്നു. രാജ്യത്തിന്റെ സ്വാതന്ത്ര്യത്തിനുവേണ്ടി പൂർണ്ണമായും പ്രവർത്തിക്കാൻ മറ്റൊരവസരം ഉറപ്പാക്കാനുള്ള തന്ത്രപരമായ നീക്കമാണ് സവർക്കറുടെ ദയാഹർജികൾ എന്നാണ് ഹിന്ദുത്വ വാദികൾ പലപ്പോഴും അവകാശപ്പെടുന്നത്. സവർക്കറുടെ ഈ കുതന്ത്രം ബ്രിട്ടീഷ് ഗവൺമെന്റിന് മനസ്സിലായെന്നും ഇക്കാരണത്താൽ അദ്ദേഹത്തിന്റെ ജയിൽ ശിക്ഷയിൽ ഇളവുണ്ടായിട്ടില്ലെന്നും അങ്ങനെയല്ലായിരുന്നുവെങ്കിൽ സർക്കാരിന് അദ്ദേഹത്തെ മോചിപ്പിക്കാമായിരുന്നുവെന്നും അവർ വാദിക്കുന്നു. എന്തുതന്നെയായാലും മജുംദാറിന്റെ വിവരണം അതിന്റെ യാഥാർത്ഥ്യം വ്യക്തമാക്കുന്നു. ബ്രിട്ടീഷുകാർക്ക് മുന്നിൽ അദ്ദേഹം കീഴടങ്ങി എന്നത് ശരിയാണ്, എന്നാൽ ഇന്ത്യയിലും പുറത്തുമുള്ള ദേശീയ വിപ്ലവകാരികൾ ഈ വസ്തുത മറന്ന്, അദ്ദേഹത്തെ ഇന്ത്യയുടെ വിമോചനത്തിന്റെ പ്രതീകമായി അപ്പോഴും നിലനിർത്തിയിരുന്നു. വിപ്ലവകാരികളെ അവരുടെ ലക്ഷ്യത്തിന്റെ നിരർത്ഥകതയെക്കുറിച്ച് ബോദ്ധ്യപ്പെടുത്താൻ, സവർക്കർ തടവിലായിരിക്കണമെന്ന് സാഹചര്യം ആവശ്യപ്പെട്ടു. 1920 കളുടെ തുടക്കത്തിൽ ഹിന്ദു-മുസ്ലിം ഐക്യം തകർക്കാൻ ഭരണാധികാരികൾക്ക് ജയിലിന് പുറത്ത് സവർക്കറുടെ

സേവനം ആവശ്യമായി വന്നപ്പോൾ, അമ്പത് വർഷത്തെ ഇരട്ട ജയിൽ ശിക്ഷ അനുഭവിക്കേണ്ടിയിരുന്നതാണെങ്കിലും അദ്ദേഹത്തെ മോചിപ്പിക്കാൻ അവർ ഒട്ടും വൈകിയില്ല.

സവർക്കറുടെ ദയാഹർജിയെക്കുറിച്ചുള്ള ക്രാഡോക്കിന്റെ കുറിപ്പുകൾ

ആൻഡമാനിലെ സെല്ലുലാർ ജയിലിൽ, ക്രാഡോക്കും വ്യക്തിഗത ദയാഹർജി ആവശ്യപ്പെട്ടവരും തമ്മിൽ നടന്ന സംഭാഷണങ്ങൾ 1913 നവംബർ 23 ന് ആൻഡമാനിൽ നിന്ന് മെയിൻ ലാന്റിലേക്കുള്ള മടക്കയാത്രയിൽ, മഹാരാജ എന്ന കപ്പലിൽ വച്ച് ക്രാഡോക്ക് എഴുതിയ കുറിപ്പിൽ പ്രതിപാദിച്ചിട്ടുണ്ട്. ഈ കുറിപ്പ് അന്നത്തെ ഗവർണർ ജനറൽ കണ്ട് അംഗീകരിക്കുകയാണെങ്കിൽ മാത്രമേ എക്സിക്യൂട്ടീവ് കൗൺസിലിലെ മറ്റ് അംഗങ്ങൾക്ക് അത് വായിക്കാൻ അവസരം ലഭിക്കുകയുള്ളു. ആർ സി മജുംദാറിന്റെ അഭിപ്രായത്തിൽ,

> രാഷ്ട്രീയ തടവുകാരുടെയും അവരെ നിയന്ത്രിച്ച അധികാരികളുടെയും മാനസികാവസ്ഥ, സ്വഭാവം, പൊതുവായ കാര്യങ്ങളിലുള്ള അവരുടെ മനോഭാവം എന്നിവയെക്കുറിച്ചെല്ലാം ഉൾക്കാഴ്ച നൽകുന്നിടത്തോളം, ആൻഡമാനിലെ എല്ലാ രേഖകളും പ്രത്യേകം താൽപ്പര്യം ഉളവാക്കുന്നവയും ഏറെ പ്രാധാന്യം അർഹിക്കുന്നവയുമാണ്. ഇതിനു പകരം വെക്കാൻ പറ്റുന്ന മറ്റൊന്നുമില്ല.[15]

ക്രാഡോക്കിന്റെ ഇനിപ്പറയുന്ന കുറിപ്പിൽ, സെല്ലുലാർ ജയിലിന്റെ പൊതുവായ വിവരണവും സവർക്കർ ഉൾപ്പെടെയുള്ള ചില തടവുകാരുമായി അദ്ദേഹം നടത്തിയ സംഭാഷണങ്ങളുടെ വിശദാംശങ്ങളും അടങ്ങിയിരിക്കുന്നു.

ഭരണാധികാരികളുടെയും പുലിൻ ബെഹറനെപ്പോലുള്ളവരുടെയും ആഗ്രഹങ്ങൾക്ക് വഴങ്ങാൻ തയ്യാറായവരുടെ ഒരു സാക്ഷ്യപത്രമാണ് ക്രാഡോക്കിന്റെ കുറിപ്പ് അവതരിപ്പിക്കുന്നത്. ക്രാഡോക്ക് എഴുതി:

> എന്റെ സന്ദർശനം കഴിഞ്ഞ് രണ്ട് ദിവസത്തിന് ശേഷം, വി ഡി സവർക്കർ, ഹൃഷി കേശ് കാഞ്ചിലാൽ, ബരീന്ദ്ര കുമാർ ഘോഷ്, നന്ദഗോപാൽ, സുധീർ കുമാർ സർക്കാർ എന്നിവരുൾപ്പെടെ അഞ്ച് ഹരജിക്കാരെ ഞാൻ ജയിൽ ഓഫീസിൽ ഹാജരാക്കി.
>
> സവർക്കറുടെ ദയാഹർജിയാണ് ആദ്യം പരിഗണിച്ചത്. അദ്ദേഹം ഖേദമോ പശ്ചാത്താപമോ പ്രകടിപ്പിച്ചതായി കണ്ടില്ല. എങ്കിലും, 1906–1907 ലെ ഇന്ത്യക്കാരുടെ നിരാശാജനകമായ അവസ്ഥയാണ് ഗൂഢാലോചനയിൽ ഏർപ്പെടാൻ തന്നെ പ്രേരിപ്പിച്ചതെന്ന് ക്ഷമാപണം നടത്തിക്കൊണ്ട് അദ്ദേഹം തന്റെ വീക്ഷണങ്ങളിൽ മാറ്റം

വരുത്തുകയുണ്ടായി. അന്നുമുതൽ, കൗൺസിലുകൾ, വിദ്യാഭ്യാസം തുടങ്ങിയ കാര്യങ്ങളിൽ സർക്കാർ കൂടുതൽ അനുരഞ്ജനം കാണിച്ചതിനാൽ വിപ്ലവത്തിന്റെ ആശയങ്ങളുടെ പ്രസക്തി ഇല്ലാതാവുകയും ചെയ്തതായി അദ്ദേഹം പറഞ്ഞു. അദ്ദേഹത്തോട് കാണിക്കുന്ന ദയ, വിപ്ലവകാരികളിൽ ശക്തമായ സ്വാധീനം ചെലുത്തുമെന്നതിൽ ഉൽക്കണ്ഠപ്പെട്ട അദ്ദേഹം, തന്റെ വീക്ഷണങ്ങളിലുണ്ടായ മാറ്റം വിശദീകരിക്കുന്ന ഒരു തുറന്ന കത്ത് നാട്ടിലെ പത്രങ്ങൾക്ക് അയയ്ക്കാൻ തയ്യാറായിരുന്നു. ഈ വിഷയത്തിൽ (വ്യക്തിഗത മോചനം) തനിക്ക് നിയമപരമായ അവകാശങ്ങളൊന്നുമില്ലെന്ന് അദ്ദേഹം സമ്മതിച്ചെങ്കിലും തന്റെ ദയാഹർജിയുടെ പരിഗണനയ്ക്കായി അപേക്ഷിക്കുകയും ഇന്ത്യയിലെയോ ബർമ്മയിലെയോ ജയിലിലേക്ക് മാറ്റാൻ ആവശ്യപ്പെടുകയും ചെയ്തു. പതിനാലു വർഷത്തിനു ശേഷം മോചിപ്പിക്കപ്പെടാനുള്ള ധാർമ്മിക അവകാശമെങ്കിലും അയാൾക്ക് അവിടെ ലഭിക്കുമായിരുന്നു. അത്തരത്തിൽ പ്രതീക്ഷയുളവാക്കുന്ന എന്തെങ്കിലും വാഗ്ദാനങ്ങൾ നൽകണമെന്ന നിലയിൽ അദ്ദേഹം എന്നിൽ സമ്മർദ്ദം ചെലുത്തി. എന്നാൽ കേവലം തന്റെ കാഴ്ചപ്പാടിൽ മാറ്റംവന്നു എന്ന പ്രസ്താവനകൊണ്ട് അദ്ദേഹത്തിനുമേൽ ചുമത്തപ്പെട്ട കുറ്റം ഇല്ലാതാക്കൻ കഴിയില്ലെന്നും അദ്ദേഹത്തിന്റെ കേസിലെ രാഷ്ട്രീയ വശത്തിനുപുറമെ നാസിക്കിലെ മിസ്റ്റർ ജാക്സണിന്റെ കൊലപാതകത്തിനായി 20 ബ്രൗണിങ് പിസ്റ്റളുകൾ അയച്ചുകൊടുത്തു എന്ന കേസിൽക്കൂടി അദ്ദേഹം ശിക്ഷിക്കപ്പെട്ടിട്ടുണ്ടെന്നും ഞാൻ ചൂണ്ടിക്കാട്ടി. പിസ്റ്റലുകൾ കൊലപാതകത്തിന് വേണ്ടിയല്ലെന്നും വിപ്ലവ പ്രസ്ഥാനത്തിന്റെ ഉന്നമനത്തിനുവേണ്ടിയാണെന്നും അദ്ദേഹം വിശദീകരിച്ചു. പിസ്റ്റൾകൊണ്ട് വിപ്ലവം നടത്താൻ കഴിയില്ലെന്നും അവ കൊലപാതകത്തിന് മാത്രമേ ഉപയോഗിക്കാനാകൂ എന്നും ഞാൻ പറഞ്ഞപ്പോൾ അദ്ദേഹത്തിന് ഉത്തരം നൽകാൻ കഴിഞ്ഞില്ല. ഗൂഢാലോചനാ സംഘടിപ്പിക്കുന്നതോ അതിൽ പങ്കെടുക്കുന്നതോ കുറ്റകരമാണെന്നാണ് ഞാൻ ചൂണ്ടിക്കാണിച്ചത്. സർക്കാരിനെതിരെ ഗൂഢാലോചനാ പ്രവണത തുടരുന്നിടത്തോളം, അതാരാണോ അയാളുടെ മോചനം അസാദ്ധ്യമാണ്. എന്നുമാത്രമല്ല അത് മറ്റെന്തിനേക്കാളും അപകടകരവുമാണ്. അദ്ദേഹം ഒരു നേതാവായിരുന്നതിനാൽത്തന്നെ അദ്ദേഹത്തിന് പ്രത്യേക പരിഗണനകളോ എന്തെങ്കിലും വാഗ്ദാനങ്ങളോ നൽകുമെന്ന് പ്രതീക്ഷിക്കേണ്ടതില്ലെന്നും ഞാൻ അദ്ദേഹത്തോട് പറഞ്ഞു. കാരണം ഞാൻ അങ്ങനെ ചെയ്താൽപോലും എന്റെ പിൻഗാമികളുടെ ഭാഗത്തുനിന്നും അങ്ങനെ ഉണ്ടാകണമെന്നില്ല.

ക്രാഡോക്കിന്റെ നിഗമനം,

> സവർക്കറുടെ കാര്യത്തിൽ, അദ്ദേഹത്തിന് ഇവിടെ എന്തെങ്കിലും ഇളവ് നൽകുന്നത് തികച്ചും അസാദ്ധ്യമാണ്, അദ്ദേഹം ഏതെങ്കിലും ഇന്ത്യൻ ജയിലിൽ നിന്ന് രക്ഷപ്പെടുമെന്ന് ഞാൻ കരുതുന്നു. കാരണം, ഇന്ത്യൻ അരാജകവാദികളുടെ യൂറോപ്യൻ വിഭാഗം അദ്ദേഹത്തെ രക്ഷപ്പെടുത്താനായി ഗൂഢാലോചന നടത്തുംവിധം ഉന്നതനായ ഒരു നേതാവാണ് അദ്ദേഹം. ആൻഡമാനിലെ സെല്ലുലാർ ജയിലിന് പുറത്ത് കടക്കാൻ അദ്ദേഹത്തെ അനുവദിച്ചാൽ, അദ്ദേഹം തീർച്ചയായും രക്ഷപ്പെടും. അദ്ദേഹത്തിന്റെ സുഹൃത്തുക്കൾക്ക് ഏതെങ്കിലും ദ്വീപിൽ നിന്ന് എളുപ്പത്തിൽ ഒരു സ്റ്റീമർ (ബോട്ട്) വാടകയ്ക്കെടുക്കാനും പ്രാദേശികമായി കുറച്ച് പണം വിതരണം ചെയ്താൽ തുടർന്നുള്ള കാര്യങ്ങൾ ഭംഗിയായി നടത്താനും പറ്റും.[17]

1913 ൽ സവർക്കറുടെ ദയാഹർജി പരിഗണിക്കാൻ പറ്റില്ല എന്ന ബ്രിട്ടീഷ് ഗവൺമെന്റിന്റെ തീരുമാനവും ക്രാഡോക്കിന്റെ കുറിപ്പും അദ്ദേഹത്തിന്റെ ദേശസ്നേഹത്തിന്റെ തെളിവായി ഹിന്ദുത്വ ക്യാമ്പും സവർക്കറുടെ അനുയായികളും പൊക്കിക്കാണിക്കുന്നു. ഇന്ത്യയിലെ മുഗൾ ഭരണാധികാരികൾക്കെതിരായുള്ള ശിവജിയുടെ വീരകൃത്യങ്ങളും ബ്രിട്ടീഷ് ഭരണാധികാരികൾക്ക് മുന്നിലുള്ള സവർക്കറുടെ കീഴടങ്ങലും തമ്മിൽ സമാനതകൾ വരയ്ക്കുന്നത് എത്ര ദയനീയമാണ്! 1910 –1911 ൽ 50 വർഷം തടവിന് ശിക്ഷിക്കപ്പെട്ടെങ്കിലും സവർക്കർ എന്ന ഈ 'വീർ ദേശസ്നേഹി' പത്തു വർഷംപോലും ജയിലിൽ കിടന്നിട്ടില്ല എന്ന വസ്തുതയെ തള്ളിക്കളയാനാണ് ഹിന്ദുത്വ ക്യാമ്പ് ശ്രമിക്കുന്നത്. ഒടുവിൽ 1924 ൽ മഹാരാഷ്ട്രയിലെ യേർവാദ ജയിലിൽ നിന്ന് 35 വർഷത്തെ ശിക്ഷ ഇളവ് നേടിക്കൊണ്ടാണ് സവർക്കർ മോചിതനായത്. സെല്ലുലാർ ജയിലിലും മറ്റ് ജയിലുകളിലും ശിക്ഷിക്കപ്പെട്ടതിന്റെ കാലാവധി അവസാനിച്ച ശേഷവും തടവിൽ കഴിഞ്ഞ നൂറുകണക്കിന് വിപ്ലവകാരികൾ നമുക്കുണ്ടായിരുന്നു. ഭഗത് സിങ്, ചന്ദ്രശേഖർ ആസാദ്, രാം പ്രസാദ് ബിസ്മിൽ, അഷ്ഫാഖുള്ള ഖാൻ, സുഖ്ദേവ്, രാജ്ഗുരു, റോഷൻ സിങ് തുടങ്ങിയ രക്തസാക്ഷികളെക്കുറിച്ചൊന്നും അവർ മിണ്ടുന്നില്ല. ഗദ്ദർ വിപ്ലവകാരികളും ബംഗാൾ 'ഭീകരവാദികളും' ബ്രിട്ടീഷ് അധികാരികളോട് കരുണയ്ക്കായി അപേക്ഷിക്കുകയോ സ്വന്തം വ്യക്തിസ്വാതന്ത്ര്യത്തിന് പകരമായി ഇന്ത്യയുടെ സ്വാതന്ത്ര്യത്തിനായുള്ള പോരാട്ടം ഉപേക്ഷിക്കാനോ തയ്യാറായവരല്ലായിരുന്നു.[18]

സവർക്കർ തന്റെ ദയാഹർജി ക്രാഡോക്കിന് നേരിട്ട് നൽകിയിട്ടും 1913 ന് അദ്ദേഹത്തെ വിട്ടയക്കാൻ ബ്രിട്ടീഷ് ഗവൺമെന്റ് വിസമ്മതിച്ചു എന്നത് ശരിയാണ്. അതിന് പല കാരണങ്ങൾ ഉണ്ടായിരുന്നു. ഒന്നാമതായി, ഇന്ത്യയിലെ വൈദേശിക ഭരണത്തെ അട്ടിമറിക്കാൻ സ്വപ്നം കണ്ട വിപ്ലവകാരികളായ വ്യക്തികൾക്കും സംഘടനകൾക്കും, അടിച്ചമർത്തൽ കൊളോണിയൽ ഭരണത്തിനെതിരായ ചെറുത്തുനിൽപ്പിന്റെ മഹത്തായ

പ്രതീകമായി സവർക്കർ തുടർന്നു. സവർക്കർ വിപ്ലവ പാത ഉപേക്ഷിച്ചു വെന്നും ബ്രിട്ടീഷുകാരുടെ ഇഷ്ടകാരനാകാൻ തയ്യാറാണെന്നും അവർ അറിഞ്ഞിരുന്നില്ല. സ്വാഭാവികമായും, അവർക്ക് സവർക്കർ ഒരു കരുത്തുറ്റ പ്രതീകമായിരുന്നു. രണ്ടാമതായി, സവർക്കറുടെ കീഴടങ്ങൽ വിശ്വസി ക്കാൻ കഴിയാത്തത്ര പെട്ടെന്നുള്ള തീരുമാനമായിരുന്നു. അതിനാൽ നീരീ ക്ഷണത്തിലൂടെ സത്യാവസ്ഥ ബോദ്ധ്യപ്പെടാൻ ബ്രിട്ടീഷ് ഭരണാ ധികാരികൾക്ക് സമയം ആവശ്യമായിരുന്നു. അദ്ദേഹത്തിന്റെ ഹർജിയിലെ പ്രസ്താവനകൾ മാത്രം സ്വീകരിക്കാൻ അവർ തയ്യാറായില്ല. അക്കാലത്തെ ഏറ്റവും കൗശലക്കാരനായ സാമ്രാജ്യത്വ ശക്തിയുടെ പ്രതിനിധി എന്ന നിലയിൽ, സവർക്കറുടെ മോചനവുമായി ബന്ധപ്പെട്ട ചോദ്യത്തോടുള്ള പ്രായോഗിക സമീപനത്തെക്കുറിച്ച് തന്റെ കുറിപ്പിൽ ക്രാഡോക്ക് ഇപ്ര കാരം പറഞ്ഞു.

> അദ്ദേഹം എത്രത്തോളം അപകടകാരിയാണോ അല്ലയോ എന്നത്, ജയിലിലെ അദ്ദേഹത്തിന്റെ പെരുമാറ്റത്തെയും പുറത്തുള്ള സാഹ ചര്യങ്ങളെയും ആശ്രയിച്ചിരിക്കുന്നു. കൂടാതെ 10, 15 അല്ലെങ്കിൽ 20 വർഷം കഴിഞ്ഞ് ആ സാഹചര്യങ്ങൾ എന്തായിരിക്കുമെന്ന് ആർക്കും പറയാനാവില്ല. അതിനാൽ, ജയിലിന്റെ അച്ചടക്കത്തിനും അദ്ദേഹത്തിന് വായനയ്ക്കായി അനുമതി ലഭിച്ചിട്ടുള്ള പുസ്തക ങ്ങളിലും കഴിയുന്നത് പോലെയുള്ള ആശ്വാസം കണ്ടെത്തുക എന്നു മാത്രമേ എനിക്ക് അദ്ദേഹത്തെ ഉപദേശിക്കാൻ കഴിയൂ.[19]

ബ്രിട്ടീഷുകാരിൽനിന്നും എന്തെങ്കിലും ഇളവ് ലഭിക്കുമോ എന്നതിന്, ജാഗ്രതയോടെ കാത്തിരിക്കാൻ സവർക്കർ തീരുമാനിച്ചു. പന്ത് സവർക്കറുടെ കോർട്ടിലായിരുന്നു, തന്റെ ഹർജിയിലെ പ്രസ്താവനകൾ പ്രവൃത്തിയിലൂടെ തെളിയിക്കേണ്ടതുണ്ടെന്ന് മനസ്സിലാക്കിയ സവർക്കർ ഭരണാധികാരികളെ നിരാശരാക്കിയില്ല. അദ്ദേഹം സഹ വിപ്ലവകാരികളിൽ നിന്നും അകലാൻ തുടങ്ങി.

ത്രൈലോക്യനാഥ് ചക്രവർത്തി തന്റെ ഓർമ്മക്കുറിപ്പുകളിൽ ഈ വസ്തുത സ്ഥിരീകരിക്കുന്നുണ്ട്. അദ്ദേഹത്തിന്റെ കണക്കുപ്രകാരം സെല്ലുലാർ ജയിലിൽ ഓരോ മാസവും ശരാശരി മൂന്ന് തടവുകാർ വീതം ആത്മഹത്യ ചെയ്തിരുന്നു. ഉദ്യോഗസ്ഥരുടെ ക്രൂരമായ പെരുമാറ്റമാ യിരുന്നു ഇതിന് കാരണം. അവരുടെ ധിക്കാരത്തെയും അടിച്ചമർത്ത ലിനെയും ചെറുക്കാൻ വേണ്ടി സമരം ചെയ്യാൻ തടവുകാർ തീരുമാനിച്ചു. എന്നാൽ, സവർക്കറും മറ്റുചിലരും ഇതിനു വിസമ്മതിക്കുകയാണുണ്ടാ യത്. ഈ മനോഭാവം, അവിടെ നിയമവാഴ്ചയില്ല എന്ന വിമർശനത്തെ മറികടക്കാൻ ബ്രിട്ടീഷ് ഭരണാധികാരികൾക്ക് സഹായകമായി. സെല്ലുലാർ ജയിലിൽ തടവുകാരുടെ നിരാഹാരസമരവും മരണവും നടന്നപ്പോൾ അതിനെക്കുറിച്ച് ആർ സി മജുംദാർ ഇപ്രകാരം പറയുകയുണ്ടായി;

> ആ വാർത്ത പ്രസിദ്ധീകരിച്ച കൽക്കട്ടയിലെ *ബംഗാളി*യുടെ എഡിറ്റർ സുരേന്ദ്ര നാഥ് ബാനർജി ജയിലിലെ അവസ്ഥയെക്കുറിച്ച് നിരവധി ചോദ്യങ്ങൾ കൗൺസിലിൽ ഉന്നയിച്ചിരുന്നു. ജയിലിലെ പ്രശ്നങ്ങൾ ഏതാനും കുബുദ്ധികളായ തടവുകാരുടെ മാത്രം സൃഷ്ടിയാണെന്നും മുൻനിര തടവുകാർ ആരും അവരോടു സഹതാപം കാണിക്കുകയോ അവർക്കൊപ്പം നിൽക്കുകയോ ചെയ്തിരുന്നില്ല എന്നും സർക്കാരിന്റെ പ്രതിനിധി പ്രസ്താവിക്കുകയുണ്ടായി. ഇത് ഭാഗികമായി സത്യമായിരുന്നു. കാരണം, മുകളിൽ പറഞ്ഞതുപോലെ, ബരിൻ ഘോഷും സവർക്കർ സഹോദരന്മാരും സമരത്തിൽ പങ്കെടുത്തില്ല. 'സവർക്കർ സഹോദരന്മാർ ഞങ്ങളെ രഹസ്യമായി പ്രോത്സാഹിപ്പിച്ചെങ്കിലും ഒപ്പം ചേരാൻ ആവശ്യപ്പെട്ടപ്പോൾ അവർ വിസമ്മതിച്ചുവെന്നും' ചക്രവർത്തി തന്റെ ഓർമ്മക്കുറിപ്പിൽ പറയുന്നു. ചക്രവർത്തിയുടെ ഇത്തരം പരാമർശങ്ങൾ സവർക്കറിനേയും ബാരിൻ ഘോഷിനേയും പോലെയുള്ള ശ്രദ്ധേയരായ വിപ്ലവ നേതാക്കളുടെ അധാർമ്മികതയിലേക്കാണ് വിരൽ ചൂണ്ടുന്നത്.[20]

രാഷ്ട്രീയ തടവുകാരുടെ സമരത്തിൽ നിന്ന് വിട്ടുനിന്നതിന് സവർക്കറിന് തന്റേതായ വിശദീകരണം ഉണ്ടായിരുന്നു. അദ്ദേഹത്തിന്റെ ഓർമ്മക്കുറിപ്പുകൾ പ്രകാരം;

> സമരത്തിന് നേതൃത്വം കൊടുക്കേണ്ടത് നമ്മുടെ ഇടയിലെ മുതിർന്ന അംഗങ്ങളാണ്, അതായത് ആ ജയിലിൽ കൂടുതൽ വർഷങ്ങൾ കഴിഞ്ഞവരാണെന്ന് ചില രാഷ്ട്രീയ തടവുകാർ അഭിപ്രായപ്പെട്ടിരുന്നു. നമുക്കെല്ലാവർക്കും വേണ്ടി ആവശ്യങ്ങൾ ഉന്നയിക്കേണ്ടത് അവരാണ്. എന്നാൽ അത്തരം നടപടികൾ നമ്മുടെ സമരത്തെ എങ്ങനെയാണ് പരാജയപ്പെടുത്തുക, അല്ലെങ്കിൽ ലക്ഷ്യത്തെ എങ്ങനെയാണ് ബാധിക്കുക എന്ന് ഞാൻ അവരോട് വിശദീകരിച്ചു. ഞാൻ അവരെ പരസ്യമായി നയിക്കുകയാണെങ്കിൽ, ജയിൽ നിയമങ്ങൾക്കനുസൃതമായി എനിക്കും പഴയ രാഷ്ട്രീയ തടവുകാർക്കും വന്നിരുന്ന എല്ലാ ഇളവുകളും എടുത്തുകളയാനും എന്നെ ഏകാന്ത തടവിലാക്കാനും മിസ്റ്റർ ബാരിക്കും അധികാരികൾക്കും അവസരം ലഭിക്കും. കത്തിടപാടുകൾ, വ്യക്തിഗത സന്ദേശങ്ങൾ, സമാനമായ മറ്റ് രീതികൾ എന്നിവയിലൂടെയുള്ള സമരത്തിന്റെ അനിവാര്യമായ പ്രചാരണത്തെ അത് ബാധിക്കും, മാത്രമല്ല ഇന്ത്യയിൽ നിന്ന് പത്രങ്ങളിലൂടെയും മറ്റ് ഉറവിടങ്ങളിലൂടെയും വാർത്തകൾ നേടുന്നതിനുള്ള മാർഗ്ഗങ്ങൾ അവസാനിക്കും... അത്തരമൊരു നിസ്സാര കാര്യത്തിന് വേണ്ടി ഒരാളുടെ ജീവൻ പണയപ്പെടുത്തുക എന്നത് ദേശീയ പ്രസ്ഥാനത്തെ തന്നെ കൊല്ലുന്നതിനു തുല്യമാണ്. ഞാൻ സമര

ത്തിൽ പങ്കെടുക്കുകയാണെങ്കിൽ, എന്ത് വിലകൊടുത്തും അതിൽ ഉറച്ചു നിൽക്കേണ്ടിവരും. അതിനാൽ നമുക്കിടയിലെ നൂറുകണക്കിന് ഊർജ്ജസ്വലരായ ചെറുപ്പക്കാർ പ്രക്ഷോഭവും അതുമായി ബന്ധപ്പെട്ട എല്ലാ പ്രവർത്തനങ്ങളും നിലനിർത്തണം. ഞാൻ അതിൽനിന്ന് വിട്ടുനിൽക്കുന്നതിനുള്ള പ്രധാന കാരണം, ഇന്ത്യയിലേക്ക് കത്ത് അയക്കാനുള്ള എന്റെ അവകാശം അതിലൂടെ നഷ്ടപ്പെടുമെന്നതു കൊണ്ടാണ്. ഒരു വർഷം മറ്റു ശിക്ഷകൾ ഒന്നും ലഭിക്കാത്ത തടവുകാരന് വർഷം തോറും ഒരു കത്തയക്കാൻ അനുവാദമുണ്ടായിരുന്നു. ഞാൻ സമരത്തിൽ പങ്കെടുക്കുകയാണെങ്കിൽ ശിക്ഷിക്കപ്പെടുകയോ എനിക്കുള്ള അവകാശങ്ങൾ നിഷേധിക്കപ്പെടുകയോ ചെയ്യും. അത് സമരത്തെ പ്രതികൂലമായി ബാധിക്കുമെന്ന് മാത്രമല്ല, അതിനേക്കാൾ, രാഷ്ട്രീയ തടവുകാരുടെ സ്വാതന്ത്ര്യത്തിനായി പ്രവർത്തിക്കാനുള്ള അവസരം നഷ്ടപ്പെടുത്തുകയും ചെയ്യും.[21]

എന്നിരുന്നാലും, മജുംദാർ എഴുതി,

രാഷ്ട്രീയ തടവുകാരിലെ യുവതലമുറയിൽ ഇത് എത്രമാത്രം മതിപ്പുളവാക്കി എന്ന് പറയുക പ്രയാസമാണ്, എന്നാൽ ഒരു വിഭാഗത്തിനെങ്കിലും അതൃപ്തിയുണ്ടായിരുന്നുവെന്നാണ് ചക്രവർത്തിയുടെ കുറിപ്പുകൾ സൂചിപ്പിക്കുന്നത്. എന്തുതന്നെയായാലും യുവവിപ്ലവകാരികൾ അവരുടെ പരിപാടിയിൽ ഉറച്ചുനിൽക്കുകയും പൊതു പണിമുടക്ക് തുടരുകയും ചെയ്തു.[22]

സവർക്കറുടെ ജീവചരിത്രകാരൻ കീറും ഇത് സമ്മതിക്കുന്നു, "സവർക്കർക്ക് ഒരു ഗുമസ്തനായും അതിനുശേഷം 1920 ന്റെ അവസാനത്തിൽ എണ്ണ ഡിപ്പോയുടെ വകുപ്പിന്റെ ഫോർമാനായി പ്രവർത്തിക്കാനും അനുവാദം ലഭിച്ചിരുന്നു."[23]

1913 നവംബർ 14 ന് സെല്ലുലാർ ജയിലിൽ വെച്ച് വ്യക്തിപരമായി ക്രാഡോക്കിന് സമർപ്പിച്ച ദയാഹർജി ഒന്നുമാത്രമായിരുന്നില്ല സവർക്കറിന്റേത് എന്നത് ശ്രദ്ധേയമാണ്. 1911, 1913, 1914, 1918, 1921 വർഷങ്ങളിലും അദ്ദേഹം ഹർജികൾ സമർപ്പിച്ചിരുന്നു. സവർക്കറെ പ്രതിരോധിക്കുന്നതിനായി അടുത്തിടെ രചിക്കപ്പെട്ട ഒരു പുസ്തകത്തിലെ ഉള്ളടക്കത്തിൽ, "ഈ സമയത്ത് അദ്ദേഹം മോചനമാവശ്യപ്പെട്ട് ഏഴു ദയാഹർജികളെങ്കിലും സമർപ്പിച്ചിട്ടുണ്ട് എന്ന് പരാമർശിച്ചു കാണുന്നു."[24]

1920 ലെ അദ്ദേഹത്തിന്റെ ദയാഹർജി സമ്പൂർണ്ണ കീഴടങ്ങൽ വാഗ്ദാനം ചെയ്യുന്ന, സമഗ്രമായ ഒന്നായിരുന്നു. അത് ഇപ്രകാരമായിരുന്നു:

സെല്ലുലാർ ജയിൽ, പോർട്ട് ബ്ലയർ,
1920, മാർച്ച് 30

ടു

ദ ചീഫ് കമ്മീഷണർ ഓഫ് ആൻഡമാൻ,

"ഇന്ത്യൻ ഗവൺമെന്റിന്റെ ബഹുമാനപ്പെട്ട ആഭ്യന്തരവകുപ്പ് മെമ്പർ, തങ്ങളുടെ മുന്നിലെത്തുന്ന (ഏതൊരു വ്യക്തിയുടേയും) ഹർജിക്ക് ഏറ്റവും നല്ല പരിഗണന നൽകുമെന്നും ഒരു വ്യക്തിയുടെ മോചനം ഭരണകൂടത്തിന് അപകടകരമല്ല എന്ന് ബോദ്ധ്യപ്പെട്ടാൽ രാജകീയ മാപ്പ് അയാൾക്കുകൂടി നൽകുന്ന തരത്തിൽ ഗവൺമെന്റിന്റെ തീരുമാനം വ്യാപിപ്പിക്കുമെന്നുമുള്ള അർത്ഥത്തിൽ ഈയിടെ നടത്തിയ പ്രഖ്യാപനത്തിന്റെ വെളിച്ചത്തിൽ, ഹർജിക്കാരൻ ഏറ്റവും വിനീതമായി അപേക്ഷിക്കുന്നത് എന്തെന്നാൽ, എന്റെ പ്രശ്നം വളരെ വൈകുംമുമ്പ് എന്റെ അവസാനത്തെ അവസരം എന്ന നിലയിൽ ഗവൺമെന്റിന് മുന്നിൽ സമർപ്പിക്കാൻ അനുവദിക്കണമെന്നാണ്. സർ, ഏതർത്ഥത്തിലും ഈ അവസാന അപേക്ഷ ബഹുമാനപ്പെട്ട വൈസ്രോയി മുമ്പാകെ എത്തിക്കുന്നതിൽ നിന്ന് എന്നെ തടയരുത് എന്ന് അപേക്ഷിക്കുന്നു. ഗവൺമെന്റിന്റെ തീരുമാനം എന്തുതന്നെയായിരുന്നാലും എന്നെ കേട്ടല്ലോ എന്ന സംതൃപ്തി അതുവഴി എനിക്ക് ലഭിക്കുന്നതാണ്.

I. 'രാഷ്ട്രീയമായ പുരോഗതിക്ക് വേണ്ടിയുള്ള ത്വര ' മുൻനിർത്തി നിയമലംഘനം നടത്തിയതിൽ കുറ്റക്കാരായവർക്കുകൂടി രാജകീയ മാപ്പ് വ്യാപിപ്പിക്കുന്നതിനെ സംബന്ധിച്ച്, രാജകീയ വിളംബരം ഉദാരതയോടെ പ്രതിപാദിക്കുന്നുണ്ട്. എന്റെയും എന്റെ സഹോദരന്റെയും കേസുകൾ നിശ്ചയമായും ഈ ഗണത്തിൽ വരുന്നവയാണ്. ഞാനോ എന്റെ കുടുംബാംഗങ്ങളോ ഗവൺമെന്റ് ഞങ്ങളോട് എന്തെങ്കിലും വ്യക്തിപരമായ അപരാധം പ്രവർത്തിച്ചെന്നോ എന്തെങ്കിലും വ്യക്തിപരമായ ആനുകൂല്യം നിഷേധിച്ചെന്നോ ഒരിക്കലും പരാതിപ്പെടുന്നില്ല. എനിക്ക് മുന്നിൽ അനന്തമായ തൊഴിൽസാദ്ധ്യതകൾ തുറന്നുകിടക്കുന്നുണ്ടായിരുന്നിട്ടും അപകടകരമായ പാത തെരഞ്ഞെടുക്കുക വഴി ഒന്നും നേടാൻ കഴിഞ്ഞില്ലെന്ന് മാത്രമല്ല എല്ലാം നഷ്ടപ്പെടുകയും ചെയ്തു. ചുരുക്കിപ്പറഞ്ഞാൽ, 1913 ൽ ആഭ്യന്തരവകുപ്പിലെ ബഹുമാനപ്പെട്ട അംഗങ്ങളിലൊരാൾ എന്നോട് വ്യക്തിപരമായി ഇങ്ങനെ പറയുകയുണ്ടായി. ".... ഇത്രയും വിദ്യാഭ്യാസവും ഇത്രയും വായിച്ചറിവും ...... നിങ്ങൾ ഞങ്ങളുടെ ഗവണ്മെന്റിന് കീഴിൽ ഉന്നതമായൊരു ഉദ്യോഗം വഹിക്കേണ്ടയാൾ ആയിരുന്നു." ഈ ഈ സാക്ഷ്യപത്രത്തിനപ്പുറം, എന്റെ ചോദനകൾ എന്തെങ്കിലും ഒളിച്ചുവെയ്ക്കുന്നുവെന്ന് ആരെങ്കിലും കരുതുന്നുവെങ്കിൽ അവരോട് ചൂണ്ടി

ക്കാണിക്കാനുള്ളത് 1909 വരെ എന്റെ കുടുംബത്തിൽപ്പെട്ട ഒരാളും തന്നെ പ്രോസിക്യൂഷന് വിധേയമായിട്ടില്ല എന്നതാണ്. ഈ കേസിന് നിദാനമായ എന്റെ ഏതാണ്ട് മുഴുവൻ പ്രവർത്തനങ്ങളും അതിന് മുമ്പായിരുന്നു. പ്രോസിക്യൂഷനും ജഡ്ജിമാരും റൗളറ്റ് റിപ്പോർട്ടും ചൂണ്ടിക്കാണിക്കുന്ന 1899 മുതൽ 1909 വരെയുള്ള വർഷങ്ങളിൽ മസീനിയുടെ ജീവചരിത്രം എഴുതിയതിനെക്കുറിച്ചും വിവിധ സംഘടനകളെ നന്നായി സംഘടിപ്പിച്ചതിനെ സംബന്ധിച്ചും എന്തിന് എന്റെ സഹോദരങ്ങളുടെ അറസ്റ്റിന് മുമ്പായി ആയുധങ്ങളുടെ പാഴ്സൽ അയച്ചതുമായി ബന്ധപ്പെട്ടും എനിക്ക് വ്യക്തിപരമായ പരാതികൾ പറയാനില്ല (റൗളറ്റ് റിപ്പോർട്ട് പേജ് 6). പക്ഷേ, ആരെങ്കിലും ഇത്തരമൊരു കാഴ്ചപ്പാട് ഞങ്ങളുടെ കേസുകളെ സംബന്ധിച്ച് എടുക്കുകയുണ്ടായോ? അതെ, 5000 ത്തിൽ കുറയാത്ത ഒപ്പുകളോടെ ഇന്ത്യൻ ജനത അങ്ങേയ്ക്ക് മുമ്പാകെ സമർപ്പിച്ചിട്ടുള്ള ഭീമഹർജിയിൽ എന്റെ പേരും പ്രത്യേകമായി പരാമർശിക്കുന്നുണ്ട്. വിചാരണയിൽ എനിക്കുവേണ്ടി വാദിക്കാൻ ജൂറി അനുവദിച്ചില്ല. ഇപ്പോൾ ജൂറി അഭിപ്രായപ്പെടുന്നത് മുഴുവൻ രാജ്യത്തിന്റേയും രാഷ്ട്രീയപുരോഗതിക്ക് വേണ്ടിയുള്ള ത്വരയാണ് എന്റെ പ്രവൃത്തികൾക്ക് പിന്നിൽ പ്രവർത്തിച്ചതെന്നും പശ്ചാത്തപിക്കേണ്ട തരത്തിൽ നിയമങ്ങൾ ലംഘിക്കുന്നതിലേക്ക് എന്നെ നയിച്ചതെന്നുമാണ്.

II. കൊലപാതകത്തിന്റെ പ്രേരണാക്കുറ്റം ചുമത്തിയുള്ള രണ്ടാമത്തെ കേസും രാജകീയ മാപ്പിന്റെ പരിധിയിൽ വരാതിരിക്കുന്നില്ല. കാരണം,

a. രാജകീയവിളംബരം കുറ്റകൃത്യത്തിന്റെ സ്വഭാവത്തെക്കുറിച്ചോ കുറ്റകൃത്യത്തിന്റെ വകുപ്പിനെക്കുറിച്ചോ ഏത് കോടതിയാണ് വിധിച്ചത് എന്നതിനെച്ചൊല്ലിയോ ഊന്നലുകൾ ഒന്നുംതന്നെ നല്കുന്നില്ല. മറിച്ച് കുറ്റകൃത്യത്തിന്റെ ചോദനയെ സംബന്ധിച്ചാണ്, അത് വ്യക്തിപരമല്ലാതെ രാഷ്ട്രീയപരമായിരിക്കണം എന്നതിലാണ് ഊന്നൽ നൽകുന്നത്.

b. രണ്ടാമതായി, സർക്കാർ തന്നെ അതിനെ വിശദീകരിച്ചത് ഇത് മുൻനിർത്തിയാണ്. അതനുസരിച്ച് ബാരിനേയും ഹേസുവിനെയും മറ്റുള്ളവരേയും മോചിപ്പിക്കുകയും ചെയ്തിരിക്കുന്നു. അവരുടെ ഗൂഢാലോചനയുടെ ഒരു ലക്ഷ്യം 'ഉന്നത ഉദ്യോഗസ്ഥരുടെ കൊലപാതകം' ആണെന്ന് അവർ തന്നെ കുറ്റസമ്മതം നടത്തിയിരുന്നു. മജിസ്ട്രേറ്റുമാരെയും മറ്റും കൊല്ലാനായി കുട്ടികളെ അയച്ചതും മറ്റും അവർ കുറ്റസമ്മതത്തിൽ രേഖപ്പെടുത്തിയിരുന്നു. അരബിന്ദോയുടെ സഹോദരൻ ബരീന്ദ്രനാഥഘോഷ് ആദ്യം "ബന്ദേ

മാതരം" ന്യൂസ് പേപ്പർ കേസിൽ ശിക്ഷ ലഭിച്ച സംഘത്തിലെ ഒരാളായിരുന്നു. എന്നിട്ടും ബാരിനെ ശരിയാംവിധം രാഷ്ട്രീയ തടവുകാരനായിട്ടാണ് ഈ മജിസ്ട്രേറ്റ് (വ്യക്തിവിദ്വേഷം തീർത്ത ആളായല്ല) കരുതിയത്. എന്റെ കാര്യത്തിലെ തടസ്സം അതിനേക്കാളും നിസാരമാണെന്ന് ഞാൻ കരുതുന്നു. കാരണം മിസ്റ്റർ ജാക്സനെ കൊല്ലാനുള്ള പ്രത്യേക പദ്ധതി സംബന്ധിച്ച് ആ സമയത്ത് ഇംഗ്ലണ്ടിലായിരുന്ന എനിക്ക് യാതൊരറിവും ഉണ്ടായിരുന്നില്ലെന്നും എന്റെ സഹോദരന്റെ അറസ്റ്റിന് മുമ്പായാണ് എന്നെ ഇംഗ്ലണ്ടിലേക്ക് അയച്ചതെന്നും അതുകൊണ്ടുതന്നെ ഏതെങ്കിലും ഉദ്യോഗസ്ഥനെതിരെ എനിക്ക് പ്രത്യേകിച്ച് വൈരാഗ്യം ഉണ്ടായിരുന്നില്ലെന്നും പ്രോസിക്യൂഷൻ തന്നെ സമ്മതിച്ചിട്ടുണ്ട്. അതേ സമയം കെന്നഡിമാരെ കൊന്ന ബോംബ് ഹേം തന്നെയാണ് ഉണ്ടാക്കിയത്. അതിന്റെ പ്രയോഗഫലങ്ങളെക്കുറിച്ചുള്ള സമ്പൂർണ്ണമായ അറിവോടുകൂടിയാണ് അത് ചെയ്തത് (റൗളറ്റ് റിപ്പോർട്ട് പേജ് 33). എന്നിട്ടും ഹേമിനെ രാജകീയമാപ്പിന്റെ പരിധിയിൽ പെടുത്തുകയുണ്ടായി. ബാരിനും മറ്റുള്ളവർക്കും വ്യതിരിക്തമായ പ്രേരണാക്കുറ്റത്തിന് പ്രത്യേകം പ്രത്യേകം കുറ്റം ചുമത്താത്തതിന്റെ കാരണം ഗൂഢാലോചനാക്കുറ്റത്തിന്റെ കേസിൽ അവർക്ക് നേരത്തേ തന്നെ വധശിക്ഷ വിധിച്ചിരുന്നു എന്നതുകൊണ്ടാണ്. എന്റെമേൽ പ്രത്യേകമായി കുറ്റം ചുമത്തിയത്, ഞാൻ അങ്ങനെയല്ലാത്തതുകൊണ്ടും ഫ്രാൻസിന് എന്നെ തിരികെ കിട്ടുകയായിരുന്നെങ്കിൽ എനിക്ക് കിട്ടുമായിരുന്ന അന്താരാഷ്ട്ര സൗകര്യങ്ങളെ ച്ചൊല്ലിയുമാണ്. അതിനാൽ ഉദ്യോഗസ്ഥരുടേയും മറ്റും കൊലപാതകത്തിന്റെ ഗൂഢാലോചനയിൽ പങ്കെടുത്തതിൽ അഗാധമായ കുറ്റസമ്മതം നടത്തിയ ബാരിനും ഹേമിനും നൽകിയ അതേ മാപ്പ് എന്നിലേക്ക് കൂടി വ്യാപിപ്പിക്കണമെന്ന് ഞാൻ വിനയപൂർവ്വം അഭ്യർത്ഥിക്കുന്നു. നിയമത്തിലെ ഒരു വകുപ്പ് എന്നത് ആ വകുപ്പ് ഉൾക്കൊള്ളുന്ന കുറ്റകൃത്യത്തേക്കാൾ വലുതല്ല. എന്റെ സഹോദരന്റെ കേസിൽ ആണെങ്കിൽ ഈ ചോദ്യം ഉദിക്കുന്നേയില്ല. കാരണം ആ കേസ് ഏതെങ്കിലും കൊലപാതകവുമായി ബന്ധപ്പെട്ടതല്ല.

III. അതിനാൽ ബാരിന്റേയും ഹേമിന്റേയും കേസുകളിൽ ഗവണ്മെന്റ് ഇപ്പോൾ ചെയ്ത (രാജകീയ) വിളംബരത്തെ വ്യാഖ്യാനിക്കുകയാണെങ്കിൽ ഞാനും എന്റെ സഹോദരനും 'പൂർണ്ണമായ അർത്ഥത്തിൽ' 'രാജകീയ മാപ്പിന്' അർഹരാണ്. പക്ഷേ, അത് പൊതുസുരക്ഷയുമായി യോജിച്ചു പോകുമോ? ഉണ്ടെന്ന് ഞാൻ സമ്പൂർണ്ണമായി വിശ്വസിക്കുന്നു. കാരണം,

a. ആഭ്യന്തര സെക്രട്ടറി വിശേഷിപ്പിച്ചപോലെ ഞങ്ങൾ 'അരാജ

കത്വത്തിന്റെ ചിവീടുക'ളിൽ പെടുന്നവരല്ല എന്ന് ഉറപ്പിച്ച് പ്രഖ്യാപിക്കുന്നു. ഇതുവരെയുള്ള തീവ്രവാദ പാഠശാലകളിൽ ക്രപോട്കിന്റെ അല്ലെങ്കിൽ ടോൾസ്റ്റോയിയുടെ ശാന്തവും തത്വചിന്താപരവുമായ അരാജകത്വത്തിന് പോലും ഞാൻ എന്റേതായ ഒരു സംഭാവനയും നൽകിയിട്ടില്ല. എന്റെ ഭൂതകാലത്തെ വിപ്ലവാഭിമുഖ്യത്തെക്കുറിച്ചാണെങ്കിൽ, 1918 ലേയും 1914 ലേയും എന്റെ അഭ്യർത്ഥനകളിൽ ഭരണഘടനയെ അനുസരിക്കാനുള്ള എന്റെ ദൃഢനിശ്ചയവും മിസ്റ്റർ മൊണ്ടാഗു ഭരണപരിഷ്കാരത്തിന് തുടക്കമിട്ടപ്പോഴേ അതിനനുസരിച്ച് നിൽക്കാനുള്ള സന്നദ്ധതയും ഞാൻ വ്യക്തമാക്കിയിരുന്നു. പരിഷ്കരണങ്ങളും അതിന് പിന്നാലെ വന്ന വിളംബരവും എന്റെ നിലപാടുകളിൽ ഉറച്ചുനിൽക്കാൻ എന്നെ പ്രേരിപ്പിക്കുന്നു. അടുത്തകാലത്ത് ക്രമബദ്ധവും ഭരണഘടനാപരവുമായ വികസനത്തിന്റെ പക്ഷം ചേർന്നു നില്ക്കുന്നതിൽ എനിക്കുള്ള വിശ്വാസവും സമ്മതവും ഞാൻ പരസ്യമായി പ്രഖ്യാപിച്ചിരുന്നു. ഭൂതകാലത്തിൽ ശത്രുക്കളായി വന്ന, ഭാവിയിലും ശത്രുക്കളായേക്കാവുന്ന, വടക്കു നിന്നുമുള്ള തീവ്രവാദികളായ ഏഷ്യൻ ഗോത്രങ്ങളിൽനിന്നും നമ്മുടെ രാജ്യം നേരിടുന്ന ഭീഷണിയുടെ പശ്ചാത്തലത്തിൽ, ഇന്ത്യയെ ധൈഷണികമായി സ്നേഹിക്കുന്ന ഓരോരുത്തരും, രാജ്യതാത്പര്യത്തിനായി ഹൃദയപൂർവ്വം വിനീതമായി, ബ്രിട്ടീഷുകാരുമായി സഹകരിക്കേണ്ടതാണെന്ന് ഞാൻ കരുതുന്നു. അതുകൊണ്ടാണ് 1914 ൽ യുദ്ധം പൊട്ടിപ്പുറപ്പെട്ടപ്പോൾ ഇന്ത്യയ്ക്ക് നേരെ ആസന്നമായ ജർമ്മൻ തുർക്കി അഫ്ഗാൻ ആക്രമണത്തിനെതിരെ സന്നദ്ധപ്രവർത്തകനായി എന്നെത്തന്നെ വാഗ്ദാനം ചെയ്തത്. താങ്കൾ വിശ്വസിച്ചാലും ഇല്ലെങ്കിലും ഭരണഘടനാനുസൃതമായി ചലിക്കാനും പരസ്പരസഹായത്തിന്റേതായ സ്നേഹവും ബഹുമാനവും ബ്രിട്ടീഷ് ഡൊമിനിയനിൽ കൊണ്ടുവരാനും ഞാൻ എന്റെ പരമാവധി ശ്രമിക്കുമെന്ന് ആത്മാർത്ഥമായി രേഖപ്പെടുത്തുന്നു. അത്തരമൊരു സാമ്രാജ്യം വിളംബരത്തിൽ തെളിഞ്ഞു കാണുന്നുണ്ട്. അത് എന്റെ ഹൃദയൈക്യം പിടിച്ചുപറ്റിയിരിക്കുന്നു. തീർച്ചയായും ഇന്ത്യക്കാരല്ലെന്ന കാരണത്താൽ മാത്രം ഞാൻ ഒരു വർഗ്ഗത്തേയോ ഗോത്രത്തെയോ ജനതയെയോ വെറുക്കുന്നില്ല.

b. എന്റെ പക്ഷത്തുനിന്നും കൂടുതലായി ഒരു സുരക്ഷ ഗവൺമെന്റ് ആവശ്യപ്പെടുകയാണെങ്കിൽ, ഗവൺമെന്റ് നിർദ്ദേശിക്കുന്ന നിശ്ചിതവും യുക്തവുമായ ഒരു കാലത്തേക്ക് രാഷ്ട്രീയപ്രവർത്തനങ്ങളിൽ ഏർപ്പെടില്ല എന്ന പ്രതിജ്ഞയെടുക്കാൻ എനിക്കും എന്റെ സഹോദരനും പൂർണ്ണസമ്മതമാണ്. അത്തരമൊരു പ്രതിജ്ഞ എടുത്തില്ലെങ്കിൽ പോലും എന്റെ തകരുന്ന ആരോഗ്യവും ഞാൻ തന്നെ

എനിക്ക് നിഷേധിച്ച വീടിന്റെ മധുരാനുഗ്രഹങ്ങളും ശാന്തവും പിന്മടങ്ങിയതുമായ ഒരു ജീവിതം നയിക്കാൻ എന്നിലുണ്ടാക്കുന്ന അഭിനിവേശവും സക്രിയമായ രാഷ്ട്രീയത്തിൽ അഭിരമിക്കുന്നതിനായി ഒന്നുംതന്നെ എന്നെ പ്രചോദിപ്പിക്കില്ല.

c. ഇതല്ലെങ്കിൽ മറ്റൊരു പ്രതിജ്ഞ, ഉദാഹരണത്തിന് ഏതെങ്കിലുമൊരു പ്രവിശ്യയിൽ നിലനിർത്തിക്കൊണ്ട്, മോചനത്തിന് ശേഷം ഒരു പ്രത്യേക കാലംവരെ ഞങ്ങളുടെ ചലനങ്ങൾ പോലീസിൽ അറിയിച്ചുകൊണ്ട്, ഭരണകൂടത്തിന്റെ സുരക്ഷ ഉറപ്പാക്കുന്ന യുക്തമായ നിബന്ധനകൾ ഞാനും എന്റെ സഹോദരനും സന്തോഷപൂർവ്വം സ്വീകരിക്കുന്നതാണ്. അവസാനമായി ഞാൻ അഭ്യർത്ഥിക്കുന്നതെന്തെന്നാൽ, ഭരണകൂടത്തിന്റെ യഥാർത്ഥ സ്രഷ്ടാക്കളായ ജനങ്ങളിൽ ഭൂരിഭാഗവും, ബഹുമാനപ്പെട്ട വയോധിക നേതാവും മിതവാദിയുമായ സുരേന്ദ്രനാഥ് മുതൽ തെരുവിലെ സാധാരണ മനുഷ്യൻ വരെ, പത്രങ്ങളും മാധ്യമ സമൂഹവും, പഞ്ചാബ് മുതൽ മദ്രാസ് വരെയുള്ള ഹിന്ദുക്കളും മുഹമ്മദരും, എല്ലാവരും ഞങ്ങളുടെ പെട്ടെന്നുള്ള, സമ്പൂർണ്ണ മോചനത്തിനായി ആവശ്യപ്പെടുകയും അത് അവരുടെ സുരക്ഷയോട് ഒത്തുപോകുന്ന ഒന്നാണെന്ന് വ്യക്തമാക്കുകയും ചെയ്തിട്ടുണ്ട്. (രാജകീയ) വിളംബരം ലക്ഷ്യംവെയ്ക്കുന്ന ജനതയ്ക്കുള്ളിലെ 'കയ്പൻ വികാര'ങ്ങളെ നീക്കം ചെയ്യുക എന്ന ലക്ഷ്യം നിറവേറ്റാൻ സഹായിക്കുന്ന ഒരു ഘടകമാണ് അത് എന്നുകൂടി ജനത വ്യക്തമാക്കിയിരിക്കുന്നു. അതിനാൽ ഉദാരമായ പൊതുമാപ്പിന്റെ പങ്കാളിത്തം ഇരുവരെ ലഭിക്കാത്ത ഞങ്ങൾ രണ്ടു പേരുടേയും അതുപോലുള്ളവരുടേയും മോചനം ഉറപ്പുവരുത്തുംവരെ വിളംബരത്തിന്റെ യഥാർത്ഥ ലക്ഷ്യം നേടുകയോ ജനതയ്ക്കുള്ളിലെ 'കയ്പേറിയ വികാരങ്ങളെ' നീക്കം ചെയ്യാൻ കഴിയുകയോ സാദ്ധ്യമല്ല എന്ന് ഞാൻ മുന്നറിയിപ്പ് നൽകുന്നു.

IV. കൂടാതെ ഒരു വിധിയുടെ നിറവേറ്റൽ പൂർണ്ണമായിത്തന്നെ ഞങ്ങളിൽ സംഭവിച്ചിരിക്കുന്നു. കാരണം,

a. ഞങ്ങൾ 10–11 വർഷമായി ജയിലിൽ കഴിയുന്നു. അതേ സമയം ജീവപര്യന്തം തടവിന് തന്നെ ശിക്ഷിക്കപ്പെട്ട സംന്യാൽ 4 വർഷമായപ്പോൾ മോചിപ്പിക്കപ്പെട്ടു. കലാപക്കേസുകളിൽ ജീവപര്യന്തത്തടവ് ലഭിച്ചവർ ഒരു വർഷത്തിനുള്ളിലും.

b. ഞങ്ങൾ മില്ലിലേയും എണ്ണമില്ലിലേയും ഭാരിച്ച ജോലികൾ ചെയ്യുകയും ഇന്ത്യയിലും ഇവിടെയും തടവിന്റെ ഭാഗമായി ഞങ്ങൾക്ക് തന്ന മറ്റ് ജോലികളും നിർവ്വഹിക്കുകയുമുണ്ടായി.

C. ജയിലിലെ ഞങ്ങളുടെ പെരുമാറ്റം ഇപ്പോൾ മോചനം ലഭിച്ചവരുടെ പെരുമാറ്റത്തെക്കാൾ ഒട്ടും മോശമായിരുന്നില്ല. അവർ, പോർട്ട് ബ്ലെയറിൽപ്പോലും ഒരു ഗൂഢാലോചനാക്കുറ്റത്തിൽ സംശയിക്കപ്പെടുകയും വീണ്ടും ജയിലിൽ അടയ്ക്കപ്പെടുകയും ചെയ്തു. നേരെമറിച്ച് ഞങ്ങൾ രണ്ടുപേരും ഈ ദിവസംവരെ സാധാരണയിൽ കവിഞ്ഞുള്ള അച്ചടക്കവും ഒതുക്കവും പാലിച്ചു എന്നു മാത്രമല്ല ആറുവർഷങ്ങൾക്കിടെ അച്ചടക്കലംഘനത്തിന് ഒരു കേസിൽ പോലും ഉൾപ്പെട്ടിട്ടുമില്ല.

V. അവസാനമായി ആൻഡമാനിൽനിന്നും മോചനം നേടിയവരുൾപ്പെടെ നൂറുകണക്കിന് രാഷ്ട്രീയത്തടവുകാരെ വിട്ടയച്ചതിൽ എനിക്കുള്ള നന്ദി പ്രകാശിപ്പിക്കാൻ എന്നെ അനുവദിക്കുക; അതുവഴി 1914 ലേയും 1918 ലേയും എന്റെ നിവേദനങ്ങൾ ഭാഗികമായി അംഗീകരിക്കപ്പെട്ടതിലും. അതുകൊണ്ടുതന്നെ ഞാനും എന്റെ സഹോദരനും ഉൾപ്പെടെ അതേ കുറ്റംചെയ്ത ബാക്കിയുള്ള തടവുകാരെയും ബഹുമാനപ്പെട്ട പൊന്നുതമ്പുരാൻ ഉടൻതന്നെ മോചിപ്പിക്കും എന്ന് കരുതുന്നു. പ്രത്യേകിച്ചും മഹാരാഷ്ട്രയിലെ രാഷ്ട്രീയ സാഹചര്യം കഴിഞ്ഞ കുറേക്കാലമായി ഒരു തരത്തിലുമുള്ള അസ്വസ്ഥത സൃഷ്ടിക്കാതിരിക്കുന്ന സാഹചര്യത്തിൽ. എങ്കിലും, ഞാനിവിടെ ബോധിപ്പിക്കുന്നത് എന്തെന്നാൽ ഇപ്പോൾ മോചിപ്പിക്കപ്പെട്ടവരുടെയോ മറ്റാരുടെയെങ്കിലുമോ സ്വഭാവത്തിന്റെ അടിസ്ഥാനത്തിലോ എന്തെങ്കിലും നിബന്ധനയുടെ അടിസ്ഥാനത്തിലോ ആയിരിക്കരുത് ഞങ്ങളുടെ മോചനം. കാരണം ഞങ്ങൾക്ക് മോചനം നിഷേധിക്കുന്നതും മറ്റുള്ളവർ ചെയ്ത തെറ്റിന് ഞങ്ങളെ ശിക്ഷിക്കുന്നതും അസംബന്ധമാണ്.

VI. ഇക്കാര്യങ്ങളുടെ പശ്ചാത്തലത്തിൽ വിവേകപൂർണ്ണമായ എന്ത് പ്രതിജ്ഞയെടുക്കാനുമുള്ള എന്റെതന്നെ സന്നദ്ധതയും നടപ്പിൽവന്നതും വാഗ്ദാനം ചെയ്തതുമായ പരിഷ്കരണങ്ങളും തുർക്കി അഫ്ഗാൻ തീവ്രവാദികളുടെ വടക്കുനിന്നുള്ള പൊതു ആക്രമണത്തിന്റെ പൊതുവായ സ്വഭാവവും നമ്മുടെ രണ്ട് രാഷ്ട്രങ്ങളുടേയും താത്പര്യങ്ങളുടെ വിശ്വസ്തമായ സഹകരണത്തിന്റെ വക്താവാക്കി എന്നെ മാറ്റിയിരിക്കുന്നു. അത് മുൻനിർത്തി ഗവൺമെന്റ് എന്നെ മോചിപ്പിക്കുമെന്ന് ഞാൻ കരുതുന്നു. എന്റെ ആദ്യകാലജീവിതത്തിന്റെ പ്രതീക്ഷകൾ പെട്ടെന്നുതന്നെ മങ്ങിപ്പോയി. അത് ഏറെ വേദനാജനകമായിരുന്നു. മോചനം എനിക്ക് പുതുജന്മം തരുമെന്നും, അങ്ങയുടെ ദയാവായ്പിനോട് കീഴ്പ്പെട്ടുള്ള എന്റെ പശ്ചാത്താപത്തിന്റെ സ്രോതസ്സ്, രാഷ്ട്രീയമായി ഭാവിയിൽ ഉപയോഗപ്രദമാകുമെന്നും

ഞാൻ പ്രത്യാശിക്കുന്നു. ധൈര്യം തോൽക്കുന്നിടത്ത് ഉദാരത വിജയിക്കും.

ചീഫ് കമ്മീഷണറുടെ ഉദ്യോഗകാലഘട്ടത്തിൽ, ഞാൻ എപ്പോഴും കാണിച്ചിട്ടുള്ള വ്യക്തിപരമായ ബഹുമാനവും അക്കാലത്ത് ഞാൻ ഇടയ്ക്കിടെ അഭിമുഖീകരിക്കേണ്ടി വന്ന അങ്ങേയറ്റത്തെ നിരാശകളും മുൻനിർത്തി അദ്ദേഹം എന്റെ മോചനത്തെ നിഷേധിക്കുകയില്ലെന്നും ഈ അഭ്യർത്ഥന മുകളിലേക്ക് അയച്ച് അദ്ദേഹത്തിന്റെ ശുപാർശയോടെ അത് വൈസ്രോയിക്ക് സമർപ്പിച്ച് എന്നോട് ദയ കാണിക്കുമെന്നും പ്രത്യാശിക്കുന്നു.

ഞാൻ അങ്ങയോട് യാചനാപൂർവ്വം അഭ്യർത്ഥിക്കുന്നു.

സർ
താങ്കളുടെ ഏറ്റവും വിശ്വസ്ത സേവകൻ
വി ഡി സവർക്കർ
കുറ്റവാളി നമ്പർ 32778[25]

ഗ്രന്ഥസൂചി

1. YD Phadke, 'A Complex Hero', *The Indian Express*, August 31, 2004, Delhi.
2. Tarun Vijay (editor of Hindi mouthpiece of the RSS *Panchajanya*) in 'Veer Patriot', *Outlook*, September 6, 2004, Delhi.
3. Ved Rahi cited in 'Savarkar's untold story', *Organizer*, September 26, 2004, Delhi.
4. Reproduced from RC Majumdar, *Penal Settlement in Andamans*, Department of Culture (Government of India), Delhi, 1975, pp. 211-213.
5. Ibid., p. 208.
6. Ibid., p. 206.
7. Ibid.
8. Ibid., p. 211.
9. Ra. Ravishankar, 'The real Savarkar' *Frontline*, August 2, 2002, p. 117.
10. Dhananjay Keer, *Veer Savarkar*, Popular Prakashan, Bombay, 1988, p. vii.
11. Ibid., pp. 163-164.
12. Ibid., pp. 218-219.
13. RC Majumdar, op. Cit., p. 198.
14. Ibid., pp. 201-202.
15. Ibid., p. 202.
16. Ibid., pp. 204-205.
17. Ibid., p. 221.

18. Manini Chatterjee, 'The Kala Pani Story', *Indian Express*, September 21, 2004, Delhi.
19. RC Majumdar, op. Cit., p. 205.
20. Ibid., p. 241.
21. Ibid.
22. Ibid., p. 242.
23. Keer, op. cited, p. 155.
24. Vaibhav Purandare, *Savarkar: The True Story of the Father of Hindutva*, Juggernaut, Delhi, 2019.
25. National Archives, Delhi. Also reproduced by AG Noorani, 'Savarkar's Mercy Petition', *Frontline*, 12-15 March 2005.

മിത്ത് 4

സവർക്കർ മുസ്ലീംലീഗിന് എതിരായ ഒരു പ്രതിരോധ ശക്തിയായി നിലകൊണ്ടു

മുസ്ലീംലീഗിന്റെ വർഗ്ഗീയ രാഷ്ട്രീയത്തിന് സവർക്കർ എതിരായിരുന്നു

ഗാന്ധി–നെഹ്റു നേതൃത്വത്തിലുള്ള കോൺഗ്രസ്, മുസ്‌ലിം വർഗ്ഗീയതയ്ക്ക്, പ്രത്യേകിച്ച് മുസ്‌ലിംലീഗിന് കീഴടങ്ങുന്നുവെന്ന് വിശ്വസിച്ചതുകൊണ്ടാണ് കോൺഗ്രസിനെ എതിർത്തതെന്ന് ഹിന്ദുത്വവാദികളും സവർക്കറിന്റെ അനുയായികളും വാദിക്കുന്നു. മുസ്ലീങ്ങളുടെ വർദ്ധിച്ചുവരുന്ന ഈ പ്രീണനം തടയാൻ ഒരു ദേശീയവാദ സംഘടനയും ഇല്ലാത്തതിനാൽ, ഹിന്ദുക്കളെ ശക്തമായി സംഘടിപ്പിക്കുകയല്ലാതെ അദ്ദേഹത്തിന് മറ്റ് മാർഗ്ഗമില്ലായിരുന്നു.

വസ്തുതകൾ

സവർക്കറിസ്റ്റുകളുടെ ഈ അവകാശവാദം കേവലം ഒരു പ്രഹസനം മാത്രമാണ്, എന്തെന്നാൽ ദ്വിരാഷ്ട്ര സിദ്ധാന്തത്തിന് ശക്തമായ ദാർശനിക അടിത്തറ നൽകിയത് സവർക്കറാണ്. കൂടാതെ, സവർക്കറുടെ നേതൃത്വത്തിലുള്ള ഹിന്ദു മഹാസഭ മുസ്ലീംലീഗുമായി സഖ്യസർക്കാർ രൂപീകരിച്ചിരുന്നു എന്നത് ഹിന്ദു മഹാസഭ ആർക്കൈവുകളിൽനിന്നും ലഭ്യമായ സമകാലിക രേഖകൾ പരിശോധിച്ചാൽ വ്യക്തമാകും. വാസ്തവത്തിൽ, സവർക്കറും ഹിന്ദു മഹാസഭയും ആരംഭിച്ച ഹിന്ദു വിഘടനവാദത്തിന്റെ മാർഗ്ഗം മുസ്ലീം വിഘടനവാദത്തിന് വഴിയൊരുക്കുകയാണുണ്ടായത്.

സവർക്കർ ദ്വിരാഷ്ട്ര സിദ്ധാന്തത്തെ പരസ്യമായി പിന്തുണച്ചു

സ്വാതന്ത്ര്യത്തിനു മുമ്പുള്ള ഇന്ത്യയിൽ ദ്വിരാഷ്ട്ര സിദ്ധാന്തത്തെ

മുന്നോട്ടുകൊണ്ടുപോകുന്നതിൽ സവർക്കർ വഹിച്ച പങ്കിനെക്കുറിച്ച് പൂർണ്ണമായി വിലയിരുത്തുന്നതിനായി, 1937 മുതൽ 1942 വരെ സ്വതന്ത്ര നായി നിന്നുകൊണ്ട്, ഹിന്ദു മഹാസഭയെ നയിച്ചിരുന്ന കാലഘട്ടത്തിലെ അദ്ദേഹത്തിന്റെ വാക്കുകളും പ്രവൃത്തികളും കൂടി നാം പരിചയപ്പെടേ ണ്ടതുണ്ട്.

മഹാരാഷ്ട്രയിലെ ഹിന്ദു മഹാസഭ പ്രസിദ്ധീകരിച്ച *ഹിന്ദു രാഷ്ട്ര ദർശനിൽ* ഇവയെല്ലാംതന്നെ ലഭ്യമാണ്. ഈ പ്രസിദ്ധീകരണ പ്രകാരം, മുഹമ്മദ് അലി ജിന്നയുടെ മുസ്ലീംലീഗും മറ്റ് മുസ്ലീം വർഗ്ഗീയവാദികളും ദ്വിരാഷ്ട്ര സിദ്ധാന്തത്തിൽ വിശ്വസിച്ചിരുന്നതു പോലെതന്നെ സവർക്കറും അതിൽ വിശ്വസിച്ചിരുന്നു എന്നു കാണാം. 1937 ൽ അഹമ്മദാബാദിൽ 19-ാമത് ഹിന്ദു മഹാസഭ സമ്മേളനത്തിൽ അദ്ധ്യക്ഷ പ്രസംഗം നടത്തിയപ്പോൾ, സവർക്കർ അസന്നിഗ്ദ്ധമായി പ്രഖ്യാപിച്ചു:

> ഇന്ത്യയിൽ രണ്ട് വിരുദ്ധ രാഷ്ട്രങ്ങൾ അടുത്തടുത്തായി നിലകൊ ള്ളുന്നു. ഇന്ത്യ, ഇവ രണ്ടും ചേർന്ന് ഏക രാഷ്ട്രമാകണമെന്നോ അല്ലെങ്കിൽ അതിനെ അങ്ങനെ വിളക്കിച്ചേർക്കണമെന്നോ ഉള്ള ബാലിശമായ ആഗ്രഹം കൊണ്ടുനടക്കുന്ന നിരവധി രാഷ്ട്രീ യക്കാരുണ്ട്. ഇത് ഉദ്ദേശ്യ ശുദ്ധിയുള്ളതാണെങ്കിലും യാഥാർ ത്ഥ്യത്തെ ഉൾകൊള്ളുന്നതല്ല. അതുകൊണ്ടാണ് അവർ വർഗ്ഗീയ ചേരിതിരിവുകളിലെ പ്രശ്നങ്ങൾ അഭിമുഖീകരിക്കേണ്ടിവരുമ്പോൾ അവ പരിഹരിക്കുന്നതിനായി വർഗ്ഗീയ സംഘടനകളെ തന്നെ ആശ്രയിക്കുന്നത്. എന്നാൽ ഇത്തരം പ്രശ്നങ്ങൾ, നൂറ്റാണ്ടുകളായി ഹിന്ദുക്കളും മുസ്ലീങ്ങളും തമ്മിലുള്ള സാംസ്കാരികവും മത പരവും ദേശീയവുമായ ശത്രുതയിൽനിന്നും ഉരുത്തിരിയപ്പെട്ടതാ ണെന്നതാണ് വസ്തുത. ഇന്ത്യ ഇന്ന് ഏകതാനമായ ഒരു രാഷ്ട്ര മാണെന്ന് കരുതാനാവില്ല, മറിച്ച്, ഇന്ത്യയിൽ ഹിന്ദുക്കളുടേതും മുസ്ലീങ്ങളുടേതുമായ രണ്ട് രാഷ്ട്രങ്ങളുണ്ട്.[1]

മുസ്ലീംലീഗ് അവരുടെ പാകിസ്ഥാൻ പ്രമേയം ലാഹോറിൽ പാസാക്കിയപ്പോൾ (മാർച്ച് 1940) മേൽപ്പറഞ്ഞ വാക്കുകൾ പ്രത്യേകം പരാമർശിച്ച ജിന്ന, സവർക്കറുടെ ആശയങ്ങളിൽ നിന്ന് അവരുടെയും ദ്വിരാഷ്ട്ര സിദ്ധാന്തത്തെ ഊട്ടിയുറപ്പിക്കുകയാണ് ചെയ്തത്.

ജിന്നയെ പ്രോത്സാഹിപ്പിക്കുന്നതിൽ സവർക്കറും ഒട്ടും മടികാണി ച്ചില്ല. 1943 ഓഗസ്റ്റ് 15 ന് നാഗ്പൂരിൽ ഒരു പത്രസമ്മേളനത്തിൽ സംസാ രിക്കവേ അദ്ദേഹം, "ജിന്നയുടെ ദ്വിരാഷ്ട്ര സിദ്ധാന്തത്തോട് എനിക്ക് ഒരു തർക്കവുമില്ല, ഹിന്ദുക്കളായ നമ്മൾ സ്വയം ഒരു രാഷ്ട്രമാണ്, അത് ഒരു ചരിത്ര വസ്തുതയാണ്. ഹിന്ദുക്കളും മുസ്ലീങ്ങളും രണ്ട് രാഷ്ട്രങ്ങളാണ്" എന്ന് പറയുകയുണ്ടായി.[2] ഒരു ഹിന്ദു രാഷ്ട്രത്തിന്റെ സൃഷ്ടിക്കായി നില കൊണ്ട അദ്ദേഹം, "നമ്മൾ ഹിന്ദുക്കൾക്ക് സൗരയൂഥത്തിൽ സ്വന്തമായി ഒരു രാജ്യം ഉണ്ടായിരിക്കണം, അവിടെ ഹിന്ദുക്കളായ - പ്രബലരായ -

ഒരു ജനതയുടെ പിൻഗാമികളായി വളരണം" എന്നും പറഞ്ഞു.[3] മാത്രമല്ല, ഹിന്ദു വർഗ്ഗീയതയെ ഇന്ത്യൻ ദേശീയതയുമായി തുലനം ചെയ്ത സവർക്കർ "വാസ്തവത്തിൽ ഹിന്ദു മഹാസഭ പ്രത്യയശാസ്ത്രം ഉൾക്കൊണ്ട ഒരു ഹിന്ദുവിന്, തന്റെ ഹിന്ദുത്വത്തോടും ദേശീയതയോടും ഉള്ള പ്രതിപത്തിയിൽ യാതൊരു വ്യത്യാസവുമുണ്ടാകില്ല" എന്ന് പ്രഖ്യാപിച്ചു.[4]

മുസ്ലീംലീഗ് എല്ലാ മുസ്ലീങ്ങളെയും ഹിന്ദു മഹാസഭ എല്ലാ ഹിന്ദുക്കളെയും പ്രതിനിധീകരിക്കുന്നുവെന്നും വിശ്വസിക്കാൻ ദ്വിരാഷ്ട്ര സിദ്ധാന്തം സവർക്കറെ പ്രേരിപ്പിച്ചു. മധുരയിൽ നടന്ന ഹിന്ദു മഹാസഭയുടെ 22-ാമത് സമ്മേളനത്തിൽ അദ്ധ്യക്ഷ പ്രസംഗം നടത്തിയ സവർക്കർ,

> ഇന്ത്യയിലെ ഹിന്ദു സംഘടനകളിൽ, ഹിന്ദുക്കളെ പ്രതിനിധീകരിക്കുന്ന ഹിന്ദുമഹാസഭയ്ക്കാണ് പ്രഥമ സ്ഥാനമെന്നും മുസ്ലീങ്ങളെ പ്രതിനിധീകരിക്കുന്നത് മുസ്ലിംലീഗ് ആണെന്നും ഹിസ് എക്സലൻസി വൈസ്രോയി നിർണ്ണായകമായി അംഗീകരിക്കുകയുണ്ടായി.[5]

ഹിന്ദു മഹാസഭയുടെ നേതാവെന്ന നിലയിൽ, "എല്ലാ മുസ്ലീങ്ങളുടെയും പൊതുവായ അഭിപ്രായങ്ങൾ പ്രതിനിധീകരിക്കുന്ന മുസ്ലിം ലീഗി"[6]നെ സ്വാഗതം ചെയ്ത ബ്രിട്ടീഷ് നയത്തെ, സവർക്കർ എല്ലായ്പ്പോഴും പ്രശംസിച്ചു. ഇതേസമയം ഹിന്ദു മഹാസഭയെ ഹിന്ദുക്കളുടെ ഒരേയൊരു സംഘടനയായി അംഗീകരിക്കണമെന്നും അദ്ദേഹം ആവശ്യപ്പെട്ടുകൊണ്ടേയിരുന്നു. ഇന്ത്യ 'രണ്ട് വിരുദ്ധ രാഷ്ട്രങ്ങളുടെ' ഭൂമിയായി തുടരുന്നു എന്ന അദ്ദേഹത്തിന്റെ ദൃഢവിശ്വാസത്തിൽ നിന്നാണ് ഈ യുക്തി ഉടലെടുത്തത്.

സവർക്കർ തന്റെ ദ്വിരാഷ്ട്ര സിദ്ധാന്തം ഭാഷകളുടെ മണ്ഡലത്തിലും കൊണ്ടുപോയി. മുസ്ലീംലീഗുകാരെപ്പോലെ, ഹിന്ദി ഹിന്ദുക്കളുടെ ഭാഷയാണെന്നും ഉറുദു മുസ്ലീങ്ങളുടെ ഭാഷയാണെന്നും അദ്ദേഹം വിശ്വസിക്കുകയും പ്രസംഗിക്കുകയും ചെയ്തു. 1939 സെപ്തംബർ 1 ന് പുറപ്പെടുവിച്ച ഒരു പ്രസ്താവനയിൽ, 'ഹിന്ദു പാർട്ടിയുടെ നയം' വിശദീകരിക്കുന്നതിനിടയിൽ അദ്ദേഹം താഴെപ്പറയും പ്രകാരം പ്രഖ്യാപിച്ചു.

> ശുദ്ധവും സംസ്കൃതത്തെ (*സാൻസ്ക്രിറ്റ്-നിഷ്ട്*) അടിസ്ഥാനമാക്കിയുള്ളതുമായ ഹിന്ദി ഹിന്ദുക്കൾക്ക് ദേശീയ [sic] ഭാഷയും നാഗരി ദേശീയ ലിപിയും ആയിരിക്കും. മുസ്ലീങ്ങൾക്ക് സ്വന്തമായി സ്കൂളുകൾ സ്ഥാപിച്ച് ഉറുദു അവരുടെ സാമുദായിക ഭാഷയായി സ്വീകരിക്കാൻ അനുവദിക്കുകയും, അവർ നൽകുന്ന നികുതിയുടെയും ആ പ്രദേശത്തെ അവരുടെ ജനസംഖ്യയുടെയും അടിസ്ഥാനത്തിൽ ഗ്രാന്റായും സ്കോളർഷിപ്പായും അത്തരം സ്കൂളുകൾക്കായി സർക്കാർ ഒരു തുക ചെലവഴിക്കുകയും ചെയ്യും.[7]

ഹിന്ദു മഹാസഭയുടെ എല്ലാ യോഗങ്ങളും പരിപാടികളും *ഹിന്ദു ധർമ്മ-കി-ജയ്, ഹിന്ദു മഹാസഭ-കി-ജയ്, ഹിന്ദുസ്ഥാൻ ഹിന്ദുവോൻ കാ* (ഹിന്ദു ധർമ്മം വിജയിക്കട്ടെ, ഹിന്ദു മഹാസഭ വിജയിക്കട്ടെ, ഇന്ത്യ ഹിന്ദുക്കളുടേത്)[8] എന്ന മുദ്രാവാക്യത്തോടെയേ അവസാനിക്കാവൂ എന്ന് നിർബ്ബന്ധമുണ്ടായിരുന്നുവെന്നത് നമ്മൾ അറിഞ്ഞിരിക്കേണ്ടതാണ്.

സവർക്കറുടെ നേതൃത്വത്തിലുള്ള ഹിന്ദു മഹാസഭ 1942-ൽ മുസ്ലീം ലീഗിനൊപ്പം സഖ്യസർക്കാറുണ്ടാക്കി.

1942 ൽ മുസ്ലീംലീഗുമായുള്ള ഇടപാടുകളെ കോൺഗ്രസ് എതിർത്തപ്പോൾ, സിന്ധിലും ബംഗാളിലും ഹിന്ദു മഹാസഭയും മുസ്ലീംലീഗും സഖ്യസർക്കാരുകളുണ്ടാക്കി എന്നത് അധികമാരും അറിയാനിടയില്ല. 1942 ൽ കാൺപൂരിൽ നടന്ന ഹിന്ദു മഹാസഭയുടെ 24-ാമത് സമ്മേളനത്തിന്റെ അദ്ധ്യക്ഷ പ്രസംഗത്തിൽ സവർക്കർ ഈ ബന്ധത്തെ ന്യായീകരിച്ചു:

> പ്രായോഗിക രാഷ്ട്രീയത്തിലും ന്യായമായ വിട്ടുവീഴ്ചകളിലൂടെ മുന്നേറണമെന്ന് മഹാസഭയ്ക്ക് അറിയാം. ലീഗിന്റെ ക്ഷണപ്രകാരമാണ് അടുത്തിടെ സിന്ധിൽ, സിന്ധ്-ഹിന്ദുസഭ സഖ്യസർക്കാർ രൂപീകരിക്കുന്നതിനായി കൈകോർത്തത്. ബംഗാളിലെ കാര്യം ഏവർക്കുമറിയാമല്ലോ. വിധേയത്വത്തോടെ നിന്നിരുന്ന കോൺഗ്രസിന് പോലും പ്രീണിപ്പിക്കാൻ കഴിയാത്ത തീവ്ര ലീഗുകാർ മുസ്ലിം സമുദായത്തിലുണ്ടായിരുന്നു. നമ്മുടെ ബഹുമാനപ്പെട്ട മഹാസഭയുടെ നേതാവ് ഡോ. ശ്യാമ പ്രസാദ് മുഖർജിയും ശ്രീ. ഫസലുൽ ഹഖും ഒത്തൊരുമിച്ച്, ഏകദേശം ഒരു വർഷത്തോളം രണ്ട് സമുദായങ്ങൾക്കും പ്രയോജനപ്പെടും വിധം സഖ്യസർക്കാരുണ്ടാക്കി പ്രവർത്തിച്ചപ്പോൾ അവർ വിട്ടുവീഴ്ചകൾക്ക് തയ്യാറാവുകയും അനൗപചാരികമായി ഇടപെടാനും തുടങ്ങി.[9]

സിന്ധിലും എൻ ഡബ്ലിയു എഫ് പിയിലും മുസ്ലീംലീഗിനൊപ്പം ചേർന്ന് ഹിന്ദു മഹാസഭ സഖ്യ സർക്കാർ രൂപീകരിച്ചു.

സവർക്കറുടെ ആരാധകർ ഏറ്റവും ആധികാരികമായി വാഴ്ത്തുന്ന, ധനഞ്ജയ് കീറെഴുതിയ സവർക്കറുടെ ജീവചരിത്രത്തിൽ, താഴെ പറയുന്ന പ്രകാരം രേഖപ്പെടുത്തിയിട്ടുണ്ട്,

> ഹിന്ദുസ്ഥാന്റെ താൽപ്പര്യങ്ങൾക്കും അഖണ്ഡതയ്ക്കും ഹാനികരമായ ഒരു പദ്ധതിയിലും സ്വയം ഏർപ്പെടാതെ, മുസ്ലീംലീഗ് രൂപീകരിച്ച മന്ത്രിസഭകളിൽ ചേരാൻ മുസ്ലീം ഭൂരിപക്ഷ പ്രവിശ്യകളിലെ ഹിന്ദു നേതാക്കളോട് സവർക്കർ ഉപദേശിച്ചിരുന്നു.[10]

വാസ്തവത്തിൽ, സവർക്കറും മറ്റൊരു പ്രമുഖ ഹിന്ദു മഹാസഭ നേതാവായ ബിഎസ് മൂഞ്ചേയും പഞ്ചാബിലും മുസ്ലീംലീഗുമായി ഒരു

സഖ്യത്തിന് തയ്യാറാണെന്ന് പ്രസ്താവിക്കുകയുണ്ടായി. വാഗ്ദാനം നൽകി. മുസ്ലീംലീഗ് തലവൻ മുഹമ്മദ് അലി ജിന്ന സിയാൽകോട്ടിൽ (ഇപ്പോൾ പാകിസ്ഥാനിൽ) നടത്തിയ പ്രസംഗത്തിൽ സവർക്കറുടെ ഈ പ്രസ്താവന പരാമർശിക്കുകയും "സവർക്കറും മൂഞ്ജേയും മറ്റ് മാർഗ്ഗങ്ങളൊന്നും ഇല്ലാത്തതിനാൽ മുസ്ലിംലീഗിനൊപ്പം സഖ്യത്തിന് തയ്യാറാവണമെന്ന് പഞ്ചാബിലെ ഹിന്ദുക്കളോട് നിർദ്ദേശിച്ചതായും മുസ്ലീങ്ങളോടു പറഞ്ഞു."[11]

സവർക്കർ കോൺഗ്രസിനെ എതിർക്കുകയും, മുസ്ലീം ലീഗിനൊപ്പം നിൽക്കുകയും ചെയ്തു.

1940 ൽ ഹിന്ദു മഹാസഭയുടെ (22-ാം സെഷൻ) മധുര സമ്മേളനത്തെ അഭിസംബോധന ചെയ്യവേ, കോൺഗ്രസിനെ എതിർത്ത് തന്റെ പാർട്ടി വിവിധ പ്രവിശ്യകളിലെ മുസ്ലീം ഗ്രൂപ്പുകളുമായി സഹകരിക്കുകയാണെന്ന് സവർക്കർ സമ്മതിച്ചു. കോൺഗ്രസിനെതിരെ ഹിന്ദു-മുസ്ലീം വർഗ്ഗീയവാദികൾ ഒന്നിച്ചു എന്ന വസ്തുതയെ സാധൂകരിക്കുക മാത്രമാണ് അദ്ദേഹത്തിന്റെ ഇനിവരുന്ന പ്രസ്താവനകൾ.

> പലയിടത്തും അവർ [ഹിന്ദു മഹാസഭക്കാർ] കോൺഗ്രസ് സ്ഥാനാർത്ഥികളെ പരാജയപ്പെടുത്തുന്നതിൽ വിജയിച്ചു. ഹിന്ദു സംഘടനാ പാർട്ടിയുടെ പ്രതിനിധികളും പ്രവിശ്യയിൽ സ്വാധീനമുള്ള ന്യൂനപക്ഷം നിയമസഭകളും ചില തദ്ദേശസ്ഥാപനങ്ങളും ഉൾപ്പടെ മുസ്ലിം മന്ത്രാലയങ്ങളുടെ രൂപീകരണത്തെ സ്വാധീനിക്കത്തക്കവിധം നിലകൊണ്ടു.
>
> അതിനുപുറമേ രണ്ടോ മൂന്നോ ഹിന്ദു മന്ത്രിമാർ കൂടി (മുസ്ലിം) മന്ത്രിസഭയിൽ ഉണ്ടായിരുന്നു..[12]

സർവ്വവും ഉൾക്കൊള്ളുന്ന ഒരു സാർവ്വലൗകിക, സ്വതന്ത്ര ഇന്ത്യയിൽ തനിക്ക് താൽപ്പര്യമില്ലെന്ന് ജിന്നയെപ്പോലെ സവർക്കറും അസന്ദിഗ്ദ്ധമായി പറഞ്ഞു.

> അപ്പോൾ സ്വരാജ്യത്തിന്റെ യഥാർത്ഥ അർത്ഥം, ഇന്ത്യയെന്ന ഭൂമിയുടെ ഭൂമിശാസ്ത്രപരമായ സ്വാതന്ത്ര്യം മാത്രമല്ല. അവരുടെ ഹിന്ദുത്വം - അവരുടെ മതപരവും വംശീയവും സാംസ്കാരികവുമായ സ്വത്വം - ഉറപ്പാക്കിയാൽ മാത്രമേ ഹിന്ദുസ്ഥാന്റെ സ്വാതന്ത്ര്യം ഹിന്ദുക്കൾക്ക് വിലപ്പെട്ടതായിത്തീരൂ. നമ്മുടെ 'സ്വത്വ'ത്തെ - നമ്മുടെ ഹിന്ദുത്വത്തെ - തന്നെ വിലയായി നൽകി

ഒരു 'സ്വരാജ്യ'ത്തിനുവേണ്ടി പോരാടാനും മരിക്കാനും ഞങ്ങൾ തയ്യാറല്ല.[13]

സവർക്കർ ഹിന്ദുരാഷ്ട്രം ആവശ്യപ്പെടുകയും *ശുദ്ധിയെ* ഉയർത്തിപ്പിടിക്കുകയും ചെയ്തു

മുസ്ലീം വർഗ്ഗീയവാദികളെപ്പോലെ സവർക്കറും ഇന്ത്യൻ ബഹുജനങ്ങളുടെ ഐക്യം തകർക്കാൻ കച്ചകെട്ടിയിറങ്ങിയതായിരുന്നു. സാമ്രാജ്യത്വ ഭരണാധികാരികളെ വെല്ലുവിളിക്കാനുള്ള ഒരു നിലപാടും ഉണ്ടായിരുന്നില്ല. ഭരണാധികാരികൾ അവരുടെ എതിരാളികളുടെ പട്ടികയിൽ ഒരിടത്തും ഇടം പിടിച്ചിരുന്നില്ല. അവരുടെ യഥാർത്ഥ ശത്രുക്കൾ മുസ്ലീങ്ങളും ക്രിസ്ത്യാനികളും കോൺഗ്രസ് നേതാക്കളുമായിരുന്നു. ഇന്ത്യൻ ജനതയുടെ ഐക്യത്തെ ഭയന്നിരുന്ന ഭരണാധികാരികൾ ഇതിനെ നന്നായി പ്രയോജനപ്പെടുത്തുകയും ചെയ്തു. ഇന്ത്യ ഒറ്റക്കെട്ടായി നിന്ന് കൊളോണിയൽ ഭരണത്തിനെതിരെ പോരാടേണ്ടിയിരുന്നപ്പോൾ താഴെപ്പറയുന്നതുപോലെ വിഭാഗീയതകൾക്ക് ആഹ്വാനം നൽകുകയായിരുന്നു സവർക്കർ.

> നിങ്ങളെല്ലാവരും സ്വയമേ ഹിന്ദുവാണെന്ന് ഉറപ്പിക്കാൻ ഞാൻ നിങ്ങളെ ഉദ്ബോധിപ്പിക്കുന്നു! ശ്രീരാമൻ, ശ്രീകൃഷ്ണൻ, ശിവജി, റാണ പ്രതാപ്, ഗോവിന്ദ സിങ് എന്നിവരുടെ പരമ്പരയിൽ പിറന്നത് നാണക്കേടാണെന്നോ ദേശീയമല്ലാത്തത് (sic) പോലെയൊ ആണെന്ന തോന്നൽ നമ്മളിൽ ചിലർക്കെങ്കിലുമുണ്ട്. സ്വയം ഹിന്ദുക്കളായി പ്രഖ്യാപിക്കാൻ ലജ്ജ തോന്നുന്ന മനോഭാവം ഉപേക്ഷിക്കുക! നമ്മൾ ഹിന്ദുക്കൾക്ക് സൗരയൂഥത്തിൽ സ്വന്തമായി ഒരു രാജ്യം ഉണ്ടായിരിക്കണം, ശക്തരായ ഒരു ജനതയുടെ പിൻഗാമികളായി - ഹിന്ദുക്കളായി അവിടെ വളരുകയും വേണം. മതപരം മാത്രമല്ല, രാഷ്ട്രീയ വശവുമുള്ള ശുദ്ധി ഉയർത്തിപ്പിടിക്കുക![14]

ഹിന്ദു ദേശീയതയുടെ, ഇന്ത്യ ഹിന്ദുക്കൾക്ക് മാത്രം എന്ന സിദ്ധാന്തത്തിൽ ഉറച്ചു വിശ്വസിക്കുന്ന സവർക്കർ "മതം മാറുന്നത് ദേശീയതയുടെ മാറ്റത്തിലേക്ക് നയിക്കുന്നു"[15] എന്ന് പ്രഖ്യാപിച്ചു. എല്ലാ ഹിന്ദു സംഘടനാ വാദികളോടും സവർക്കർ;

> മതം മാറ്റത്തിനായുള്ള ക്രിസ്ത്യൻ മിഷണറിമാരുടെ പ്രവർത്തനങ്ങളെ നോക്കിക്കാണുകയാണെങ്കിൽ, അത് എല്ലായ്പ്പോഴും ദേശീയ മാറ്റത്തിലേക്ക് നയിക്കുന്നതാണെന്ന് മനസ്സിലാവും. അവരുടെ മത-ദേശീയ ആക്രമണത്തെ ആക്രമണം കൊണ്ടുതന്നെ നേരിടാനും അങ്ങനെ ക്രിസ്ത്യാനിസ്ഥാന്റെ ഭീഷണിയിൽ നിന്ന് ഇന്ത്യയെ രക്ഷിക്കാനും സവർക്കർ ഹിന്ദു മഹാസഭയോടും ആര്യസമാജിനോടും ജനസംഘത്തോടും [ഭാരതീയ ജനതാ പാർട്ടിയുടെ

മുൻഗാമി] അഭ്യർത്ഥിച്ചു. [sic].[16]

സവർക്കറുടെ പുന സന്ദർശനത്തിനു ശേഷം, ഏതാനും ഹിന്ദു മതതീവ്രവാദികൾ ക്രിസ്ത്യൻ മിഷണറിമാരെ നഗരത്തിൽ നിന്ന് ബലമായി പുറത്താക്കിയപ്പോൾ, അദ്ദേഹം അതിനെ ഒരു 'ശരിയായ നടപടി' ആയി കാണുകയും, 'ക്രിസ്ത്യൻ സ്കൂളുകളും ആശുപത്രികളും ഹിന്ദുക്കളെ മത പരിവർത്തനത്തിനു പ്രേരിപ്പിക്കുന്നതിനാൽ അവയെ ബഹിഷ്കരിക്കണമെന്ന് ആവശ്യപ്പെടുകയും ചെയ്തു.'[17]

ഹിന്ദുക്കളും മുസ്ലീങ്ങളും രണ്ട് രാഷ്ട്രങ്ങളാണെന്നും തന്റെ ഹിന്ദുത്വ സിദ്ധാന്തമനുസരിച്ച് സിഖുകാർ ഹിന്ദുമതത്തിന്റെ ഭാഗമാണെന്നും സവർക്കർ വിശ്വസിച്ചു. എന്നിരുന്നാലും, കോൺഗ്രസിനോടുള്ള അദ്ദേഹത്തിന്റെ അന്ധമായ എതിർപ്പുമൂലം സിഖുകാർ ഒരു പ്രത്യേക സമുദായമായും രാഷ്ട്രമായും സംഘടിക്കാൻ അനുവദിക്കുന്നതിനുപോലും അദ്ദേഹം തയ്യാറായി. സിഖിസ്ഥാൻ അല്ലെങ്കിൽ സിഖ് മാതൃഭൂമി അവർക്ക് പ്രത്യേകമായി അനുവദിക്കുന്ന തലംവരെ അദ്ദേഹം എത്തിച്ചേർന്നു. സവർക്കറുടെ അഭിപ്രായത്തിൽ,

> നമ്മുടെ സിഖ് സാഹോദര്യം കോൺഗ്രസിന്റെ വീക്ഷണങ്ങളിൽ നിന്നും – എന്നത്തേക്കാളും കൂടുതൽ ഹിന്ദു വിരുദ്ധവും ദേശ വിരുദ്ധവുമായ കോൺഗ്രസ് സംഘടന – പൂർണ്ണമായും മുക്തമാക്കണമെന്ന് ഞാൻ ഊന്നിപ്പറയാൻ ആഗ്രഹിക്കുന്നു. കോൺഗ്രസ് സമ്പൂർണ്ണ അഹിംസയിൽ നിന്ന് വ്യതിചലിക്കുകയും പാകിസ്ഥാനുവേണ്ടി രഹസ്യ പിന്തുണ നൽകുകയും ചെയ്യുന്നു. എന്നാൽ സിഖ് സാഹോദര്യം, ഹിന്ദുമതത്തിന്റെ മൊത്തത്തിലുള്ള താൽപ്പര്യങ്ങൾ സംരക്ഷിക്കുമെന്നും പരസ്യമായി പ്രോത്സാഹിപ്പിക്കുമെന്നും സ്വയം പ്രതിജ്ഞയെടുക്കുകയാണെങ്കിൽ, സ്വന്തം നിലയിൽ നിയമസഭകളിലേക്കും മറ്റും പ്രതിനിധികളെ കോൺഗ്രസ് പിന്തുണ ഇല്ലാതെ തന്നെ അയയ്ക്കുകയാണെങ്കിൽ, മുമ്പത്തെപ്പോലെ പോരാട്ട സേനകളിൽ അർഹമായ പ്രാതിനിധ്യം ഉറപ്പാക്കുകയാണെങ്കിൽ; മുസ്ലിങ്ങൾ പാകിസ്ഥാനെന്ന ദിവാസ്വപ്നം കണ്ടുകൊണ്ടിരിക്കുമ്പോൾ പകരം, പഞ്ചാബിൽ ഒരു സിഖിസ്ഥാൻ [sic] ഉയർന്നുനിൽക്കുന്നത് കാണാം.[18]

സ്വാതന്ത്ര്യത്തിനു മുമ്പുള്ള ഇന്ത്യയിലെ മത്സരാധിഷ്ഠിത ഹിന്ദു-മുസ്ലിം വർഗ്ഗീയ രാഷ്ട്രീയത്തിന്റെ സൂക്ഷ്മ നിരീക്ഷകനും വിമർശകനുമായ ബി ആർ അംബേദ്കർ തന്റെ നിഗമനങ്ങളെ സത്യസന്ധമായി തുറന്നു കാട്ടിയിരുന്നു,

> ഒരു രാഷ്ട്രം–രണ്ട് രാഷ്ട്രമാകണം എന്ന വിഷയത്തിൽ വിയോജിച്ച് നിൽക്കേണ്ടിയിരുന്ന സവർക്കറും ജിന്നയും അതിനു പകരം

> പൂർണ്ണമായ യോജിപ്പിലാണെന്നത് വിചിത്രമായി തോന്നിയേക്കാം. ഇരുവരുടെയും ഐക്യപ്പെടൽ മാത്രമല്ല, ഇന്ത്യയിൽ രണ്ട് രാഷ്ട്ര ങ്ങളുണ്ടെന്ന് - ഒന്ന് മുസ്ലീം രാഷ്ട്രവും മറ്റൊന്ന് ഹിന്ദു രാഷ്ട്രവും - ശഠിക്കുകയും ചെയ്യുന്നു. രണ്ട് രാജ്യങ്ങളും പാലിക്കേണ്ട നിബ ന്ധനകളും വ്യവസ്ഥകളും മാത്രമാണ് വ്യത്യാസപ്പെട്ടിരിക്കുന്നത്.[19]

ഇന്ത്യൻ മുസ്ലീങ്ങളെക്കുറിച്ചുള്ള സവർക്കറുടെ പദ്ധതികൾ വിവരി ക്കുമ്പോൾ അംബേദ്കർ പറഞ്ഞത് അവ 'യുക്തിക്ക് നിരക്കാത്തത്' എന്നാണ്.

> മുസ്ലീങ്ങൾ ഒരു പ്രത്യേക രാഷ്ട്രമാണെന്ന് സവർക്കർ സമ്മതി ക്കുന്നു... അവർ അവർക്കായി ദേശീയ പതാക സ്ഥാപിക്കാൻ അദ്ദേഹം അനുമതി നൽകി. എന്നാൽ മുസ്ലീം രാഷ്ട്രം എന്ന അവ കാശത്തെ അദ്ദേഹം എതിർക്കുന്നു. ഹിന്ദു രാഷ്ട്രത്തിനുവേണ്ടി വാദിക്കുന്ന അദ്ദേഹത്തിന് മുസ്ലീം രാഷ്ട്രം എന്ന അവകാശ വാദത്തെ എങ്ങനെ നിരാകരിക്കാനാകും?[20]

സവർക്കറുടെ ഹിന്ദുത്വ വാക്ചാതുര്യം യഥാർത്ഥത്തിൽ വൻ ദുരന്തങ്ങൾക്ക് കാരണമാകുമെന്ന് അംബേദ്കർ മുന്നറിയിപ്പ് നൽകി, "ഹിന്ദു രാഷ്ട്രം ഒരു പ്രബലമായ സ്ഥാനം വഹിക്കുകയും മുസ്ലീം രാഷ്ട്രം ഹിന്ദു രാഷ്ട്രത്തിന്റെ കീഴിൽ സഹകരിച്ച് നിൽക്കാൻ നിർബ്ബന്ധി തമാവുകയും ചെയ്യും"[21] "ഇത് ഇന്ത്യയുടെ സുരക്ഷയ്ക്കും ഭദ്രതയ്ക്കും ഏറ്റവും അപകടകരമായ സാഹചര്യം സൃഷ്ടിക്കുന്നതാണ്."[22] ഇന്ത്യ തകരുമെന്നുള്ള അപകടം വിദൂരമല്ലെന്ന് അംബേദ്കർ എഴുതി.

> അധികാരത്തിൽ, മുസ്ലീം രാഷ്ട്രം ഹിന്ദു രാഷ്ട്രത്തിന്റെ തുല്യ പദ വിയിലെത്താൻ സവർക്കർ അനുവദിക്കില്ല. ഹിന്ദു രാഷ്ട്രം പ്രബല രാഷ്ട്രവും മുസ്ലീം രാഷ്ട്രം അവർക്ക് കീഴടങ്ങി നിൽക്കണമെന്നും അദ്ദേഹം ആഗ്രഹിക്കുന്നു. ഹിന്ദു രാഷ്ട്രവും മുസ്ലീം രാഷ്ട്രവും തമ്മിൽ ശത്രുതയുടെ വിത്ത് പാകിയ ശേഷം അവർ ഒരു ഭരണ ഘടനയ്ക്കും ഒരു രാജ്യത്തിനും കീഴിൽ ജീവിക്കണമെന്ന് മിസ്റ്റർ സവർക്കർ ആഗ്രഹിക്കുന്നത് വിശദീകരിക്കാൻ പ്രയാസമാണ്.[23]

ഗ്രന്ഥസൂചി

1. Savarkar cited in VD Savarkar, *Samagra Savarkar Wangmaya: Hindu Rashtra Darshan*, vol. 6, Maharashtra Prantik Hindusabha, Poona, 1963, p. 296.
2. Cited in Indian Annual Register, 1943, vol. 2, p. 10.
3. Dhananjay Keer, *Veer Savarkar*, Popular Prakashan, Bombay, 1988, P. 268.

4. Cited in AS Bhide (ed.), *Vinayak Damodar Savarkar's Whirlwind Propaganda: Extracts from the President's Diary of his Propagandist Tours Interviews from December 1937 to October 1941*, Na, Bombay, 1941, p. 386.
5. Savarkar, *Samagra Savarkar Wangmaya: Hindu Rashtra Darshan*, vol. 6, Maharashtra Prantik Hindusabha, Poona, 1963, p. 407.
6. Ibid., p. 406.
7. Cited in AS Bhide, op. cited, p. 127.
8. Ibid., p. 569.
9. Savarkar, *Samagra Savarkar Wangmaya*, vol. 6, op. cited, pp. 479-480.
10. Dhananjay Keer, *Veer Savarkar*, op. cited, p. 348.
11. Ibid.
12. Savarkar, *Samagra Savarkar Wangmaya*, vol. 6, op. cited, p. 399.
13. Ibid., p. 289.
14. Ibid., p. 297.
15. Savarkar's speech delivered at Poona on December 11, 1953, cited in Dhanajay Keer, *Veer Savarkar,* op. cited, p. 457.
16. Dhanajay Keer, *Veer Savarkar,* op. cited, p. 458.
17. Ibid.
18. AS Bhide, op. cited, pp. 340-341.
19. B. R. Ambedkar, *Pakistan or the Partition of India*, Government of Maharashtra, Bombay, 1990 (reprint of 1946 edition), p. 142.
20. Ibid., p. 143.
21. Ibid.
22. Ibid., p. 144.
23. Ibid.

മിത്ത് 5

സവർക്കർ; തൊട്ടുകൂടായ്മക്കെതിരെ പോരാടിയ യുക്തിവാദി

ശാസ്ത്രത്തിനുവേണ്ടി നിലകൊള്ളുകയും തൊട്ടുകൂടായ്മക്കെതിരെ പോരാടുകയും ചെയ്ത ഒരു യുക്തിവാദിയായിരുന്നു സവർക്കർ.

സവർക്കർ ഒരു 'യുക്തിവാദി ഹിന്ദു'വായിരുന്നു.[1] തൊട്ടുകൂടായ്മ ഇല്ലാതാക്കിയ[2] നേതാവായിരുന്നുവെന്ന് വാഴ്ത്തപ്പെട്ട അദ്ദേഹം 'ശാസ്ത്രീയത' പ്രചരിപ്പിച്ച് ഒരു നിരീശ്വരവാദിയായാണ് മരിച്ചതെന്നും[3] "അദ്ദേഹത്തിന്റെ കാഴ്ചപ്പാടുകൾ തികച്ചും ആധുനികവും ശാസ്ത്രീയവും മതേതരവുമായിരുന്നു"[4] വെന്നും സവർക്കറിസ്റ്റുകൾ ഊന്നിപ്പറയുന്നു.

വസ്തുതകൾ

മനുസ്മൃതിയെ ഭരണഘടനയാക്കണമെന്ന് സവർക്കർ ആഗ്രഹിച്ചു

ഏറ്റവും വലിയ യുക്തിവാദി, തൊട്ടുകൂടായ്മക്കെതിരായ കുരിശു യുദ്ധം നടത്തി, ശാസ്ത്രീയ അവബോധം വെച്ച് പുലർത്തിയിരുന്ന വ്യക്തി എന്നൊക്കെ വിശേഷിപ്പിക്കപ്പെട്ടിരുന്ന സവർക്കർ, മനുവിന്റെ നിയമാവലികളിൽ ഉറച്ചു വിശ്വസിച്ചിരുന്നു എന്നതാണ് വസ്തുത.. *മനുസ്മൃതിയെ* ഹിന്ദുക്കളുടെ പുണ്യഗ്രന്ഥമായി അദ്ദേഹം കരുതി. ഹിന്ദുത്വയുടെയും ആർ എസ് എസിന്റെയും തത്ത്വചിന്തകനും വഴികാട്ടിയും എന്ന നിലയിൽ അദ്ദേഹം ഒട്ടും നാട്യങ്ങളില്ലാതെ പറഞ്ഞു;

> നമ്മുടെ ഹൈന്ദവ രാഷ്ട്രത്തിൽ വേദങ്ങൾക്കുശേഷം ഏറ്റവും ആരാധനയോഗ്യമായതും പുരാതനകാലം മുതൽ നമ്മുടെ സംസ്

> കാര–ആചാരങ്ങളുടെയും ചിന്തയുടെയും അനുഷ്ഠാനത്തിന്റെയും അടിസ്ഥാനമായി മാറിയതുമായ ഗ്രന്ഥമാണ് *മനുസ്മൃതി.* ഈ പുസ്തകം നൂറ്റാണ്ടുകളായി നമ്മുടെ രാജ്യത്തിന്റെ ആത്മീയവും ദൈവീകവുമായ യാത്രകളെ ക്രോഡീകരിച്ചു. ഇന്നും കോടിക്കണക്കിന് ഹിന്ദുക്കൾ അവരുടെ ജീവിതത്തിലും ആചാരങ്ങളിലും പിന്തുടരുന്ന നിയമങ്ങൾ *മനുസ്മൃതി*യെ അടിസ്ഥാനമാക്കിയുള്ളതാണ്. ഇന്ന് *മനുസ്മൃതി* എന്നത്, ഹിന്ദു നിയമമാണ്. അത് മൗലീകവുമത്രെ.[5]

മനുവിന്റെ നിയമങ്ങൾ നടപ്പിലാക്കുക എന്ന സവർക്കറുടെ ഈ സ്വപ്നം എന്നെങ്കിലും പൂർത്തീകരിക്കപ്പെടുകയാണെങ്കിൽ, അന്ന് ഇന്ത്യയിലെ ദലിതുകളുടെയും സ്ത്രീകളുടെയും ജീവിതം അവസാനിക്കുമെന്നതിൽ സംശയമില്ല. എത്ര ദയനീയവും മനുഷ്യത്വരഹിതവുമായ അവസ്ഥയിലേക്കാണ് അവരുടെ ജീവിതം ചുരുങ്ങുന്നതെന്ന് അവരെക്കുറിച്ചുള്ള മനുവിന്റെ നിയമാവലിയിലേക്ക് ഒന്നു കണ്ണോടിച്ചാൽ മനസ്സിലാക്കാം.[6]

ശൂദ്രരെ സംബന്ധിക്കുന്ന മനുവിന്റെ നിയമങ്ങൾ

ലോകത്തിന്റെ ഐശ്വര്യത്തിനായി [ദൈവം] അവന്റെ മുഖം, കൈ, തുട, പാദം എന്നിവിടങ്ങളിൽനിന്നും ബ്രാഹ്മണൻ, ക്ഷത്രിയൻ, വൈശ്യൻ, ശൂദ്രൻ എന്നീ വർണ്ണങ്ങളെ സൃഷ്ടിച്ചു. (I/31)

ഈ [മറ്റ്] മൂന്ന് ജാതിക്കാരെയും സൗമ്യമായി സേവിക്കുക എന്ന കർമ്മം മാത്രമാണ് ശൂദ്രർക്ക് സൃഷ്ടാവ് കൽപ്പിച്ചു നൽകിയത്. (I/91)

ഉയർന്ന ജാതിക്കാരനെ വാക്കുകൾകൊണ്ട് അധിക്ഷേപിച്ചാൽ ശൂദ്രന്റെ നാവ് അറുത്ത് മാറ്റണം, കാരണം അവൻ നീച ജാതിയാണ്. (VIII/270)

അഹങ്കാരത്താൽ, ബ്രാഹ്മണനെ ധർമ്മം ഉപദേശിക്കുന്ന ശൂദ്രന്റെ വായിലും ചെവിയിലും തിളച്ച എണ്ണ ഒഴിക്കണം. (VIII/272)

ബ്രാഹ്മണനോടൊന്നിച്ച് ഒരു ഇരിപ്പിടത്തിൽ ഇരിക്കാനൊരുങ്ങുന്ന ശൂദ്രന്റെ അരക്കെട്ടിൽ ലോഹം പതിപ്പിച്ച് അടയാളമുണ്ടാക്കിയോ, അല്ലെങ്കിൽ അവന്റെ പൃഷ്ഠഭാഗം ഛേദിച്ചോ നാടുകടത്തണം. (VIII/281)

ബ്രാഹ്മണ ക്ഷത്രിയ വൈശ്യ ശൂദ്രർക്ക് യഥാക്രമം മംഗളം, ബലം, ധനം, നിന്ദാപരങ്ങളായ ശുഭ – ബാല – വസു – ദീനാദികളായ പേരുകൾ വേണമിടാൻ. (II/31)

ബ്രാഹ്മണന്റെ നാമത്തിന്റെ രണ്ടാം ഭാഗം സന്തോഷത്തെയും ക്ഷത്രിയന്റേത് പരിപാലനത്തേയും വൈശ്യരുടേത് അഭിവൃദ്ധിയേയും ശൂദ്രന്റേത് മറ്റ് മൂന്നുപേരുടേയും പാദശുശ്രൂഷയേയും സൂചിപ്പിക്കുന്നു.

ബ്രാഹ്മണ പരിചരണമാണ് ശൂദ്രന്റെ വിശിഷ്ടമായ കർമ്മമെന്ന് ശാസ്ത്രത്തിൽ പ്രകീർത്തിക്കപ്പെടുന്നു. അതൊഴികെ അവൻ ചെയ്യുന്ന

കർമ്മമെല്ലാം നിഷ്ഫലമത്രെ. (X/123)

സേവകനായ ശൂദ്രന് ബാക്കി വരുന്ന ഭക്ഷണം, പഴയ വസ്ത്രങ്ങൾ, ധാന്യങ്ങളുടെ പതിര്, പഴക്കം ചെന്ന പാത്രങ്ങൾ എന്നിവ കൊടുക്കണം. (X/125)

ധനം സമ്പാദിക്കുന്നതിൽ സമർത്ഥനായാലും ശൂദ്രൻ സമ്പാദിച്ചു വെക്കരുത്. കാരണം ധനവാനായിത്തീരുന്ന ശൂദ്രൻ ശാസ്ത്രവിരുദ്ധമായി ബ്രാഹ്മണ സേവ ഉപേക്ഷിച്ച് അവരെ ന്യായം പഠിപ്പിക്കും. (X/129)

ശൂദ്രപുത്രന് ബ്രാഹ്മണന്റെയും ക്ഷത്രിയന്റെയും വൈശ്യന്റെയും സ്വത്തിൽ ഭാഗത്തിന് അവകാശമില്ല. അവനു പിതാവ് എന്ത് കൊടുക്കുന്നുവോ അത് സ്വീകരിക്കണം. (IX/155)

ബ്രാഹ്മണരോടുള്ള ദയ

നിയമലംഘനങ്ങൾക്കും പ്രവൃത്തികൾക്കും ശൂദ്രർക്ക് ഏറ്റവും കഠിനമായ ശിക്ഷകൾ നൽകണമെന്നു പറയുന്ന അതേ മനു സംഹിത ബ്രാഹ്മണരോട് വളരെ മയത്തിലുള്ള സമീപനമായിരുന്നു സ്വീകരിച്ചത്.

ശാസ്ത്രോക്തകർമ്മങ്ങൾ ചെയ്യുന്നവനും പുത്രശിഷ്യപ്രതികളെ അനുശാസിക്കുന്നവനും പ്രായശ്ചിത്താദി ധർമ്മങ്ങളുടെ വക്താവും എല്ലാവരുടെയും മിത്രവുമാണ് ബ്രാഹ്മണൻ എന്ന് ശാസ്ത്രം പറയുന്നു. അതിനാൽ ആ ബ്രാഹ്മണനോട് അശുഭമായ വാക്കുകൾ പ്രയോഗിക്കരുത്. (XI/35)

ബ്രാഹ്മണൻ എന്ത് കുറ്റം ചെയ്താലും ഒരിക്കലും വധശിക്ഷ നല്കാൻ പാടില്ല. എന്നാൽ സകല സ്വത്തുക്കളോടും പീഡിപ്പിക്കപ്പെടാത്ത ശരീരത്തോടും കൂടി നാടുകടത്താം. (VIII/380)

സ്ത്രീകളെ സംബന്ധിക്കുന്ന മനുവിന്റെ നിയമങ്ങൾ

ബാലികയോ, യുവതിയോ, വൃദ്ധയോ ആയാലും സ്ത്രീ സ്വഗൃഹത്തിൽ പോലും, ഒരു കാര്യവും പിതാവ്, ഭർത്താവ് എന്നിവരുടെ അനുമതി കൂടാതെ സ്വന്തം ഇഷ്ടപ്രകാരം ചെയ്യരുത്. (V/147)

ബാല്യത്തിൽ സ്ത്രീ പിതാവിന്റെയും യൗവനത്തിൽ ഭർത്താവിന്റെയും ഭർത്താവു മരിച്ചാൽ പുത്രന്മാരുടെയും അധീനതയിൽ വർത്തിക്കണം. ഒരിക്കലും സ്വതന്ത്രയാകരുത്. (V/148)

സ്വന്തം കുടുംബത്തിലെ ഭർത്താവ് മുതലായ പുരുഷന്മാർ എപ്പോഴും സ്ത്രീകളെ സ്വാധീനകളാക്കി വെക്കണം. രൂപരസാദിവിഷയങ്ങളിൽ ആസക്തകളായാൽ സ്വന്തം അധീനതയിൽ നിർത്തണം. (IX/2)

അവളുടെ പിതാവ് ബാല്യത്തിൽ (അവളെ) സംരക്ഷിക്കുന്നു, അവളുടെ ഭർത്താവ് യൗവനത്തിൽ (അവളെ) സംരക്ഷിക്കുന്നു, അവളുടെ പുത്രന്മാർ വാർദ്ധക്യത്തിൽ (അവളെ) സംരക്ഷിക്കുന്നു; ഒരു സ്ത്രീ ഒരിക്കലും സ്വാതന്ത്ര്യത്തിന് യോഗ്യയല്ല. (IX/3)

ദുഃശ്ശീല ജനകമായ, വളരെ ചെറിയ ദുസ്സംഗത്തിൽനിന്നുപോലും

സ്ത്രീകളെ രക്ഷിക്കണം. അല്ലെങ്കിൽ അവർ പിതൃകുലത്തെയും ബന്ധുകുലത്തെയും ദുഃഖിപ്പിക്കുന്നതായിരിക്കും. (IX/5)

ബ്രാഹ്മണാദികളായ എല്ലാ വർണ്ണങ്ങൾക്കും മേൽപ്പറഞ്ഞ രീതിയിൽ ഭാര്യാരക്ഷണം എന്ന ധർമ്മം, സകല ധർമ്മങ്ങളിലും വെച്ച് ഉത്തമമാണ ണെന്ന് മനസ്സിലാക്കി, ദുർബ്ബലരായ ഭർത്താക്കന്മാരാണെങ്കിൽക്കൂടി, അവരെ സംരക്ഷിക്കണം. (IX/6)

ഭാര്യയെ സംരക്ഷിക്കുന്നവൻ അവന്റെ സന്തതിയെയും കുല ത്തെയും സദാചാരത്തെയും സ്വാത്മാവി (സ്വന്തം ആത്മാവ്) നെയും സ്വന്തം ധർമ്മത്തെയും ശ്രദ്ധാപൂർവ്വം പരിപാലിക്കുന്നു. (IX/7)

സ്ത്രീ എപ്രകാരമുള്ള പുരുഷനെ പ്രാപിക്കുന്നുവോ അപ്രകാരമുള്ള പുത്രനെ പ്രസവിക്കുന്നു. അതിനാൽ സന്താന ശുദ്ധിക്കുവേണ്ടി ശ്രദ്ധാപൂർവ്വം ഭാര്യയെ രക്ഷിക്കണം. (IX/9)

ഒരുത്തനും ബലമായി സ്ത്രീകളെ സംരക്ഷിക്കാൻ സാദ്ധ്യമല്ല, എന്നാൽ ചില ഉപായങ്ങളിലൂടെ അത് സാദ്ധ്യമാക്കിയെടുക്കാവുന്നതാണ്. (IX/10)

ഭർത്താവിന്റെ ധനം സംഭരിച്ച് സൂക്ഷിച്ചു വെക്കുന്നതിലും ചെലവു ചെയ്യുന്നതിലും പാദാർത്ഥങ്ങളുടെ ശുദ്ധിയിലും ഭർത്താവിന്റെയും ഗുരു ജനങ്ങളുടെയും ശുശ്രൂഷയിലും ഭക്ഷണം പാകം ചെയ്യുന്നതിലും ഗൃഹോപരണങ്ങൾ സൂക്ഷിക്കുന്നതിലും ഭാര്യയെ ഏർപ്പെടുത്തണം. (IX/11)

സ്ത്രീകൾ അധാർമ്മിക ബുദ്ധി നിമിത്തം സ്വയം രക്ഷിക്കുന്നില്ലെ ങ്കിൽ ആപ്തന്മാരും ആജ്ഞകാരികളുമായ പുരുഷന്മാർ, ഗൃഹത്തിൽ അവരെ ശ്രദ്ധയോടെ നിയന്ത്രിച്ചാൽപ്പോലും അവർ സുരക്ഷിതരല്ല. (IX/12)

സ്ത്രീകൾ പുരുഷന്റെ സൗന്ദര്യത്തെയോ പ്രായത്തെയോ കണക്കാ ക്കുന്നില്ല. സുന്ദരനായാലും വിരൂപനായാലും പുരുഷനാണെന്ന് കരുതി സംഭോഗത്തിലേർപ്പെടണം. (IX/14)

വ്യഭിചാരശീലം, സംഭോഗാസക്തികൊണ്ടുള്ള മനചാഞ്ചല്യം, സ്വാഭാവികമായ സ്നേഹശൂന്യത എന്നിവയാൽ; എത്ര ശ്രദ്ധിച്ചു സംരക്ഷിച്ചാലും ഇവർ ഭർത്താക്കന്മാരെ വഞ്ചിക്കുന്നു. (IX/15)

ബ്രഹ്മാ സൃഷ്ടിയാൽ തന്നെ ഇവർക്ക് സിദ്ധിച്ചിട്ടുള്ള ഈ സ്വഭാവം മനസ്സിലാക്കി, ഇവരെ സംരക്ഷിക്കുന്നതിൽ പുരുഷൻ അത്യധികമായ ശ്രദ്ധ പുലർത്തേണ്ടതാണ്. (IX/16)

ശയ്യ, ആസനം, ആഭരണം, കാമം, ക്രോധം, വക്രത, ദ്രോഹഭാവം, ദുരാചാരം എന്നിവയിലുള്ള താല്പര്യം സ്ത്രീകൾക്കുള്ള പ്രത്യേകതക ളാണെന്ന് മനു പറഞ്ഞിരിക്കുന്നു. (IX/17)

സ്ത്രീകളുടെ ജാതകർമ്മാദ്രിക്രിയ വേദ മന്ത്രങ്ങളോട് കൂടിയല്ല നടത്തുന്നത് സ്ത്രീകൾ ധർമ്മപ്രമാണങ്ങളായ ശ്രുതി സ്തുതികൾക്ക് അനർഹരും പാപനാശകങ്ങളായ അഘമർഷണാദി മന്ത്രങ്ങൾക്ക് അയോ

ഗ്യകളും ആയതിനാൽ അവർ അസത്യംപോലെ അശുഭകളാണ്. (IX/18)

സവർക്കർ തന്റെ ജീവിതത്തിലുടനീളം മനുവിന്റെ കൽപ്പനകളോട് പ്രതിബദ്ധത പുലർത്തി. 1940 ൽ മധുരയിൽ ഹിന്ദു മഹാസഭയുടെ 22-ാമത് സമ്മേളനത്തിൽ അദ്ധ്യക്ഷ പ്രസംഗം നടത്തവേ, സവർക്കർ ഒരിക്കൽ ക്കൂടി മനു ഹിന്ദുക്കളുടെ നിയമദാതാവാണ് എന്ന നിർണ്ണായക വസ്തുതയ്ക്ക് അടിവരയിടുകയും ഒരിക്കൽ നമ്മെ മനു പഠിപ്പിച്ച 'പുരുഷപാഠങ്ങൾ വീണ്ടും പഠിച്ചാൽ' 'ഹിന്ദുരാഷ്ട്രം അജയ്യമാണെന്നത് വീണ്ടും തെളിയിക്കും' എന്നും 'അത് ഒരു വംശത്തെ കീഴടക്കുമെന്നും' അദ്ദേഹം ഉറച്ചു വിശ്വസിച്ചു.[7]

തൊട്ടുകൂടായ്മക്കെതിരാണെന്ന പ്രഹസനം

സവർക്കറുടെ അനുയായികൾ, അവരുടെ ഉപദേഷ്ടാവ് അസ്പൃശ്യർ ക്കൊപ്പം പന്തി ഭോജനം സംഘടിപ്പിക്കുകയും അവരുടെ താമസസ്ഥല ങ്ങൾ സന്ദർശിക്കുകയും ചെയ്തിരുന്നതായി പുകഴ്ത്തിപ്പറയാറുണ്ട്! ഹിന്ദു മഹാസഭ സംഘടനയെ അതിന്റെ ഭരണഘടനാ പരിധികളാൽ ഉറപ്പുനൽകാത്ത സാമൂഹിക-മത പ്രവർത്തനങ്ങളിൽ ഉൾപ്പെടുത്താതെ, വ്യക്തിപരമായിത്തന്നെ ഇത്തരം കപട നവീകരണ പ്രവർത്തനങ്ങളിൽ ഏർപ്പെട്ടു എന്നതിൽനിന്നും അദ്ദേഹം ഇതിനെ എത്രത്തോളം ഗൗരവ ത്തിലാണ് കണ്ടതെന്ന വസ്തുത മനസ്സിലാക്കാം.[8]

1939 ൽ ഹിന്ദു ക്ഷേത്രങ്ങളിൽ അയിത്തജാതിക്കാരുടെ പ്രവേശ നത്തെ എതിർത്തിരുന്ന സനാതന ഹിന്ദുക്കൾക്ക് സവർക്കർ ഇപ്രകാരം ഉറപ്പുനൽകി. ഹിന്ദു മഹാസഭ,

> പഴയ ക്ഷേത്രങ്ങളിൽ തൊട്ടുകൂടാത്തവർക്കും മറ്റ് അഹിന്ദു ക്കൾക്കും ആചാരപ്രകാരം ഇന്ന് അനുവദനീയമായ അവകാശ പരിധിക്കപ്പുറം, ക്ഷേത്രപ്രവേശനം സംബന്ധിച്ച്, നിർബ്ബന്ധിത നിയമനിർമ്മാണം അവതരിപ്പിക്കുകയോ പിന്തുണയ്ക്കുകയോ ചെയ്യില്ല.[9]

1941 ജൂൺ 20 ന്, അസ്പൃശ്യരുടെ ക്ഷേത്രപ്രവേശന വിഷയത്തിൽ സനാതന ഹിന്ദുക്കളുടെ വികാരങ്ങളെ വ്രണപ്പെടുത്തില്ലെന്ന് അദ്ദേഹം ഒരിക്കൽക്കൂടി വ്യക്തിപരമായി ഉറപ്പുനൽകുകയും സ്ത്രീവിരുദ്ധവും ദളിത് വിരുദ്ധവുമായ വ്യക്തിനിയമങ്ങളെക്കുറിച്ച് പരാമർശിക്കില്ലെന്നും പറഞ്ഞു.

> പുരാതന ക്ഷേത്രങ്ങളിൽ, അസ്പൃശ്യരുടെ പ്രവേശനം സംബ ന്ധിച്ച നിയമനിർമ്മാണങ്ങൾക്കായി ഹിന്ദു മഹാസഭ ഒരിക്കലും നിർബ്ബന്ധിക്കില്ലെന്ന് ഞാൻ ഉറപ്പുനൽകുന്നു. പൊതുവേ, വ്യക്തി നിയമത്തെ സംബന്ധിച്ചിടത്തോളം, നമ്മുടെ സനാതന സഹോദ

> രങ്ങളിൽ അടിച്ചേൽപ്പിക്കുന്നതരത്തിലുള്ള ഒരു നിയമനിർമ്മാണ ത്തെയും മഹാസഭ പിന്താങ്ങാൻ തയ്യാറല്ല.[10]

സവർക്കർ ഒരു ഹിന്ദു മതഭ്രാന്തൻ

കോലാപ്പൂരിലെ ഭരണാധികാരിക്ക് അദ്ദേഹം അയച്ച ഇനിപ്പറയുന്ന ടെലിഗ്രാമിന്റെ ഉള്ളടക്കത്തിലൂടെ അദ്ദേഹത്തിന്റെ മനോഭാവം നമുക്ക് വിലയിരുത്താവുന്നതാണ്. ഭരണാധികാരിക്ക് ഒരു മകൾ ജനിച്ചതിനെ അഭി നന്ദിക്കുന്നതോടൊപ്പം, 'ഒരു മകൻ ഉണ്ടാകുന്നതാണ് കുറച്ചുകൂടി നല്ലത് അതിനാൽ അങ്ങേക്ക് ഒരു മകൻ കൂടി ഉണ്ടാകട്ടെ' എന്ന് ആശംസിക്കാൻ അദ്ദേഹം മറന്നില്ല. ടെലിഗ്രാം ഇപ്രകാരമായിരുന്നു:

> കോലാപ്പൂർ മഹാരാജാ, രാജകുമാരി ലിലിതാദേവിയുടെ ജനന ത്തിലുള്ള അങ്ങയുടെ ശ്രേഷ്ഠതയെ അഭിനന്ദിക്കുന്നു, ഒപ്പം ഒരു രാജകുമാരന്റെ ജന്മത്താൽ അങ്ങയുടെ സാമ്രാജ്യം അനുഗ്രഹി ക്കപ്പെടട്ടെ എന്ന് ഞാൻ ആശംസിക്കുന്നു. സവർക്കർ, 18-10-40.[11]

മഹാരാഷ്ട്രയിൽ ശുദ്ധി (ശുദ്ധിയാക്കൽ) പ്രസ്ഥാനത്തിന്റെ പേരിൽ മുസ്ലീങ്ങളെയും ക്രിസ്ത്യാനികളെയും ഹിന്ദു മതത്തിലേക്ക് പരിവർ ത്തനം ചെയ്യുന്ന വിഭാഗീയ സമ്പ്രദായത്തിന് പ്രധാനമായും തുടക്കമിട്ടത് 'യുക്തിവാദിയും' 'മതേതരവാദി'യുമായ സവർക്കറാണ്. ശുദ്ധി പ്രവർ ത്തനങ്ങളുടെ വിശദാംശങ്ങൾ അദ്ദേഹത്തിന്റെ ഔദ്യോഗിക ജീവചരിത്ര ത്തിൽ ഇപ്രകാരം വിവരിക്കുന്നു:

> 1926 ന്റെ മദ്ധ്യം തൊട്ട് രത്നഗിരി ഹിന്ദുസഭ നിരവധി ആളുകളെ നിർദ്ദേശിക്കപ്പെട്ടിട്ടുള്ള മതപരമായ ആചാരങ്ങളുടെ അടിസ്ഥാന ത്തിൽ ഹിന്ദു മതത്തിലേക്ക് പരിവർത്തനം ചെയ്തു. ഇതിൽ രോഷാകുലരായ ക്രിസ്ത്യൻ മിഷണറിമാർ, മതം മാറുക എന്ന ആശയം മറ്റുള്ളവരിലേക്ക് വ്യാപിക്കാതിരിക്കാൻ ഹിന്ദുമതത്തി ലേക്ക് പുനഃപരിവർത്തനം ചെയ്യപ്പെട്ട ഒരു കുട്ടിയോട് ക്രിസ്ത്യൻ മിഷണറിമാരുടെ താമസസ്ഥലത്ത് കയറി പോകരുതെന്ന് താക്കീതു നൽകി. രത്നഗിരി ഹിന്ദുസഭ, ഇൻഡോറിലെ മഹാ രാജാവായ തുക്കോജിറാവുവിന്റെയും അമേരിക്കൻ വനിതയായ മിസ് മില്ലറുടെയും വിവാഹത്തെ ശക്തമായി പിന്തുണയ്ക്കുകയും വിവാഹച്ചടങ്ങ് നടത്താനായി ഒരു പുരോഹിതനെ ഏർപ്പാടാക്കാ നുള്ള സന്നദ്ധത പ്രകടിപ്പിക്കുകയും ചെയ്തിരുന്നു. സവർക്കറുടെ നിർദ്ദേശപ്രകാരം സഭ, മതം മാറിയ രണ്ട് പെൺകുട്ടികളെ ഹിന്ദു മാന്യന്മാരെക്കൊണ്ട് വിവാഹം കഴിപ്പിച്ചു. വിവാഹത്തിന്റെ ചടങ്ങു കൾക്ക് കാർമ്മികത്വം വഹിച്ചതും സവർക്കറായിരുന്നു.[12]

സവർക്കറുടെ നേതൃത്വത്തിൽ നടന്ന മതപരിവർത്തന പരിപാടികൾ

മതസമുദായങ്ങൾക്കിടയിൽ രൂക്ഷമായ സംഘർഷങ്ങൾ സൃഷ്ടിച്ചു കൊണ്ട് വലിയ തോതിൽ പ്രചരിപ്പിക്കപ്പെട്ടു. 1941 ജൂലൈ 1 ന് ഹിന്ദു മഹാസഭ പുറത്തിറക്കിയ ഇനിപ്പറയുന്ന പത്രക്കുറിപ്പിൽനിന്നും എത്രമാത്രം നിർലജ്ജമായാണ് ഇത്തരത്തിൽ മതപരിവർത്തനം നടത്തിയിട്ടുള്ളതെന്ന് അറിയാൻ കഴിയും:

> ക്രിസ്ത്യാനികളെ കൂട്ടത്തോടെ ഹിന്ദുമതത്തിലേക്ക് പരിവർത്തനം ചെയ്യുന്നു. ബോംബെയിൽ നടന്ന ഒരു പ്രധാന ശുദ്ധി ചടങ്ങിൽ പാൻ-ഹിന്ദു അത്താഴവും ഒരുക്കുകയുണ്ടായി. 1941 ജൂൺ 29 ന് മാഹിമിൽ (ബോംബെ) വളരെ പ്രധാനപ്പെട്ട ഒരു ശുദ്ധി ചടങ്ങ് വീർ സവർക്കറുടെ നേതൃത്വത്തിൽ നടന്നു.

പോർച്ചുഗീസ് അധിനിവേശത്തിന്റെ നാളുകളിൽ ലക്ഷക്കണക്കിന് ഹിന്ദു കുടുംബങ്ങൾ, വാൾമുനയുടെ മുമ്പിൽവച്ച് നിർബ്ബന്ധിതമായി ക്രിസ്തുമതത്തിലേക്ക് പരിവർത്തനം ചെയ്യപ്പെട്ടു. ഏകദേശം നാന്നുറോളം വർഷങ്ങൾക്ക് ശേഷം, അടുത്ത കാലത്തായിട്ടാണ് സത്താറയിലെ ശ്രീ മസുർക്കർ മഹാരാജ് സ്ഥാപിച്ച ഹിന്ദുസംഘടൻ പ്രസ്ഥാനം ഈ ക്രിസ്ത്യാനികളിൽ പതിനായിരത്തോളം പേരെ വൻതോതിൽ പുനഃപരിവർത്തനം ചെയ്യിച്ചത്. സംഘടൻ പ്രസ്ഥാനത്തിന്റെ ഈ ശ്രദ്ധേയമായ വിജയം സ്വാഭാവികമായും പോർച്ചുഗീസ് ഇന്ത്യയിലെയും ബോംബെയിലും മിഷണറിമാരുടെ ഭാഗത്തുനിന്നുള്ള സംഘടിത എതിർപ്പിന് കാരണമായി. എന്നാൽ എല്ലാ വശത്തുനിന്നുമുള്ള ഹിന്ദുസംഘടനിസ്റ്റുകളുടെ കഠിനമായ പരിശ്രമങ്ങൾക്ക് ശേഷം, ഹിന്ദു പക്ഷത്തിലേക്കുള്ള കൂട്ടമായ പുനഃപരിവർത്തനത്തിന്റെ രണ്ടാമത്തെ പ്രചാരണം ആരംഭിക്കുകയും ആദ്യത്തേത് പോലെതന്നെ വിജയിക്കുമെന്ന് വാഗ്ദാനം നൽകുകയും ചെയ്തു, ക്രിസ്ത്യാനികളാകാൻ നിർബ്ബന്ധിതരായി, കഴിഞ്ഞ മുന്നൂറു വർഷമായി അങ്ങനെ തുടരേണ്ടിവന്ന അമ്പതോളം ക്രിസ്ത്യാനികളുടെ ആദ്യ ബാച്ചിനെ ബോംബെ പ്രൊവിൻഷ്യൽ ഹിന്ദുസഭ ഈ ആഴ്ച പുനഃപരിവർത്തനം നടത്തുകയുണ്ടായി. ഈ പ്രസ്ഥാനത്തിന് നേതൃത്വം നൽകിയ ഡോ. പുരന്ദരെ, റൺ ബഹദൂർ ബോലെ, ഡോ. സവർക്കർ തുടങ്ങി നിരവധി പ്രമുഖർ ഹിന്ദുസഭയ്ക്കൊപ്പം ഹോമം നടത്തി.[13]

പ്രസ്തുത ചടങ്ങ് വീർ സവർക്കർജിയുടെ, ചൈതന്യവും അത്യധികം പ്രചോദിപ്പിക്കുന്നതുമായ പ്രസംഗത്തോടെ സമാപിച്ചു എന്നും പത്രക്കുറിപ്പിൽ പറയുന്നു. എ എസ് ഭിഡെയുടെ പുസ്തകം 1940 മാർച്ച് 14 ന് നടന്ന ചില പരിവർത്തനങ്ങളെക്കുറിച്ച് സൂചിപ്പിക്കുന്നുണ്ട്. നാലായിരത്തിലധികം ആളുകൾ പങ്കെടുത്ത ഒരു പൊതുയോഗത്തിൽ വച്ച് ആറ് ക്രിസ്ത്യാനികളുടെ (Bhilla Christain) ശുദ്ധി നടത്തുകയുണ്ടായി. പൊതുയോഗത്തെ അഭിസംബോധന ചെയ്തു വീർ സവർക്കർജി ഒരു മണിക്കൂറോളം സംസാരിച്ചു.[14]

മേൽപ്പറഞ്ഞവ കൂടാതെ മറ്റ് പല വസ്തുതകളും ഹിന്ദു മഹാസഭ

യുടെ തന്നെ ആർക്കൈവുകളിൽ ലഭ്യമാണെങ്കിലും, സവർക്കർ ഒരു വലിയ യുക്തിവാദിയും മതേതരവാദിയും സാമൂഹിക നീതിയിൽ വിശ്വസിക്കുന്നയാളുമായി ഇപ്പോഴും തുടരുന്നു!

ഗ്രന്ഥസൂചി

1. YD Phadke, 'A complex hero', *The Indian Express,* august 31, 2004, Delhi.
2. Tarun Vijay, 'Veer patriot', *Outlook*, September 6, 2004, Delhi.
3. Kumar Ketkar, 'The unbearable potency of Savarkar', *The Indian Express*, August 27, 2004, Delhi.
4. Dhananjay Keer, *Veer Savarkar*, Popular Prakashan, Bombay, 1988, p. 203.
5. VD Savarkar, 'Women in Manusmriti' in *Savarkar Samagar* (collection of Savarkar's writings in Hindi), Prabhat, Delhi, vol 4, p. 415.
6. All laws are the verbatim reproduction from the F. Max Muller (ed.), *The Laws of Manu*, (Delhi: Low Price Publication, 1996). This edition is the reproduction of the first edition published in 1886. The bracket after every code carries chapter number and code number respectively. For instance (1/31) means chapter I and code number 31 of *Manusmriti.*
7. VD Savarkar, *Samagra Savarkar Wangmaya: Hindu Rashtra Darshan*, vol. 6, Maharashtra Prantik Hindusabha, Poona, 1963, P. 426.
8. AS Bhide, *Vinayak Damodar Savarkar's Whirlwind Propaganda: Extracts from the President's Diary of his Propagandist Tours Interviews from December 1937 to October 1941*, NA, Bombay, 1940, p. xi.
9. Ibid., p. 128.
10. Ibid., p. 425.
11. Ibid., p. 236.
12. Dhanajay Keer, op. cit., p. 179.
13. AS Bhide, op. Cit., p. 427.
14. Ibid., p. 602.

മിത്ത് 6

ഇനിയും തെളിയിക്കപ്പെട്ടിട്ടില്ലാത്ത ഗാന്ധി വധക്കേസ്

> മറ്റു പലരെയും പോലെതന്നെ സവർക്കറും ഗാന്ധിയുമായി വിയോജിപ്പിലായിരുന്നു. എന്നാൽ ഗാന്ധിയുടെ വധത്തെ തുടർന്ന് അദ്ദേഹം ഒരു കുറ്റവാളിയായി എന്ന് ആരോപിക്കപ്പെടുകയുണ്ടായി. കോടതി അദ്ദേഹത്തെ കുറ്റവിമുക്തനാക്കിയെങ്കിലും അപകീർത്തിപ്പെടുത്തൽ ഇപ്പോഴും തുടരുന്നു.[1]

ഇങ്ങനെയാണ് സവർക്കറിസ്റ്റുകൾ പലപ്പോഴും വാദിക്കാറുള്ളത്.

'വ്യക്തമായ ഒരു വിധിക്ക് ശേഷവും [കോടതിയുടെ] ഇപ്പോഴും അത് കുത്തിപ്പൊക്കുന്നവരുണ്ടെന്ന് ഹിന്ദുത്വ ക്യാമ്പ് പരാതിപ്പെട്ടുകൊണ്ടേയിരുന്നു.'[2]

വസ്തുതകൾ

ഗാന്ധി വധത്തിൽ സവർക്കർക്കുള്ള ബന്ധം സംബന്ധിച്ച് അദ്ദേഹത്തെ പ്രോസിക്യൂട്ട് ചെയ്യാൻ കഴിഞ്ഞില്ല എന്നത് ശരിയാണ്. എന്നാൽ ഇന്നും ഈ കേസിന്റെ പല സങ്കീർണ്ണമായ വശങ്ങളും വിശദീകരിക്കപ്പെടേണ്ടതായിട്ടുണ്ട്. പ്രശസ്ത അഭിഭാഷകനും കോളമിസ്റ്റുമായ അനിൽ നൗരിയ ഗാന്ധി വധക്കേസിൽ സവർക്കറെ കുറ്റവിമുക്തനാക്കിയ വിഷയം കൈകാര്യം ചെയ്യവേ ഇപ്രകാരം പറഞ്ഞു:

> മഹാത്മാഗാന്ധിയുടെ കൊലപാതകവുമായി ബന്ധപ്പെട്ട വിചാരണയിൽ നിന്ന് കുറ്റവിമുക്തനാക്കപ്പെട്ടു എന്ന കാരണത്താൽ മാത്രം വി ഡി സവർക്കറെ ആരോപണവിമുക്തനാക്കാൻ ശ്രമിക്കുന്നവർ നിയമപരവും രാഷ്ട്രീയവുമായ ഉത്തരവാദിത്വം തിരിച്ചറിയുന്നതിൽ പരാജയപ്പെടുന്നു. കൂടാതെ, മാപ്പുസാക്ഷിയായ

> ദിഗംബർ ബാഡ്ഗെ നൽകിയ തെളിവുകൾ തീർത്തും സവർക്കർക്കെതിരായിരുന്നു 'തെളിവുകളൊന്നും' ഇല്ലാത്തതുകൊണ്ടല്ല, മാപ്പുസാക്ഷിയുടെ സാക്ഷ്യത്തിന് സ്ഥിരീകരണം ആവശ്യമായതിനാലാണ് അദ്ദേഹത്തെ വിട്ടയച്ചത്.[3]

1945 ലെ അല്ലാഹു ബക്ഷ് കൊലപാതക കേസിൽ മുസ്ലീം അനുകൂല ലീഗ്[4] കുറ്റവിമുക്തമായതിനും 1949 ലെ ഗാന്ധി വധക്കേസിൽ സവർക്കർ കുറ്റവിമുക്തനായതിനും അർത്ഥവത്തായ ഒരു സമാന്തരമുണ്ട്. ഖാൻ ബഹാദൂർ ഖുഹ്റോയും അദ്ദേഹത്തിന്റെ സഹോദരൻ മുഹമ്മദ് നവാസും (ഇരുവരും മുസ്ലീംലീഗിന്റെ നേതാക്കൾ) അള്ളാഹു ബക്ഷിനെ കൊല്ലാൻ ഗൂഢാലോചന നടത്തിയെന്ന ആരോപണത്തിൽ നിന്ന് മോചിതരായി. ജഡ്ജിയായ ബിബി പേമാസ്റ്റർ അവരെ കുറ്റവിമുക്തരാക്കിയ ഉത്തരവിൽ ഇപ്രകാരം എഴുതി:

> കുറ്റാരോപിതർക്കെതിരെ ഒരു ക്രിമിനൽ കുറ്റവും തെളിയിക്കപ്പെട്ടിട്ടില്ലെന്ന് വിലയിരുത്തുന്നതിനോട് [പ്രതിരോധ പക്ഷം] ഞാൻ യോജിക്കുന്നു, എന്നിരുന്നാലും, മുഴുവൻ പീഡനവും വ്യാജവും കെട്ടിച്ചമച്ചതുമാണെന്ന് പറയുന്നതിൽ എനിക്ക് വിയോജിപ്പുണ്ട്. കുറ്റാരോപണങ്ങൾ തെളിയിക്കപ്പെടാത്തതിനാൽ, കുറ്റാരോപിതർക്ക് സംശയത്തിന്റെ ആനുകൂല്യം നൽകുകയുണ്ടായി. എന്നാൽ മാപ്പുസാക്ഷിയുടെ സ്ഥിരീകരിക്കാത്ത തെളിവുകൾ അടിസ്ഥാനമാക്കിയും കുറ്റാരോപിതനെ നിയമപരമായി കുറ്റവാളി എന്ന് തീർച്ചയാക്കാം. കോടതികളുടെ മുൻകാല അനുഭവവും പല തീരുമാനങ്ങളും കാണിക്കുന്നത് കുറ്റാരോപിതനായ മാപ്പുസാക്ഷിയുടെ തെളിവുകൾ, സ്വതന്ത്ര തെളിവുകൾ ഉപയോഗിച്ച് സ്ഥിരീകരിക്കുന്നത് വിവേകപൂർണ്ണമായിരിക്കും എന്നു മാത്രമാണ്.[5]

അള്ളാഹു ബക്ഷ് വധക്കേസിൽ, രണ്ട് മാപ്പുസാക്ഷികളുടെ (ദരേഷി, മുഹമ്മദ് ഖാൻ) മൊഴികൾ ഉണ്ടായിരുന്നിട്ടും, ഗാന്ധി വധക്കേസിൽ ദിഗംബർ ബാഡ്ഗെയുടെ (ഗാന്ധിയെ കൊല്ലാനുള്ള ഗൂഢാലോചനയിൽ ഏറ്റവും പ്രധാന പങ്ക് വഹിച്ചത് സവർക്കറാണെന്ന്) സാക്ഷ്യമുണ്ടായിട്ടും, ഗൂഢാലോചന നടത്തിയെന്ന് ആരോപിക്കപ്പെട്ടവരെ അത് തെളിയിക്കാൻ സ്വതന്ത്രമായ മറ്റു തെളിവുകളില്ലാത്തതിനാൽ വിട്ടയച്ചു. ഗൂഢാലോചന നടക്കുമ്പോൾ, അത് കോടതിയിൽ തെളിയിക്കപ്പെടണമെങ്കിൽ, ഏതെങ്കിലും സ്വതന്ത്ര സാക്ഷിയുടെ സ്ഥിരീകരണം ഉണ്ടാകണമെന്നും നിയമം ആവശ്യപ്പെടുന്നു. അതീവരഹസ്യമായ ചുറ്റുപാടിൽ, ഗൂഢാലോചനകൾ നടക്കുമ്പോൾ തീർച്ചയായും ഒരു സ്വതന്ത്ര തെളിവ് കണ്ടെത്തുക എന്നത് അസാദ്ധ്യമായ കാര്യമായിരിക്കും. എന്നിരുന്നാലും, ഗാന്ധിയെയും (സവർക്കറും) അള്ളാ ബക്ഷിനെയും (ഖുഹ്റോ സഹോദരന്മാർ) വധിക്കാൻ ഗൂഢാലോചന നടത്തിയെന്ന് ആരോപിക്കപ്പെടുന്ന എല്ലാവരെയും,

രണ്ട് വ്യത്യസ്ത കേസുകളിലും നിയമം ഇപ്രകാരമായതിനാൽ വിട്ടയച്ചു.

വീർ സാങ്‌വി പറയുന്നത് സവർക്കറെ മോചിപ്പിക്കാനുള്ള സാങ്കേതിക കാരണം എന്തായിരുന്നാലും,

> നാഥുറാം ഗോഡ്സെ സവർക്കറെ ആരാധിച്ചിരുന്നുവെന്നതിനും അദ്ദേഹത്തിന്റെ അനുയായിയായിരുന്നുവെന്നതിനും ആർക്കും തർക്കമില്ല. ഗാന്ധിജിയെ വധിക്കുന്നതിനായി ഡൽഹിയിലേക്കുള്ള രണ്ടു യാത്രകൾക്കും മുമ്പായി ഗോഡ്സെ ബോംബെയിൽ വച്ച് സവർക്കറെ കണ്ടുമുട്ടിയതായും അംഗീകരിച്ചിട്ടുള്ളതാണ്. ഗാന്ധിജിയുടെ കൊലപാതകം അന്വേഷിക്കുന്ന കമ്മീഷൻ, കെ എം മുൻഷിയിൽ നിന്ന് (സംഘപരിവാർ സർക്കിളുകളിൽ വളരെ ബഹുമാനിക്കപ്പെടുന്നതും ഇപ്പോൾ ഏറെ ബഹുമാനത്തോടെ ഉദ്ധരിക്കുന്നതും) കേട്ടത്, 'ഹിന്ദു മഹാസഭ മൊത്തത്തിൽ സവർക്കറുടെ പ്രത്യയശാസ്ത്രത്തിൽ നിന്ന് വിട്ടുനിൽക്കുകയാണ്. അവർ തീവ്രവാദികളല്ല, എന്നാൽ സവർക്കറിസ്റ്റു സംഘം രാഷ്ട്രീയ കൊലപാതകത്തിൽ വിശ്വസിച്ചിരുന്നു' എന്നാണ്. ഗാന്ധിജിയുടെ കൊലപാതകത്തിന് ഗോഡ്സെയെയും അദ്ദേഹത്തിന്റെ സഹപ്രവർത്തകരെയും വിചാരണ ചെയ്തപ്പോൾ, 'മതിയായ തെളിവുകൾ' കണ്ടെത്താത്തതിനാൽ ജഡ്ജി സവർക്കറിനെ വെറുതെവിട്ടു. എന്നിരുന്നാലും കൊലപാതകത്തിന് ശിക്ഷിക്കപ്പെട്ടവർ സവർക്കറിസ്റ്റുകളും അദ്ദേഹത്തിന്റെ പ്രത്യയശാസ്ത്രത്തിന്റെ അനുയായികളുമായിരുന്നു എന്നത് നമ്മൾ അംഗീകരിച്ചേ മതിയാകൂ.[6]

ഗാന്ധി വധക്കേസിൽ ഹൈക്കോടതി (സിംല) ഫുൾ ബെഞ്ച് വിധി എഴുതിയ ജസ്റ്റിസ് ജി ഡി ഖോസ്ല പോലും ഇങ്ങനെ പറയുകയുണ്ടായി:

> സംഭവത്തിലേക്ക് നയിച്ച സാഹചര്യങ്ങളെയും സംഭവങ്ങളെയും കുറിച്ച് വളരെ പൂർണ്ണവും വിശദവുമായ വിവരണം ബാഡ്ഗെ നൽകിയിട്ടുണ്ട്... അദ്ദേഹം വിവരിച്ച കഥ ഉറപ്പായും ശരിയാണെന്ന് എനിക്ക് അഭിപ്രായമുണ്ട്.[7]

പിന്നീട് ഗാന്ധി വധത്തെക്കുറിച്ചുള്ള അന്വേഷണ കമ്മീഷനെ നയിച്ച ജസ്റ്റിസ് ജീവൻ ലാൽ കപൂറും, വസ്തുതകളെല്ലാം ഒരുമിച്ച് എടുത്താൽ, 'സവർക്കറും സംഘവും നടത്തിയ കൊലപാതക ഗൂഢാലോചന ഒഴികെ, മറ്റൊരു പരികല്പനകളും നിലനിൽക്കത്തക്കതല്ല.'[8] എന്ന നിഗമനത്തിലെത്തി.

എന്നിരുന്നാലും, 'സവർക്കറെ കുറ്റവിമുക്തനാക്കിയ വിചാരണ വിധിക്കെതിരെ പ്രോസിക്യൂഷൻ അപ്പീൽ നൽകാത്തത് എന്തുകൊണ്ടാണെന്ന് ആർക്കും അറിയില്ല. അതിനാൽ ആ അദ്ധ്യായം ഹൈക്കോടതിയും ഒരിക്കൽക്കൂടി തുറന്നു നോക്കാൻ തയ്യാറായില്ല.'[9]

സവർക്കറെ ഗാന്ധി വധത്തിന്റെ പൂർണ്ണ ഉത്തരവാദിയായി സർദാർ പട്ടേൽ കണ്ടു

ഗാന്ധി വധത്തിൽ സവർക്കറുടെ പങ്കിനെക്കുറിച്ച് ഇന്ത്യയുടെ പ്രഥമ ആഭ്യന്തര മന്ത്രിയും ഇപ്പോൾ ഹിന്ദുത്വ ബ്രിഗേഡിന്റെ പ്രിയങ്കരനുമായി തീർന്ന സർദാർ വല്ലഭായ് പട്ടേൽ പറഞ്ഞത് ഇവിടെ പ്രസക്തമാണ്. 1948 ഫെബ്രുവരി 27 ന് നെഹ്റുവിന് അയച്ച കത്തിൽ സർദാർ ഇങ്ങനെ എഴുതി,

> സവർക്കറുടെ കീഴിലുള്ള ഹിന്ദു മഹാസഭയുടെ ഒരു മതഭ്രാന്ത വിഭാഗമാണ് ഗൂഢാലോചന നടത്തിയത്. ഗൂഢാലോചന പത്തു പേരിൽ മാത്രമായി പരിമിതപ്പെടുത്തിയെന്നും തോന്നുന്നു... തീർച്ചയായും; അദ്ദേഹത്തിന്റെ [ഗാന്ധിജിയുടെ] ചിന്താരീതിയെയും നയത്തെയും ശക്തമായി എതിർത്തിരുന്ന ആർ എസ് എസും ഹിന്ദു മഹാസഭയും അദ്ദേഹത്തിന്റെ കൊലപാതകം സ്വാഗതം ചെയ്തു.[10]

1948 ജൂലൈ 18 ന് ഹിന്ദു മഹാസഭയുടെ ഒരു പ്രമുഖ നേതാവായ ശ്യാമ പ്രസാദ് മുഖർജിക്ക് എഴുതിയ കത്തിലും സർദാർ പട്ടേൽ ഇതേ വസ്തുത ഊന്നിപ്പറഞ്ഞു.

> ആർ എസ് എസിനെയും ഹിന്ദുമഹാസഭയെയും സംബന്ധിച്ചിടത്തോളം, ഗാന്ധിജിയുടെ കൊലപാതകവുമായി ബന്ധപ്പെട്ട കേസ് വിചാരണയിലിരിക്കുകയായതിനാൽ രണ്ടു സംഘടനകളുടെയും പങ്കാളിത്തത്തെക്കുറിച്ച് ഒന്നും പറയാൻ ഞാൻ ആഗ്രഹിക്കുന്നില്ല, പക്ഷേ, ഈ രണ്ടു സംഘടനകളുടെയും, പ്രത്യേകിച്ച് ഒന്നാമത്തതിന്റെ, പ്രവർത്തനങ്ങളുടെ ഫലമായിട്ടാണ് അത്തരമൊരു ഭീകരമായ ദുരന്തം സാദ്ധ്യമാകുന്ന ഒരു അന്തരീക്ഷം രാജ്യത്ത് സൃഷ്ടിക്കപ്പെട്ടത് എന്ന് ഞങ്ങളുടെ റിപ്പോർട്ടുകൾ സ്ഥിരീകരിക്കുന്നുണ്ട്. ഗൂഢാലോചനയിൽ ഹിന്ദു മഹാസഭയുടെ തീവ്ര വിഭാഗത്തിന് പങ്കുണ്ടെന്നതിൽ എന്റെ മനസ്സിൽ ഒരു സംശയവുമില്ല. സർക്കാരിന്റെയും ഭരണകൂടത്തിന്റെയും നിലനിൽപ്പിന് വ്യക്തമായ ഭീഷണി ഉയർത്തുന്നതായിരുന്നു ആർ എസ് എസിന്റെ പ്രവർത്തനങ്ങൾ. നിരോധനം ഉണ്ടായിട്ടും ആ പ്രവർത്തനങ്ങൾ അവസാനിച്ചിട്ടില്ലെന്നാണ് ഞങ്ങളുടെ റിപ്പോർട്ടുകൾ കാണിക്കുന്നത്. തീർച്ചയായും, കാലം കടന്നുപോകുന്തോറും ആർ എസ് എസ് വൃത്തങ്ങൾ കൂടുതൽ ധിക്കാരം കാണിക്കുകയും അവരുടെ അട്ടിമറി പ്രവർത്തനങ്ങളിൽ ഏർപ്പെട്ടുകൊണ്ടിരിക്കുകയും ചെയ്യും.[11]

സവർക്കറുടെ ജീവചരിത്രകാരൻ, ഗോഡ്സെയെ സവർക്കറുടെ ലെഫ്റ്റനന്റ് ആയി വിശേഷിപ്പിക്കുന്നതിലൂടെ ഗോഡ്സെ സവർക്കറുമായി

എത്രമാത്രം അടുപ്പം പുലർത്തിയിരുന്നുവെന്ന് അറിയാൻ കഴിയും.[12] മാത്രമല്ല, ഗോഡ്സെ സവർക്കറുടെ ചൊൽപ്പടിയിലായിരുന്നുവെന്ന് അദ്ദേഹം സവർക്കർക്ക് എഴുതിയ കത്തുകളിലൂടെ (ഇപ്പോൾ ലഭ്യമായ) വ്യക്തമാക്കുന്നു. 1938 നും 1946 നും ഇടയിൽ എഴുതിയ കത്തുകൾ "സവർക്കറെ ഗോഡ്സെയുടെ മാർഗ്ഗദർശകനാണെന്നും - സവർക്കറെ തന്റെ ഗുരുവായി കണ്ടുള്ള ഗോഡ്സെയുടെ സ്വീകരിക്കലും" പൂർണ്ണമായും തെളിയിക്കുന്നു.[13] സവർക്കർ കോടതിയിൽ (നവംബർ 20, 1948) ഗോഡ്സെയുമായി യാതൊരു ബന്ധവുമില്ല എന്നു പറഞ്ഞതിന് നേരെ വിരുദ്ധമാണ് ഈ കത്തുകൾ.

സവർക്കർ ആർ എസ് എസിന്റെ ഉപദേഷ്ടാവ്

അതിശയകരമെന്നു പറയട്ടെ, ഇന്ന് സവർക്കറെ വിഗ്രഹവൽക്കരിക്കുന്നതിൽ മുന്നിൽ നിൽക്കുന്ന ആർ എസ് എസ്, ഗാന്ധി വധത്തെ തുടർന്ന് അദ്ദേഹവുമായും ഹിന്ദു മഹാസഭയുമായും എല്ലാ ബന്ധവും നിഷേധിച്ചത് ഗാന്ധി വധത്തിൽ സവർക്കറിന് പങ്കുണ്ടെന്ന വിശ്വാസം ബലപ്പെടുത്തുന്നു. ഈ വിഷയത്തെക്കുറിച്ച് സൂചിപ്പിച്ചാൽ ഇന്നും അവർ ദേഷ്യത്തോടെയാണ് പ്രതികരിക്കുന്നത്. മുൻ ഇന്ത്യൻ മാനവ വിഭവ ശേഷി മന്ത്രി അർജുൻ സിങ്ങിന് ആർ എസ് എസ് വക്കീൽ നോട്ടീസ് നൽകിയതിന്റെ പ്രത്യേക കാരണം ഇതാണ്. ആർ എസ് എസിന്റെ ഈ വൈരുദ്ധ്യാത്മക നിലപാടുകൾ രസകരമായ ഒരു സാഹചര്യമാണ് സൃഷ്ടിക്കുന്നത്. ആർ എസ് എസ് പറയുന്നതനുസരിച്ച്, സവർക്കർ ഏറ്റവും വലിയ ദേശീയവാദിയാണ്, അദ്ദേഹത്തിന്റെ ഹിന്ദുത്വ തത്ത്വശാസ്ത്രം ഇന്ത്യൻ ദേശീയതയാണ്, സവർക്കറുടെ സ്വപ്നങ്ങളിലുള്ള ഇന്ത്യയെ സൃഷ്ടിക്കേണ്ടത് ആർ എസ് എസിന്റെ പ്രതിബദ്ധതയാണ്. എന്നാൽ ഗാന്ധി വധത്തിൽ സവർക്കറുടെ പങ്ക് ആരോപിക്കപ്പെടുമ്പോൾ അവരുടെ സംഘടനയുടെ ഭാഗമായി അദ്ദേഹത്തെ കാണാൻ അവർ ആഗ്രഹിക്കുന്നില്ല. അടുത്തിടെയാണ് കൊലപാതകത്തിലുള്ള സവർക്കറുടെ പങ്ക് നിഷേധിക്കാൻ അവർ തുടങ്ങിയത്. എന്നാൽ ഇത് ആർ എസ് എസിന് കൂടുതൽ പ്രശ്നങ്ങൾ സൃഷ്ടിച്ചിരിക്കുകയാണ്. ഗാന്ധി വധത്തിൽ സവർക്കറിന് പങ്കില്ലായിരുന്നെങ്കിൽ 1940 കളുടെ അവസാനത്തിൽ സവർക്കറുമായുള്ള ബന്ധം അവർ നിഷേധിച്ചത് എന്തുകൊണ്ടാണെന്ന് ന്യായമായും ചോദിക്കാം.

സവർക്കറിനെതിരെ ആർ എസ് എസിന്റെ നിലപാട് എന്തായിരുന്നാലും, ഇന്ത്യയുടെ ആദ്യ ആഭ്യന്തര മന്ത്രിയായിരുന്ന സർദാർ പട്ടേൽ ഉറച്ചു വിശ്വസിച്ചത് സവർക്കറിനൊപ്പം ആർ എസ് എസിനും ഗാന്ധി വധത്തിൽ ഒരു കൈയുണ്ട് എന്നാണ്. 1948 സെപ്റ്റംബർ 11 ന് ഗോൾവാൾക്കറെ അഭിസംബോധന ചെയ്ത ഒരു കത്തിൽ സർദാർ പട്ടേൽ ഇങ്ങനെ പറയുകയുണ്ടായി:

> ഹിന്ദുക്കളെ സംഘടിപ്പിക്കുകയും അവരെ സഹായിക്കുകയും ചെയ്യുന്നതാണ് ഒരു കാര്യം, എന്നാൽ അവർ അനുഭവിക്കുന്ന കഷ്ടപ്പാടുകൾ കണ്ട് നിരപരാധികളും നിസ്സഹായരുമായ മനുഷ്യരോട് പ്രതികാരം ചെയ്യാൻ പോകുന്നത് മറ്റൊരു കാര്യം... ഇതു കൂടാതെ, കോൺഗ്രസിനോടുള്ള അങ്ങേയറ്റമുള്ള എതിർപ്പ്; അതും വ്യക്തിത്വമോ മാന്യതയോ ഔചിത്യമോ പരിഗണിക്കാത്ത രീതിയിൽ, ഇതെല്ലം ആളുകൾക്കിടയിൽ ഒരുതരം അസ്വസ്ഥത സൃഷ്ടിച്ചു. അവരുടെ പ്രസംഗങ്ങളെല്ലാം വർഗ്ഗീയ വിഷം നിറഞ്ഞതായിരുന്നു. ഹിന്ദുക്കളെ ആവേശഭരിതരാക്കാനും അവരുടെ സംരക്ഷണത്തിനായി സംഘടിക്കാനും വിഷം പരത്തേണ്ട ആവശ്യമില്ല. ഇതിന്റെ അന്തിമഫലമായി, രാജ്യത്തിന് ഗാന്ധിജിയുടെ അമൂല്യമായ ജീവനാണ് ത്യജിക്കേണ്ടിവന്നത്. സർക്കാരിന്റെയോ ജനങ്ങളുടെയോ സഹതാപത്തിന്റെ ഒരംശംപോലും ആർ എസ് എസിനു വേണ്ടി അവശേഷിക്കുന്നില്ല. വാസ്തവത്തിൽ അവരോടുള്ള എതിർപ്പ് വർദ്ധിക്കുകയാണുണ്ടായത്. ഗാന്ധിജിയുടെ മരണശേഷം ആർ എസ് എസുകാർ ആഹ്ലാദം പ്രകടിപ്പിക്കുകയും മധുരപലഹാരങ്ങൾ വിതരണം ചെയ്യുകയും ചെയ്തതോടെ ഇത് രൂക്ഷമായി. ഈ സാഹചര്യത്തിൽ ആർ എസ് എസിനെതിരെ നടപടിയെടുക്കേണ്ടത് സർക്കാരിന് അനിവാര്യമായിത്തീർന്നു.[14]

ഹിന്ദു മഹാസഭയും ആർ എസ് എസും എന്നും ഒരേ നാണയത്തിന്റെ ഇരുവശങ്ങളായിരുന്നു. സവർക്കറുടെ ജീവചരിത്രകാരൻ ധനഞ്ജയ് കീർ ഇത് സമ്മതിക്കുകയും,

> ഹിന്ദു മഹാസഭയുടെ ഒരു സായുധ സേനാ വിഭാഗമായാണ് ആർ എസ് എസ് കണക്കാക്കപ്പെടുന്നത്. തന്റെ ചെറുപ്പത്തിൽ ഗോഡ്സെ ആർ എസ് എസ് പ്രവർത്തകനായിരുന്നു. പിന്നീട് അദ്ദേഹം ഹിന്ദു മഹാസഭയുടെ അഖിലേന്ത്യാ കമ്മിറ്റിയിലെ പ്രമുഖ അംഗവുമായിത്തീർന്നു.[15]

സവർക്കറുടെ ജീവചരിത്രത്തിൽ നിർണ്ണായകമായ ഒരു വസ്തുതയെ കീർ സൂചിപ്പിക്കുന്നു,

> ആർ എസ് എസ് എന്നറിയപ്പെടുന്ന സന്നദ്ധ സംഘടന ആരംഭിക്കുന്നതിന് മുമ്പ്, സംഘടനയുടെ വിശ്വാസം, രൂപം, ഭാവി എന്നിവയെക്കുറിച്ച് ഡോ. ഹെഡ്ഗേവാർ സവർക്കറുമായി ദീർഘമായ ചർച്ച നടത്തി. ഗാന്ധിയുടെ നിസ്സഹകരണ പ്രസ്ഥാനത്തിന്റെയും ഖിലാഫത്ത് പ്രസ്ഥാനത്തിന്റെയും തകർച്ചയ്ക്ക് ശേഷം, രാജ്യം നിശ്ചലമായി, വിദ്യാർത്ഥികൾക്കിടയിൽ അരാജകത്വവും ആശയക്കുഴപ്പവും വളർന്നു. ഈ ആശയക്കുഴപ്പത്തിന്റെ പശ്ചാത്ത

> ലത്തിൽ, സവർക്കറുമായും മറ്റുള്ളവരുമായും കൂടിയാലോചിച്ച്, ഹൈന്ദവ സമൂഹത്തിന് അധികാരവും ശക്തിയും നൽകുന്നതിനായി ഒരു സംഘടന കെട്ടിപ്പടുക്കാൻ ഹെഡ്ഗേവാർ തീരുമാനിച്ചു.[16]

ഹെഡ്ഗേവാർ തന്റെ ജീവിതത്തിലുടനീളം ഈ ബന്ധം നിലനിർത്തി. 1940 ൽ മരിക്കുന്നതുവരെ ഹിന്ദുമഹാസഭയുടെ ഓരോ സമ്മേളനത്തിലും അദ്ദേഹം പങ്കെടുക്കുന്നത് ഒരു ശീലമായി തുടർന്നു.[17] ഹെഡ്ഗേവാർ താൻ ജീവിച്ചിരിക്കുന്ന കാലത്തുതന്നെ ഗോൾവാൾക്കറെ അനന്തരാവകാശിയായി നാമനിർദ്ദേശം ചെയ്യുകയും 1940 ജൂണിൽ രണ്ടാം സർസംഘ് ചാലക് ആയി ചുമതലയേൽപ്പിക്കുകയും ചെയ്തു. തുടർന്ന് ഗോൾവാൾക്കറും ഇതേ ഊർജം നിലനിർത്തി. 1949 ജൂലൈ പകുതിയോടെ ആർ എസ് എസിനെതിരായ (ഗാന്ധി വധത്തെത്തുടർന്ന് നടപ്പാക്കിയത്) നിരോധനം പിൻവലിച്ച് ഗോൾവാൾക്കറെ മോചിപ്പിച്ചപ്പോൾ, സവർക്കർ അദ്ദേഹത്തിന് അയച്ച ടെലിഗ്രാമിൽ 'ഹിന്ദുത്വത്തിന്റെ വീരശൂരപരാക്രമിയായ സംഘ് നീണാൾ വാഴട്ടെ.'[18] എന്നെഴുതിയതിൽനിന്നും സവർക്കറും ഗോൾവാൾക്കറും അടുത്ത സാഹോദര്യബന്ധം കാത്തുസൂക്ഷിച്ചു എന്നതു വ്യക്തമാണ്.

സവർക്കറിന് ഗോൾവാൾക്കറോട് വലിയ വാത്സല്യമുണ്ടായിരുന്നു, അദ്ദേഹത്തിന്റെ ഒരു ജന്മദിനത്തിൽ 'ഗോൾവാൾക്കർ ഹിന്ദു രാഷ്ട്രത്തിന്റെ നെടുംതൂണായിരുന്നു' എന്ന് സവർക്കർ പറയുകയുണ്ടായി.[19] ഗാന്ധി വധാനന്തര ഘട്ടത്തിൽ സവർക്കർ സംഘടിപ്പിച്ച പല യോഗങ്ങളിലും ഗോൾവാൾക്കർ ഒരു പ്രമുഖ പ്രഭാഷകനായിരുന്നു. ആർ എസ് എസിനും ഇതേ ആവേശമായിരുന്നു. 1962 ഏപ്രിൽ 5 ന് ആർ എസ് എസ് അതിന്റെ സ്ഥാപകനായ കെ ബി ഹെഡ്ഗേവാറിന്റെ സ്മരണയ്ക്കായി ഒരു സ്മാരകം ഉയർത്തുകയും അനുഗ്രഹത്തിനായി ഈ അവസരത്തിൽ സവർക്കറെ ക്ഷണിക്കുകയും ചെയ്തു. കീർ പറയുന്ന പ്രകാരം, ഗോൾവാൾക്കർ 1962 മാർച്ച് 16 ന് സവർക്കറിന് അയച്ച കത്തിൽ ഇങ്ങനെ എഴുതിയിരുന്നു.

> തന്റെ മഹത്തായ പ്രവർത്തനങ്ങളുടെ ഫലമായി ഡോ. ഹെഡ്ഗേവാറിന്റെ അനുഗ്രഹം സവർക്കർക്ക് ലഭിച്ചിട്ടുള്ളതിനാലും സവർക്കർ അദ്ദേഹത്തെ വളരെയധികം ബഹുമാനിച്ചിരുന്നതിനാലും അദ്ദേഹം പ്രസ്തുത ചടങ്ങിൽ പങ്കെടുത്ത് അനുഗ്രഹിക്കണമെന്നത് എല്ലാവരുടെയും ആഗ്രഹമായിരുന്നു. ഹെഡ്ഗേവാറിന്റെ ബഹുമാനത്തിന് യോഗ്യനാകാനുള്ള അപൂർവ്വ ഭാഗ്യം തനിക്കുമുണ്ടായിരുന്നുവെന്ന് ഗോൾവാൾക്കർ കൂട്ടിച്ചേർത്തു. അതിനാൽ യാത്ര നടത്താനും ചടങ്ങിൽ പങ്കെടുക്കാനായും നിർബ്ബന്ധിച്ചു ക്ഷണിക്കുകയായിരുന്നു.[20]

അസുഖ ബാധിതനായതിനാൽ സവർക്കർക്ക് ആ ചടങ്ങിനെ ആശീർവദിക്കാൻ കഴിഞ്ഞില്ല. എന്നിരുന്നാലും, അവർ ചെയ്യുന്ന മഹത്തായ പ്രവർത്തനങ്ങളുമായി മുന്നോട്ട് പോകണമെന്നാവശ്യപ്പെട്ടു കൊണ്ട് അദ്ദേഹം ഗോൾവാൾക്കറിന് ഒരു സന്ദേശമയച്ചു.

> ദേശീയതയുടെ തത്വങ്ങൾ ശാസ്ത്രീയമായി, സവർക്കറുടെ മഹത്തായ കൃതിയായ, *ഹിന്ദുത്വ*യിൽ വിശദീകരിച്ചിട്ടുണ്ടായിരുന്നു. ഗോൾവാൾക്കറിന് അത് ഒരു പാഠപുസ്തകവും, ശാസ്ത്ര പുസ്തകവുമായിരുന്നു. ജീവിതത്തിലുടനീളം അദ്ദേഹം അതിനോട് കടപ്പെട്ടിരുന്നു.[21]

1940 ജൂൺ 22 ന് ഹെഡ്ഗേവാറിന്റെ മരണവാർത്ത കേട്ടയുടനെ സവർക്കർ അയച്ച ടെലിഗ്രാമിലെ വാചകത്തിൽനിന്നും സവർക്കർ ആർ എസ് എസുമായി എത്രമാത്രം അടുപ്പം പുലർത്തിയിരുന്നുവെന്ന് കാണാം: 'ഡോക്ടറുടെ മരണത്തിൽ ഹിന്ദു മഹാസഭ അഗാധമായ ദുഃഖം രേഖപ്പെടുത്തുന്നു. ഹെഡ്ഗേവാർ നീണാൾ വാഴട്ടെ! സംഘം നീണാൾ വാഴട്ടെ![22]

സവർക്കർ എല്ലാ ഹിന്ദു മഹാസഭ യൂണിറ്റുകളോടും 1940 ജൂൺ 30 ഡോ. ഹെഡ്ഗേവാർ ദിനമായി ആചരിക്കാൻ ആവശ്യപ്പെട്ടു. എല്ലാം ഹിന്ദു മഹാസഭ ഓഫീസുകളും,

> അവരുടെ ഹിന്ദു പതാകകൾ പകുതി താഴ്ത്തിക്കെട്ടി, പൊതുയോഗം സംഘടിപ്പിച്ച് അദ്ദേഹത്തിന്റെ മരണത്തിൽ അനുശോചന പ്രമേയം പാസാക്കി, ഹിന്ദുസഭ നാഗ്പൂർ പ്രവിശ്യയിലെ MLA യ്ക്ക് കൈമാറണം (ശ്രീമന്ത് എം ജി ചിറ്റാനിസ് ചിറ്റ്നാവിസ് പുര, നാഗ്പൂർ, C. P. 280640).[23]

പ്രധാനപ്പെട്ട ഒരു കാര്യം എന്തെന്നാൽ, സവർക്കർ തന്റെ ആശയവിനിമയത്തിൽ 'ഹിന്ദു സംഘടനാവാദി' എന്നാണ് ഹെഡ്ഗേവാറിനെ പരാമർശിച്ചിരുന്നത്. ഈ പദം ഹിന്ദു മഹാസഭയിലെ അംഗങ്ങളെ അടയാളപ്പെടുത്താൻ ഉപയോഗിച്ചിരുന്നതാണ്.

എ എസ് ഭിഡെയുടെ ഹിന്ദു മഹാസഭ രേഖകളുടെ ശേഖരത്തിൽ, രാജ്യത്തിന്റെ വിവിധ ഭാഗങ്ങളിൽ സംഘടിപ്പിക്കപ്പെട്ട ആർ എസ് എസ് പരിപാടികളിൽ സവർക്കറുടെ നാൽപ്പതിലധികം സന്ദർശനങ്ങൾ (1938–1941 കാലഘട്ടത്തിൽ മാത്രം) രേഖപ്പെടുത്തിയിട്ടുണ്ട്. ഈ പരിപാടികളിൽ സവർക്കർ 'സൈനിക പരിശീലനം', 'പ്രവർത്തനങ്ങളെ അഭിനന്ദിക്കൽ', 'സംഘം പ്രതിനിധീകരിക്കുന്ന മഹത്തായ ദൗത്യങ്ങൾ', 'ഭാവി ഹിന്ദു പാർട്ടിയുടെ പരിപാടി', 'ഹിന്ദു സംഘടനാ പ്രസ്ഥാനത്തിന്റെ ഭാവി പരിപാടി', 'മിലിട്ടറി ഫോഴ്സിൽ (ബ്രിട്ടീഷ്) ചേരാൻ വിദ്യാർത്ഥികളെ ഉപദേശിക്കുക' എന്നിവയെക്കുറിച്ച് സംസാരിച്ചിരുന്നു.[24] സവർക്കർ ബ്രിട്ടീഷ് സായുധ സേനയിൽ ചേരാൻ ആർ എസ് എസ് കേഡറുകളോട്

ആഹ്വാനം ചെയ്യുമ്പോൾ; ബ്രിട്ടീഷ് ഭരണാധികാരികളുടെ പിടിയിൽ നിന്ന് ഇന്ത്യയെ മോചിപ്പിക്കാൻ ഒരു വിമോചന സൈന്യത്തെ സംഘടിപ്പിക്കുകയായിരുന്നു സുഭാഷ് ചന്ദ്രബോസ് എന്നത് ഇവിടെ ശ്രദ്ധേയമാണ്.

ഹിന്ദു മഹാസഭ ആർക്കൈവുകളിൽ ലഭ്യമായ ഈ വസ്തുതകളെല്ലാം രണ്ട് നിർണ്ണായക യാഥാർത്ഥ്യങ്ങൾ തെളിയിക്കുന്നതാണ്. ഒന്നാമതായി, സവർക്കറിസം ആർ എസ് എസിന്, ദാർശനിക സംഘടനാ അടിത്തറ നൽകി. രണ്ടാമതായി, ആർ എസ് എസ്, സ്വാതന്ത്ര്യസമരത്തിൽ നിന്ന് അകന്നുനിന്ന സവർക്കറിന്റെ പാത പിന്തുടരുകയും ദാർശനികവും സംഘടനാപരവുമായ അടിത്തറയെ ഒന്നുകൂടി ബലപ്പെടുത്തുകയും ചെയ്തു.

നാഥുറാം ഗോഡ്സെയുടെ സ്മരണയ്ക്കായി, നാഗ്പൂരിലെ ആർ എസ് എസ് ആസ്ഥാനത്ത് ഏറെക്കാലം ഒരു ആരാധനാലയം ഉണ്ടായിരുന്നു എന്നത് രഹസ്യമല്ല, "ഒരു ദിവസം അവർ (ആർ എസ് എസ്) അധികാരത്തിൽ വരുമ്പോൾ കൂടുതൽ ഉചിതമായ ഒരു സ്മാരകം സ്ഥാപിക്കും" എന്ന് എഴുതിയ ഫലകം അവിടെ സൂക്ഷിച്ചിരുന്നു.[25]

ഗ്രന്ഥസൂചി

1. Tarun Vijay, 'Veer patriot', *Outlook*, September 6, 2004.
2. Interview with Vishwas Savarkar (son of V. D. Savarkar)', *Organizer*, September 26, 2004.
3. Anil Nauriya, 'The age of generosity', *Janata*, May 11, 2003, p. 3. This article is a must read for all those who want to be familiar with the legal loopholes on the basis of which Savarkar could no be persecuted.
4. Allah Bakhsh who organised Muslims of India at the grass root level for an effective and massive opposition to the nefarious designs of the Muslim League in the pre-partition days was a renowned political leader. He rose to be the Premier (those days chief minister was known by this designation) of Sind during the eventful days of 'Quit India' Movement of 1942 as head of 'Ittehad Party' (Unity Party), which did not allow Muslim League to have any foothold in the Muslim majority province of Sind. Allah Bakhsh and his Party were not part of Congress but when British Prime Minister, Winston Churchill made a derogatory reference to the Indian freedom struggle and 'Quit India' Movement in a speech in the British Parliament, Allah Bakhsh renounced in protest all titles conferred by the British Government. The British administration could not digest this dissent of Allah Bakhsh and the Governor Sir Hugh Dow removed him from office on October 10, 1942. This great sacrifice of a Muslim

leader for the freedom of a united India remains unknown even today.

The great fighter for the independence of a united India and prolific opponent of the idea of Pakistan, Allah Bakhsh was murdered on May 14, 1943 in Sind by professional killers believed to be hired by the Muslim League. Allah Bakhsh needed to be liquidated because he was able to muster massive support of common Muslim masses throughout India against the idea of Pakistan.

Moreover, Allah Bakhsh as a great secularist and person opposed to the formation of Pakistan with massive support in Sind could prove to be the greatest stumbling block in the physical formation of Pakistan as without Sind, the 'Islamic State' in the west of the country just could not have materialized.

It is a well-known fact that dismissal of Allah Bakhsh Government in 1942 and his murder in 1943 paved the way for entry of the Muslim League in Sind.

One could see the open ganging up of the British rulers and Muslim League in political and physical liquidation of Allah Bakhsh and his kind of anticommunal politics.

5. Cited in B. B. Paymaster, *Some Experiences of a Civilian*, IIPA, Bombay, 1980, pp. 109-110.
6. Vir Sanghvi, 'The prodigal son', *Hindustan Times*, September 5, 2004, Delhi.
7. Cited in Rajesh Ramchandran, 'The mastermind', *Outlook*, September 6, 2004.
8. Ibid.
9. Ibid.
10. Letter 68 cited in *Sardar Patel: Select Correspondence1945-1950*, vol. 2, Navjivan Publishing House, Ahmedabad, 1977, p. 283.
11. Letter 64 cited in *Sardar Patel*, op. cit., pp. 276-77.
12. Dhanajay Keer, *Veer Savarka*r, Popular Prakashan, Bombay, 1988, p. 403.
13. Jyotirmaya Sharma, 'New light on Godse-Savarkar connection' and 'The Godse-Savarkar connection' *The Hindu*, September 20 and 21, 2004, respectively.
14. Cited in *Justice On Trial: Historic Documents of Guruji- Government Correspondence*, RSS, Bangalore, 1962, pp. 26-8.
15. Dhanajay Keer, *Veer Savarka*r, Popular Prakashan, Bombay, 1988, p. 400.
16. Ibid., p. 171.
17. Ibid., p. 431.
18. Ibid., p. 421.

19. Ibid., p. 497.
20. Ibid., p. 523.
21. Ibid., p. 527.
22. AS Bhide, *Vinayak Damodar Savarkar's Whirlwind Propaganda: Extracts from the President's Diary of his Propagandist Tours Interviews from December 1937 to October 1941*, NA, Bombay, 1940, pp. 218-219.
23. Ibid., pp. 219-220.
24. For more details see AS Bhide, op. cited.
25. Patrick Nair 'RSS' Godse's shrine', *Indian Currents*, September 19, 2004.

മിത്ത് 7

സവർക്കറുടെ ഹിന്ദുത്വ: ഇന്ത്യൻ രാഷ്ട്രത്തിന്റെ ശാസ്ത്രീയ അടിത്തറ

സവർക്കറുടെ ഹിന്ദുത്വ ഇന്ത്യൻ രാഷ്ട്രത്തിനു ശാസ്ത്രീയ അടിത്തറ നൽകുന്നു

സവർക്കർ രചിച്ച *ഹിന്ദുത്വ* 1923 ൽ പ്രസിദ്ധീകൃതമായി. ഹിന്ദു ദേശീയതയുടെയും ഹിന്ദുത്വ പ്രത്യയശാസ്ത്രത്തിന്റെയും ഏറ്റവും മൗലികവും പണ്ഡിതോചിതവുമായ സംഭാവനയായി ഇത് വാഴ്ത്തപ്പെട്ടു. ഇന്ത്യയിൽ ഒരു ദിവ്യാധിപത്യ ഹിന്ദുരാഷ്ട്രം സ്ഥാപിക്കുക എന്ന ആശയത്തെ പിന്തുണയ്ക്കുന്ന ഒരു പ്രമുഖൻ ഈ പുസ്തകത്തെ ഇപ്രകാരം മഹത്വപ്പെടുത്തി: 'നമ്മുടെ പൂർവ്വികരായ ദാർശനികരുടെ വെളിപാടുകളെ പ്രചോദിപ്പിച്ച ശ്രേഷ്ഠമായ പ്രഭാതങ്ങളിൽ ഏതെങ്കിലും ഒന്നായിരിക്കാം *ഹിന്ദുത്വ*യുടെ രചയിതാവിനും ഈ 'മന്ത്രം' – ഹിന്ദുത്വത്തിന്റെ നിർവ്വചനം – വെളിപ്പെടുത്തിയിട്ടുണ്ടാവുക!'[1]

സവർക്കറുടെ *ഹിന്ദുത്വ* ഹിന്ദു *സംഘതൻ* അല്ലെങ്കിൽ സംഘടനയുടെ ബൈബിളായി പ്രഖ്യാപിക്കപ്പെട്ടു. കെ ബി ഹെഡ്ഗേവാറിന് ശേഷം ആർ എസ് എസിന്റെ തലവനായ എം എസ് ഗോൾവാൾക്കറും സവർക്കറുടെ ഹിന്ദുത്വയെ ഹിന്ദു ദേശീയതയെക്കുറിച്ചുള്ള ആധികാരികത നിറവേറ്റുന്ന മഹത്തായ ഒരു ശാസ്ത്ര ഗ്രന്ഥമായി കണക്കാക്കി.[2] ആർ എസ് എസ് പ്രസിദ്ധീകരിച്ച ഹെഡ്ഗേവാറിന്റെ ജീവചരിത്രം അനുസരിച്ച്, "ഹിന്ദുത്വ ആശയത്തിന്റെ പ്രചോദനാത്മകവും ഉജ്ജ്വലവുമായ വെളിപ്പെടുത്തലാണ് സവർക്കറുടെ ഈ കൃതി. അനിഷേദ്ധ്യമായ യുക്തിയും വ്യക്തതയുംകൊണ്ട് അടയാളപ്പെടുത്തിയ ഹിന്ദുത്വയുടെ തത്വം ഡോക്ടർജിയുടെ [ഹെഡ്ഗെവാറിന്റെ] ഹൃദയത്തിൽ തൊട്ടു!'"[3]

ഇന്ത്യയിലെ ഹിന്ദുരാഷ്ട്ര ആശയത്തിന്റെ വക്താവായ ജിഎം ജോഷി ഹിന്ദുത്വയുടെ ആശയത്തെ ഇപ്രകാരം പ്രഖ്യാപിച്ചു:

സവർക്കറുടെ പുസ്തകം എല്ലാ കാലത്തേക്കുമുള്ളതാണ്. ഈ പുസ്തകത്തിൽ നിറഞ്ഞുനിൽക്കുന്ന തത്ത്വങ്ങളാവും വരും നൂറ്റാണ്ടുകളിൽ ഈ രാജ്യത്തിലെ ഹിന്ദുക്കളെയും അഹിന്ദുക്കളെയും നയിക്കുക... ഹിന്ദുത്വ എന്ന സങ്കൽപ്പം സവർക്കറുടെതു മാത്രമാണ്, അത് ആധുനിക രാഷ്ട്രീയ സിദ്ധാന്തത്തിലെ ഒരു രാഷ്ട്രത്തിന്റെ നിർവ്വചനവുമായി കൃത്യമായി യോജിക്കുന്നു... സവർക്കറിന്റെ വാദങ്ങൾ തികച്ചും യുക്തിസഹമാണ്. അദ്ദേഹം എല്ലാ എതിർപ്പുകളെയും നിസ്സംഗമായും താർക്കികമായും നേരിടുന്നു. അദ്ദേഹത്തിന്റെ സ്വയം ബോദ്ധ്യങ്ങൾ ആഴത്തിലുള്ള പഠനത്തിലൂടെയും വ്യക്തമായ ചിന്തയിലൂടെയും രൂപപ്പെട്ടതാകയാൽ എതിരാളികളെ അത് ലളിതമായി ധരിപ്പിക്കാൻ അദ്ദേഹത്തിന് കഴിയുമായിരുന്നു. എന്നാൽ ഈ സിദ്ധാന്തം സംശയാതീതമായി തെളിയിക്കപ്പെടുകയാണെങ്കിൽ അദ്ദേഹത്തിന്റെ രചന (*ഹിന്ദുത്വ*) ഒരു കവിയുടേതെന്നപോലെ വികാരഭരിതമാകും.[4]

വസ്തുതകൾ

ഹിന്ദു ദേശീയതയെ സംരക്ഷിക്കുന്നതിൽ വിലമതിക്കാനാവാത്ത സംഭാവനയായി *ഹിന്ദുത്വ*യെ മഹത്വവൽക്കരിക്കുന്ന ഈ പ്രസ്താവനകൾ ഉണ്ടായിരുന്നിട്ടും, പുസ്തകത്തിന്റെ ഉള്ളടക്കം പല ഹിന്ദു നേതാക്കളെയും ആകർഷിച്ചിരുന്നില്ല, മാത്രമല്ല സാധാരണ ഹിന്ദുക്കൾക്ക് ഉൾക്കൊള്ളാൻ കഴിയുന്നതിലും അപ്പുറമായിരുന്നു അത്. വാസ്തവത്തിൽ, പുസ്തകത്തിന്റെ തലക്കെട്ട് പോലും ഒരു അനന്തര ചിന്തയാണെന്ന് തോന്നിപ്പോകും. യഥാർത്ഥ പതിപ്പ് (1923) പരിശോധിച്ചാൽ, ബുക്ക്‌ലെറ്റിൽ ഹിന്ദുയിസം (Hinduism) എന്ന തലക്കെട്ടായിരുന്നുവെന്നും പിന്നീട് 'ഹിന്ദുത്വ' എന്ന് അച്ചടിച്ച ഒരു കടലാസ് പുസ്തകത്തിന്റെ ശീർഷക പേജിൽ ഒട്ടിച്ചതാണെന്നും മനസ്സിലാക്കാം. ഈ പദം സവർക്കറിസ്റ്റുകൾക്ക് പോലും മനസ്സിലാക്കാൻ കഴിയാതെ വന്നതിനാൽ, *ഹിന്ദുത്വ*യുടെ 4–ാം പതിപ്പ് *ഹു ഈസ് ഹിന്ദു?* (*Who is Hindu?*) എന്ന തലക്കെട്ട് ഒഴിവാക്കി *ഹിന്ദുത്വ* എന്ന പേരിൽ പ്രസിദ്ധീകരിച്ചു. 1963 ൽ മഹാരാഷ്ട്ര പ്രൊവിൻഷ്യൽ ഹിന്ദുസഭ ഇത് സവർക്കറുടെ സമ്പൂർണ്ണ കൃതിയുടെ ഭാഗമാക്കി *എസെൻഷ്യൽസ് ഓഫ് ഹിന്ദുത്വ* (*Essentials of Hindutva*) എന്ന പേരിൽ പ്രസിദ്ധീകരിക്കുകയുണ്ടായി.

1937 ഡിസംബറിൽ അഹമ്മദാബാദിൽ നടന്ന ഹിന്ദു മഹാസഭയുടെ 19–ാം സമ്മേളനത്തിൽ സവർക്കർ അദ്ധ്യക്ഷനായിരിക്കെ, *ഹിന്ദുത്വ*യിൽ വികസിപ്പിച്ചെടുത്ത ഹിന്ദുരാഷ്ട്രം എന്ന ആശയം, ഒരു ആലങ്കാരിക ചിന്തയായി തുടർന്നു. രചയിതാവിന്റെ അടുത്ത ബന്ധുവായിരുന്ന രണ്ടാം പതിപ്പിന്റെ പ്രസാധകൻ, എസ് എസ് സവർക്കറുടെ കുറിപ്പിൽ നിന്ന് വ്യക്തമാകുന്നതുപോലെ പുസ്തകത്തിന് അധികം വായനക്കാർ ഉണ്ടായിരുന്നില്ല. അദ്ദേഹത്തിന്റെ കുറിപ്പ് അനുസരിച്ച്:

> *ഹിന്ദുത്വ*യുടെ കോപ്പികൾക്കായി പണ്ഡിതന്മാരിൽനിന്നും വീർ സവർക്കറുടെ ആരാധകരിൽനിന്നും എനിക്ക് ചില കത്തുകളും വ്യക്തിപരമായ അഭ്യർത്ഥനകളും ലഭിച്ചു. പകർപ്പുകൾ ലഭ്യമല്ലാത്തതിനാൽ എനിക്ക് അവ നൽകാൻ കഴിഞ്ഞിരുന്നില്ല. എനിക്ക് അതിൽ മാനസികമായ ബുദ്ധിമുട്ടുണ്ടായിരുന്നു. പക്ഷേ, വായനക്കാർ അധികമില്ലാത്ത ഈ പുസ്തകത്തിന്റെ അച്ചടിക്കായുള്ള അധിക ചെലവ് വഹിക്കാനുള്ള മുലധനം എനിക്കില്ലായിരുന്നു![5]

1923 ലെ *ഹിന്ദുത്വ*യുടെ ആദ്യ പതിപ്പിന് ശേഷം 1942 ൽ മാത്രമാണ് രണ്ടാം പതിപ്പ് പ്രസിദ്ധീകരിക്കാൻ കഴിഞ്ഞത് എന്ന വസ്തുതയും പുസ്തകത്തിന് ജനപ്രീതി ലഭിച്ചിരുന്നില്ല എന്ന് കാണിക്കുന്നു. 2003 ൽ അതിന്റെ അവസാന പതിപ്പ് പ്രസിദ്ധീകരിച്ച സമയത്ത് – എട്ട് പതിറ്റാണ്ടിലേറെയായി – ഏഴ് പതിപ്പുകൾ മാത്രമാണ് പുറത്തുവന്നിട്ടുണ്ടായിരുന്നത്.

1923 ൽ രത്നഗിരി ജയിലിൽ തടവിലായിരിക്കെ സവർക്കർ *ഹിന്ദുത്വ* രചിക്കുകയും അത് പുറംലോകത്തെത്തിക്കുകയും ചെയ്തു. ബ്രിട്ടീഷ് ഭരണകൂടത്തിന്റെ ഒത്താശ ഇല്ലാത്ത, അസാദ്ധ്യമായ ഒരു പ്രവൃത്തി! ഗ്രന്ഥകർത്താവായ സവർക്കർ ജയിലിലായിരുന്നതിനാലും അത്തരം കൃതികൾ രചിക്കാൻ നിയമപരമായി അനുവാദമില്ലാത്തതിനാലും 'എ മറാത്ത' എന്ന തൂലികാനാമത്തിലാണ് ഇത് പ്രസിദ്ധീകരിച്ചത്. സത്യത്തിൽ ഈ പുസ്തകം സവർക്കർ എഴുതിയതാണെന്ന വസ്തുത എല്ലാവർക്കും അറിയാമായിരുന്നു. അതിനാൽ തന്നെ നാഗ്പൂർ അഭിഭാഷകനായ വി വി കേൽക്കർ ഇത് പ്രസിദ്ധീകരിച്ചപ്പോൾ ഒരു വ്യാജ പേരു പയോഗിക്കേണ്ട ആവിശ്യമില്ലായിരുന്നു. എന്നിട്ടും ബ്രിട്ടീഷ് ഭരണാധികാരികൾ ഇത് നിരോധിക്കാനുള്ള നടപടികൾ സ്വീകരിച്ചില്ല. രസകരമെന്നു പറയട്ടെ, ഗ്രന്ഥത്തിന്റെ രചയിതാവും ഉള്ളടക്കവും രാജ്യത്തിന്റെയും അതിലെ നിവാസികളുടെയും ഹിന്ദു സ്വത്വത്തെ മാത്രം ഊന്നിപ്പറയുന്നുണ്ടെങ്കിലും, 'എ മറാത്ത' എന്ന തൂലികാനാമം മതപരമായ ഒന്നിനെയല്ല മറിച്ച് അതിന്റെ പ്രാദേശിക സ്വത്വത്തെയാണ് സൂചിപ്പിക്കുന്നത്.

1923 ലെ പതിപ്പ് ഇംഗ്ലീഷിൽ പ്രസിദ്ധീകരിച്ചുവെങ്കിലും ഇംഗ്ലീഷ് വാക്യങ്ങളിൽ സംസ്കൃതവും ഹിന്ദിയും ചേർത്തിരുന്നുവെന്നത് വിചിത്രമാണ്. ഇത് വായനയിൽ അസ്വാഭാവികത ഉളവാക്കി. ഇതിന്റെ യഥാർത്ഥ പതിപ്പ് 8 അദ്ധ്യായങ്ങളായി വിഭജിക്കപ്പെട്ടു, എന്നാൽ പിന്നീടുള്ള പതിപ്പുകളിൽ ഈ വിഭജനം ഒഴിവാക്കി കൂടുതൽ ഉപശീർഷകങ്ങൾ ചേർത്തു. മാത്രമല്ല, തുടർന്നുള്ള പതിപ്പുകളിൽ വ്യക്തതകളില്ലാത്ത കൂട്ടിച്ചേർക്കലുകൾ ഉണ്ടായിരുന്നു. പിന്നീടുള്ള പതിപ്പുകളൊന്നും പരിഷ്കരിച്ച പതിപ്പായി പ്രഖ്യാപിക്കപ്പെടാത്തതിനാൽ, സവർക്കർ ഈ മാറ്റങ്ങൾ അംഗീകരിച്ചോ എന്നറിയാൻ പ്രയാസമാണ്.[6]

സവർക്കറുടെ മറ്റ് കൃതികളെ അപേക്ഷിച്ച് സവർക്കറുടെ *ഹിന്ദുത്വ*

ക്രമരഹിതവും ആശയക്കുഴപ്പമുള്ളതും പൊരുത്തമില്ലാത്തതും ഏകതാനവും പരസ്പരവിരുദ്ധവും ആവർത്തനവുമായിരുന്നു. വാസ്തവത്തിൽ ഹിന്ദു ദേശീയതയുടെ ബൈബിളായി പ്രചരിപ്പിച്ച *ഹിന്ദുത്വ*യുടെ നാലിലൊരു ഭാഗം മാത്രമേ വിഷയത്തെക്കുറിച്ച് പ്രതിപാദിച്ചിരുന്നുള്ളു. ഹിന്ദു/ഹിന്ദുസ്ഥാൻ പോലുള്ള നാമകരണത്തിന്റെ ഉത്ഭവം, നാടോടി സാഹിത്യം, ബുദ്ധമതത്തിലെ തിന്മകൾ, സിഖുകാരും ജൈനരും ബുദ്ധമതക്കാരും എങ്ങനെ ഹിന്ദുക്കളായി, ഹിന്ദുമതത്തിലെ വൈദിക-വേദേതര വിഭാഗങ്ങൾ തമ്മിലുള്ള നിരന്തരമായ സംഘർഷങ്ങളുടെ വിവരണം എന്നിവയെക്കുറിച്ചുള്ള ആവർത്തിച്ചുള്ള ചർച്ചകളാണ് പുസ്തകത്തിന്റെ പ്രധാന ഭാഗങ്ങളായി ഉൾക്കൊള്ളിച്ചിരുന്നത്.

*ഹിന്ദുത്വ*യിലെ 'ഹിന്ദു' എന്ന നാമകരണത്തിന്റെ ഉത്ഭവം കണ്ടെത്താൻ ശ്രമിച്ച സവർക്കർ, ഹിന്ദു മതത്തിന്റെയും ഹിന്ദു വംശത്തിന്റെയും ആദിമ സ്വഭാവ സിദ്ധാന്തം അവതരിപ്പിക്കുമ്പോൾ, ഹിന്ദു എന്ന പദത്തിന്റെ ചരിത്രപരതയെക്കുറിച്ച് ബോധവാനായിരുന്നു. അതിനാൽ തന്നെയാണ് തന്റെ ഹിന്ദുത്വ തത്വങ്ങൾ വാസ്തവമാണെന്നു സമർത്ഥിക്കാൻ തുനിഞ്ഞത്. യാഥാർത്ഥത്തിൽ, ജി പി ദേശ്പാണ്ഡെ പറയുന്നതുപോലെ, "ചരിത്രത്തിന്റെ 'നിർമ്മാണത്തിൽ' അദ്ദേഹം (സവർക്കർ) മുഴുകിയിരിക്കുന്നതായി കാണാം." ദേശ്പാണ്ഡെയുടെ വാക്കുകളിൽ:

> 'ഹിന്ദുമത'ത്തിന്റെ ഗ്രന്ഥങ്ങൾ രചിക്കപ്പെട്ട ഭാഷയായ സംസ്കൃതത്തിൽ ഹിന്ദു എന്ന പദമില്ല. *വേദ*ങ്ങളിലോ *ഉപനിഷത്തു*കളിലോ *ഭഗവദ്ഗീത*യിലോ പോലും ഹിന്ദുക്കളെക്കുറിച്ച് പരാമർശിക്കുന്നില്ല. നമ്മുടെ അറിവിൽ, *സ്മൃതി*കളോ *പുരാണ*ങ്ങളോ ഹിന്ദു ധർമ്മത്തെക്കുറിച്ചോ ഹിന്ദുക്കളെക്കുറിച്ചോ പറയുന്നില്ല.[7]

ഹിന്ദുമതത്തിന്റെ ആദിമ സ്വഭാവത്തിൽ വിശ്വസിച്ചിരുന്നിട്ടും, ഹിന്ദു എന്ന നാമകരണം അയോണിയൻ, ഗ്രീക്കുകാർ, പേർഷ്യക്കാർ, അറബികൾ എന്നിവരിൽ നിന്നാണ് ഉത്ഭവിച്ചതെന്ന് സവർക്കർക്ക് സമ്മതിക്കേണ്ടി വന്നതിന്റെ കാരണം ഇതാണ്.

എന്നിരുന്നാലും, ഹിന്ദുരാഷ്ട്രം എന്ന മിഥ്യ കെട്ടിപ്പടുക്കുന്നതിലും പ്രചരിപ്പിക്കുന്നതിലും *ഹിന്ദുത്വ* ഒരുപാട് മുന്നോട്ട് പോയി എന്ന വസ്തുത നിഷേധിക്കാനാവില്ല. യുക്തിസഹമായതിനേക്കാൾ വൈകാരികമായി അതിനെ പ്രതിധ്വനിപ്പിക്കുന്നതിനും ആകർഷിക്കുന്നതിനും, ഹിന്ദു രാഷ്ട്രത്തെയും ദേശീയതയെയുംകുറിച്ചുള്ള തന്റെ ആശയങ്ങൾ പ്രചരിപ്പിക്കുന്നതിനുമായി *രാമായണം* പോലുള്ള ഇതിഹാസങ്ങളെ, യഥാർത്ഥ ചരിത്രമായി അവതരിപ്പിക്കാൻ സവർക്കർ തിരഞ്ഞെടുത്തു. ഉദാഹരണത്തിന്, അദ്ദേഹം എഴുതി:

> യാഗാശ്വം വിജയശ്രീലാളിതനായി അയോദ്ധ്യയിൽ തിരിച്ചെത്തിയ ദിവസം, ധീരനും സമർത്ഥനുമായ ശ്രീരാമചന്ദ്രന്റെ സാമ്രാജ്യ

> സിംഹാസനുമീതെ, പരമാധികാരത്തിന്റെ മഹത്തായ വെള്ളക്കുട ഉയരുകയും, ആര്യന്മാരായ രാജകുമാരന്മാർക്കൊപ്പം തന്നെ തെക്കുനിന്നുള്ള ഹനുമാൻ, സുഗ്രീവൻ, വിഭീഷണൻ എന്നിവരും ശ്രീരാമന് വിധേയപ്പെട്ടുകൊണ്ട് പ്രതിജ്ഞ ചെയ്ത ദിവസം, ആ ദിവസമായിരുന്നു നമ്മുടെ ഹിന്ദു ജനതയുടെ യഥാർത്ഥ ജന്മദിനം. ഇത് നമ്മുടെ ദേശീയ ദിനമായിരുന്നു: ആര്യന്മാരും അനാര്യന്മാരും ഒരു ജനതയായി പിറവിയെടുത്ത്, ഒരു രാഷ്ട്രമായ ദിനം. അവർ, അതിനുമുമ്പുള്ള എല്ലാ തലമുറയുടെയും പരിശ്രമങ്ങളെ സംഗ്രഹിക്കുകയും രാഷ്ട്രീയമായി കിരീടമണിയിക്കുകയും ഒരു പൊതു ലക്ഷ്യം, ദൗത്യം എന്നിവ ബോധപൂർവ്വമോ അല്ലാതെയോ പോരാടുകയും പ്രതിരോധിക്കുകയും ചെയ്തുകൊണ്ടിരുന്ന എല്ലാ തലമുറയ്ക്കുമായി കൈമാറി.[8]

ഹിന്ദുമതവും (Hinduism) ഹിന്ദുത്വവും തമ്മിലുള്ള ആശയക്കുഴപ്പം

'ഹിന്ദുത്വ' എന്ന പദം വിശകലനം ചെയ്യാനുള്ള എല്ലാ ശ്രമങ്ങളെയും ഞാൻ ധിക്കരിക്കുന്നു'[9] എന്ന് സവർക്കർ തുടക്കത്തിൽ തന്നെ സമ്മതിച്ചിട്ടുണ്ട്. എന്നിരുന്നാലും, തന്റെ ഹിന്ദുത്വ സിദ്ധാന്തവും ഹിന്ദു മതവും തമ്മിലുള്ള വ്യത്യാസം വ്യക്തമാക്കാൻ അദ്ദേഹം ശ്രമിച്ചതായി കാണുന്നുണ്ട്. ആദ്യത്തെ കുറച്ച് പേജുകൾ വായിക്കുമ്പോൾ, ഈ വിഷയത്തിൽ ഒരു പാണ്ഡിത്യ സംവാദം നടത്താൻ അദ്ദേഹം ഉദ്ദേശിച്ചിരുന്നതായി തോന്നുന്നു. അദ്ദേഹത്തിന്റെ അഭിപ്രായത്തിൽ 'ഹിന്ദുത്വ' എന്നത് ഹിന്ദുത്വം (Hinduism) എന്ന പദവുമായി കൂട്ടിക്കുഴയ്ക്കേണ്ടതില്ല. അദ്ദേഹത്തിന്റെ വാക്കുകളിൽ:

> ഹിന്ദുത്വ എന്നത് ഒരു വാക്കല്ല, ചരിത്രമാണ്. ഈ ചരിത്രത്തിന്റെ ഒരു ഭാഗം മാത്രമാണ് ഹിന്ദുയിസം. എന്നാൽ നമ്മുടെ ജനതയുടെ ആത്മീയമോ മതപരമോ ആയ ചരിത്രത്തെ കുറിക്കുന്ന ഈ പദവുമായി ഹിന്ദുത്വ എന്ന പദത്തിനുള്ള സാമ്യം ആശയക്കുഴപ്പം സൃഷ്ടിക്കുകയും അത് (ഹിന്ദുത്വ) തെറ്റിദ്ധരിക്കപ്പെടുകയും ചെയ്യുന്നു. ഈ രണ്ടു പദങ്ങൾ തമ്മിലുള്ള വ്യത്യാസം തിരിച്ചറിയുന്നതിൽ നമ്മൾ പരാജയപ്പെട്ടു. അതുകൊണ്ടുതന്നെ പാരമ്പര്യമായി നമുക്ക് ലഭിച്ച അമൂല്യവും പൊതുവായതുമായ ഹിന്ദു നാഗരികത എന്ന സമ്പത്ത് സഹോദര സമുദായങ്ങൾക്കിടയിൽ വളരെ അധികം തെറ്റിദ്ധാരണയ്ക്ക് ഇടയാക്കി. ഹിന്ദുയിസത്തിനു ഹിന്ദുത്വയുമായി സമാനതകളില്ലെന്ന് ഇത് വ്യക്തമാക്കുന്നു. ഒരു 'ഇസം' എന്നത് പൊതുവെ അർത്ഥമാക്കുന്നത്, ആത്മീയമോ മതപരമോ ആയ തത്വത്തെയോ വ്യവസ്ഥിതിയോ അടിസ്ഥാനമാക്കിയുള്ള ഒരു സിദ്ധാന്തമോ ധർമ്മ സംഹിതയോ ആണെന്നാണ്.

> പക്ഷേ, ഹിന്ദുത്വയുടെ പ്രാധാന്യത്തെക്കുറിച്ച് അന്വേഷിക്കാൻ ശ്രമിക്കുമ്പോൾ, നാം പ്രാഥമികമായും - തീർച്ചയായും പ്രധാനമായും - ഏതെങ്കിലും പ്രത്യേക ദൈവീകമോ മതപരമോ ആയ സിദ്ധാന്തത്തെയോ വിശ്വാസത്തെയോക്കുറിച്ച് ചിന്തിക്കുന്നില്ല. ഭാഷാപരമായ പ്രയോഗം നമ്മുടെ വഴിയിൽ തടസമായി വന്നില്ലായിരുന്നെങ്കിൽ, ഹിന്ദുത്വ എന്ന പദത്തിന് സമാന്തരമായ ഹിന്ദുയിസത്തെക്കാൾ മികച്ച പദമാകുമായിരുന്നു 'ഹിന്ദുത്വം' (Hinduness) എന്നുള്ളത്. ഹിന്ദുത്വ നമ്മുടെ ഹിന്ദു വംശത്തിന്റെ മുഴുവൻ സത്തയുടെയും ചിന്തയുടെയും പ്രവർത്തനത്തിന്റെയും എല്ലാ ഘടകങ്ങളും ഉൾക്കൊള്ളുന്നു. പരിമിതവും അതൃപ്തിയുളവാക്കുന്നതും അടിസ്ഥാനപരമായി വിഭാഗീയവുമായ ഹിന്ദുയിസം എന്ന പദത്തിന് നിർവ്വചനമോ വിവരണമോ പോലും നല്കാൻ ഞങ്ങൾ ശ്രമിക്കുന്നില്ല എന്ന് ചൂണ്ടിക്കാണിക്കേണ്ടത് അത്യാവശ്യമാണ്.[10]

എന്നാൽ അദ്ദേഹം ഹിന്ദുത്വ നിർവ്വചനം പൂർത്തിയാക്കിയപ്പോഴേക്കും ഇവ രണ്ടും തമ്മിലുള്ള വ്യത്യാസം പൂർണ്ണമായും അപ്രത്യക്ഷമായി. ഹിന്ദുത്വം രാഷ്ട്രീയ ഹിന്ദുയിസമായി മാറി. സവർക്കർ തന്റെ പ്രബന്ധം അവസാനിപ്പിക്കുമ്പോൾ ഈ വ്യത്യാസം മറന്നതായി തോന്നുന്നു, ഇനിപ്പറയുന്നതിൽനിന്നും നമുക്ക് അത് മനസ്സിലാക്കാം.

> സപ്തസിന്ധ് മുതൽ സപ്തസമുദ്രംവരെ വ്യാപിച്ചുകിടക്കുന്ന ഈ ഭൂമിയെ തന്റെ പൂർവ്വികരുടെ നാടായി വീക്ഷിക്കുന്നവനാണ് ഹിന്ദു. വേദകാലഘട്ടങ്ങളിലാണ് അവരുടെ വംശത്തിന്റെ വേരുകൾ നിലകൊള്ളുന്നത്. മുന്നോട്ടുള്ള അവരുടെ പ്രയാണത്തിൽ അവർ സ്വാംശീകരിച്ചതിനെയെല്ലാം മഹത്വവൽക്കരിച്ച് അവരുടെ ക്ലാസിക്കൽ ഭാഷയായ സംസ്കൃതത്തിലൂടെ പ്രകടമാക്കിക്കൊണ്ട്, ഒരു പൊതുചരിത്രം, പൊതുസാഹിത്യം, കല, വാസ്തുവിദ്യ, നിയമം, നിയമശാസ്ത്രം എന്നിവയെല്ലാം പ്രതിനിധീകരിക്കുകയും ഈ ഹിന്ദുസ്ഥാനെ അവരുടെ പുണ്യഭൂമി - പ്രവാചകന്മാരുടെയും ദാർശനികരുടെയും ആൾദൈവങ്ങളുടെയും ഗുരുക്കന്മാരുടെയും ഭക്തിയുടേയും തീർത്ഥാടനത്തിന്റെയും ഭൂമിയായി കണ്ട് അവരുടെ സംസ്കാരമാണ് ഈ ഭൂമിയുടെ പാരമ്പര്യം എന്ന് അവകാശപ്പെടുകയും ചെയ്യുന്നു.
>
> ഒരു പൊതു രാഷ്ട്ര [രാഷ്ട്രം], ഒരു പൊതു ജാതി [വംശം], ഒരു പൊതു സംസ്കൃതി [സംസ്കാരം] (പിന്നീടുള്ള പതിപ്പുകളിൽ ഇത് നാഗരികത എന്ന് വിവർത്തനം ചെയ്യപ്പെടുന്നു) എന്നിവയാണ് ഹിന്ദുത്വയുടെ മൗലിക പ്രമാണങ്ങൾ. ഒരു ഹിന്ദുവിന് സിന്ധുസ്ഥാൻ എന്നത് ഒരു പിതൃഭൂമി മാത്രമല്ല, പുണ്യഭൂവും

> [പുണ്യഭൂമി] കൂടിയാണ്. ഹിന്ദുത്വയുടെ ആദ്യ രണ്ട് പ്രമാണങ്ങൾ (രാഷ്ട്ര, ജാതി) പിതൃഭൂ എന്ന പദത്തെ സൂചിപ്പിക്കുന്നു. എന്നാൽ മൂന്നാമത്തെ പ്രമാണമായ സംസ്കൃതി, പുണ്യഭൂ എന്നതിനെ പ്രീതിനിധാനം ചെയ്യുന്നു. കാരണം ഇത് നമ്മുടെ ദേശത്തെ പുണ്യഭൂമി ആക്കുന്ന ആചാരാനുഷ്ഠാനങ്ങൾ ഉൾക്കൊള്ളുന്ന സംസ്കാരം കൂടിയാണ്.[11]

അതിനാൽ ഹിന്ദുത്വയുടെ മൗലിക പ്രമാണങ്ങൾ ഹിന്ദുവായിരിക്കുന്നതിനും സമാനമായി പ്രഖ്യാപിക്കപ്പെട്ടു. ഹിന്ദുക്കൾ ഒരു പൊതു രാഷ്ട്രത്തിൽ പെട്ടവരാണ്, കാരണം അവർ ആര്യ വംശജരും പൊതു നാഗരികതയിൽ പെട്ടവരും ഹിന്ദുസ്ഥാനെ അവരുടെ പിതൃ-പുണ്യ ഭൂമിയായും ആരാധിക്കുന്നവരുമാണ്. എന്നാൽ മുസ്ലീങ്ങളും ക്രിസ്ത്യാനികളും ഈ രാജ്യത്തിന് പുറത്തായിരുന്നു, കാരണം അവർ ഹിന്ദു സാംസ്കാരിക പൈതൃകത്തിൽ ലയിക്കുകയോ ഹിന്ദുമതം സ്വീകരിക്കുകയോ ചെയ്തില്ല. സവർക്കറുടെ വാദം അനുസരിച്ച്,

> ക്രിസ്ത്യാനികളും മൊഹമ്മദീയരും[sic] വളരെ അടുത്തകാലം വരെ ഹിന്ദുക്കളായിരുന്നു, പുതിയ ആരാധനാക്രമം സ്വീകരിച്ചതു മുതൽ അവർ ഹിന്ദു സംസ്കൃതിയെ അവരിൽ നിന്ന് പൂർണ്ണമായും തുടച്ചുമാറ്റി. അവർ ഹിന്ദുവിൽ നിന്ന് തികച്ചും വ്യത്യസ്തമായ ഒരു ഏകീകൃത സംസ്കാരത്തിൽ പെടുന്നു, അല്ലെങ്കിൽ തങ്ങളുടേത് അതാണെന്ന് ധരിക്കുന്നു. അവരുടെ ആരാധനാ മൂർത്തികൾ, ആചാരാനുഷ്ഠാനങ്ങൾ, വീരനായകന്മാർ, ആദർശങ്ങൾ ജീവിത വീക്ഷണം എന്നിവയെല്ലാം ഇപ്പോൾ നമ്മുടേതിൽനിന്നും തികച്ചും വ്യത്യസ്തമായി തീർന്നിരിക്കുന്നു.[12]

മുസ്ലീങ്ങൾക്ക് ഒരു ഏകതാനതയില്ലെന്നും ഒരു സമൂഹമെന്ന നിലയിൽ സംസ്കാരം, ആചാരങ്ങൾ, വിശ്വാസങ്ങൾ, ഭാഷ എന്നിവയിലെല്ലാം അങ്ങേയറ്റം വൈവിദ്ധ്യങ്ങളോടെയാണ് അവർ ജീവിക്കുന്നതെന്നും സവർക്കറിന് അറിയാമായിരുന്നു. മാത്രമല്ല, ഒരു മതമെന്ന നിലയിൽ ഇസ്ലാമെന്നതിനെക്കുറിച്ച് അവർക്ക് വ്യത്യസ്ത ധാരണകളും ഉണ്ടായിരുന്നു. ഇന്ത്യയെ തങ്ങളുടെ പിതൃരാജ്യമായി സ്നേഹിക്കുന്നവരും ബൊഹ്റയെയോ ഖോജയെയോ പോലുള്ള 'ദേശസ്നേഹികളായ' മുസ്ലീങ്ങളും രാജ്യത്ത് ഉണ്ടെന്നും, അവർ ന്യായബോധമുള്ളവരും സ്നേഹിക്കപ്പെട്ടവരുമായിരുന്നുവെന്നും അദ്ദേഹം സമ്മതിച്ചു,

> വാസ്തവത്തിൽ ബോഹ്റകളും ഖോജകളും ഒരു സമൂഹമെന്ന നിലയിൽ, നമ്മുടെ ചരിത്രത്തെയും വീരന്മാരെയും, അല്ലെങ്കിൽ മഹത്തായ പത്ത് അവതാരങ്ങൾക്കൊപ്പം മൊഹമ്മദിനെയും [sic] പതിനൊന്നാമനായി ചേർത്ത് ആരാധിക്കുന്നു. അദ്ദേഹത്തിന്റെ

പൂർവ്വികരുടെ നിയമമനുസരിച്ച് യഥാർത്ഥത്തിൽ, അദ്ദേഹവും തന്റെ സമുദായത്തോടൊപ്പം ഹിന്ദു നിയമത്തിന് – പൂർവ്വികരുടെ നിയമത്തിന് – വിധേയനാണ്.. രാഷ്ട്രം, ജാതി, സംസ്കൃതി എന്നീ മൂന്ന് മൗലികപ്രമാണങ്ങളെ സംബന്ധിച്ചിടത്തോളം അദ്ദേഹം (മുഹമ്മദ്) ഒരു ഹിന്ദുവാണ്.'[13]

ഒരു ഇന്ത്യക്കാരനാകാനുള്ള മുന്നുപാധികൾ പ്രകാരം ഈ 'ദേശസ്നേഹി'കളായ ബൊഹ്റകളെയോ ഖോജകളെയോ ഹിന്ദുക്കളായി കണക്കാക്കാമോ എന്ന ചോദ്യത്തിന് സവർക്കറുടെ മറുപടി 'ഇല്ല' എന്നതായിരുന്നു:

അവർ (ബോറ) തീർച്ചയായും അത്തരക്കാരായി അംഗീകരിക്കപ്പെടുമായിരുന്നു. എന്നാൽ സംസ്കൃതിയോടുള്ള അവരുടെ മനോഭാവം മറ്റെല്ലാ ഗുണങ്ങളെയും നിഷ്പ്രഭമാക്കി. അത് പ്രത്യേക വിശകലനവും ഇടപെടലുകളും അർഹിക്കുന്നു. കാരണം അത് പലപ്പോഴും നമ്മൾ അവഗണിക്കാൻ ശ്രമിച്ച ഹിന്ദുത്വയുടെ മതപരമായ വീക്ഷണങ്ങളിലേക്കുള്ള ചോദ്യങ്ങൾ ഉയർത്തികൊണ്ടുവരുന്നു. അതിനുവേണ്ടി വാദിക്കാനുള്ള വിമുഖത കൊണ്ടല്ല, മറിച്ച് അതിനെ കൂടുതൽ സമഗ്രമായും ഫലപ്രദമായും ചെറുക്കാനുള്ള ആഗ്രഹംകൊണ്ടാണ് അത്തരം ചോദ്യങ്ങളെ നേരിടാൻ ഉദ്ദേശിക്കാത്തത്.[14]

ഹിന്ദുത്വത്തെക്കുറിച്ചുള്ള സവർക്കറുടെ 'സമഗ്രവും' 'ഫലപ്രദവുമായ' പഠനം, മറ്റ് മുസ്ലീങ്ങൾക്കും ക്രിസ്ത്യാനികൾക്കും ഒപ്പം ബോറകളെയും ഹിന്ദുക്കളായും പിന്നീട് ഹിന്ദുരാഷ്ട്രത്തിന്റെ ഭാഗമായും പരിഗണിക്കാനാവില്ല എന്ന് വിധിച്ചു. കാരണം അദ്ദേഹത്തിന്റെ അഭിപ്രായത്തിൽ ഇവരുടെയെല്ലാം പുണ്യഭൂമികൾ അന്യദേശത്താണ്.

മുസ്ലീങ്ങൾക്കും ക്രിസ്ത്യാനികൾക്കും പാരമ്പര്യമായി ലഭിച്ച, ഒരു പൊതു പിതൃഭൂമിയും, പൊതു സംസ്കാരം–ഭാഷ, നിയമം, ആചാരങ്ങൾ, നാടോടിക്കഥകൾ, ചരിത്രം എന്നിവയൊക്കെയും ഉണ്ടായിരിക്കാം. എന്നിരുന്നാലും അവരെ ഹിന്ദുക്കളായി അംഗീകരിക്കാൻ കഴിയില്ല. മറ്റേതൊരു ഹിന്ദുവിനേയുംപോലെ അവരുടെ പിതൃഭൂമി ഹിന്ദുസ്ഥാനാണെങ്കിലും അതവരുടെ പുണ്യഭൂമിയല്ല. അവരുടെ പുണ്യഭൂമി അറേബ്യയിലോ പലസ്തീനിലോ ആയിരിക്കാം. അവരുടെ പുരാണങ്ങളും ആൾദൈവങ്ങളും ആശയങ്ങളും വീരനായകന്മാരും ഒന്നും ഈ മണ്ണിന്റേതല്ല. അതിനാൽത്തന്നെ അവരുടെ പേരുകളും കാഴ്ചപ്പാടുകളും ഒരു വൈദേശിക ചുവ ഉളവാക്കുന്നു. രാഷ്ട്രത്തോടുള്ള അവരുടെ സ്നേഹം വിഭജിക്കപ്പെട്ടിരിക്കുന്നു... അതിൽ നമ്മൾ അപലപിക്കുകയോ വിലപി

> ക്കുകയോ ചെയ്യുന്നില്ല. വസ്തുതകൾ അതേപോലെ പറയുന്നുവെന്നേയുള്ളു. ഹിന്ദുത്വത്തിന്റെ മൂല്യപ്രമാണങ്ങളെ നിർണ്ണയിക്കാൻ ഞങ്ങൾ ശ്രമിച്ചു, അതിലൂടെ ബോറകൾക്കും മറ്റ് മുഹമ്മദീയ അല്ലെങ്കിൽ ക്രിസ്ത്യൻ സമുദായങ്ങൾക്കും ഹിന്ദുത്വത്തിന്റെ മൂല്യപ്രമാണങ്ങൾ അനുസരിച്ചുള്ള എല്ലാ യോഗ്യതകളും ഉണ്ടെന്ന് നമ്മൾ കണ്ടെത്തി, എന്നാൽ ഒന്നുമാത്രമില്ല അത് അവർ ഇന്ത്യയെ തങ്ങളുടെ പുണ്യഭൂമിയായി കാണുന്നില്ല എന്നതാണ്.[15]

'ഹിന്ദുസ്ഥാന്റെ' അല്ലെങ്കിൽ ഇന്ത്യൻ രാഷ്ട്രത്തിന്റെ ഭാഗമാണെന്ന സിസ്റ്റർ നിവേദിതയുടെ അവകാശവാദത്തെ ഹിന്ദുത്വയുടെ അടിസ്ഥാനത്തിൽ വിലയിരുത്തിക്കൊണ്ടുള്ള സവർക്കറുടെ പ്രസ്താവന, ഹിന്ദുത്വത്തെക്കുറിച്ചുള്ള അദ്ദേഹത്തിന്റെ വാചാലതയുടെ ഔന്നത്യങ്ങളിലെത്തി. സവർക്കർ ഹിന്ദുവിന് നൽകിയിരിക്കുന്ന നിർവ്വചനത്തിന്റെ അടിസ്ഥാനത്തിൽ അവർ ഹിന്ദുവാണോ എന്നതായിരുന്നു പ്രശ്നം. സവർക്കറുടെ വിധി ഇപ്രകാരമായിരുന്നു.

> ഒന്നാമത്തെ പ്രമാണമനുസരിച്ച് നമ്മുടെ ദേശസ്നേഹിയും കുലീനയുമായ സഹോദരി നമ്മുടെ ഭൂമിയെ അവരുടെ പിതൃഭൂവായി ദത്തെടുത്തിരുന്നു... ഒരു പരിധിവരെ അത് ശരിയുമാണ്. എന്നാൽ ഹിന്ദു, ഹിന്ദു രക്തത്തിൽ തന്നെ ജനിച്ചതായിരിക്കണം എന്നത് അനിവാര്യമാണ്. പക്ഷേ, അവരുടെ കാര്യത്തിൽ ഇത് ശരിയല്ല. ഒരു ഹിന്ദുവുമായുള്ള വിവാഹം എന്നത് ദിവ്യവും പരിപാവനവുമായ ഒന്നാണ്. അത് രണ്ട് വ്യക്തികൾ ഒന്നായിത്തീരുന്നതും സാർവ്വത്രികമായി അംഗീകരിക്കപ്പെടുന്നതുമാകുന്നു.. അവരെ സംബന്ധിച്ചിടത്തോളം ഇതൊരു അയോഗ്യതയായി കണക്കാക്കാമെങ്കിലും അവർ നമ്മുടെ സംസ്കാരം സ്വീകരിക്കുകയും നമ്മുടെ ഭൂമിയെ പുണ്യഭൂവായി ആരാധിക്കുകയും ചെയ്തു. മറ്റെല്ലാ സാങ്കേതികതകളെയും മാറ്റിനിർത്തിക്കൊണ്ട്, താനൊരു ഹിന്ദുവാണെന്ന് അവർക്കുണ്ടായ തോന്നലാണ് യാഥാർത്ഥ്യവും ഏറ്റവും പ്രധാനപ്പെട്ടതുമായ പരീക്ഷണം.[16]

ഇന്ത്യക്കാരിയാകാനുള്ള അവകാശം നേടിയെടുക്കുന്നതിനായി മുകളിൽ പറഞ്ഞ എല്ലാ വ്യവസ്ഥകളും (സ്വയം നിർദ്ദേശിച്ച) നിറവേറ്റിയെങ്കിലും, ഒരു ഹിന്ദുവിനെ വിവാഹം കഴിച്ചിട്ടില്ലാത്തതിനാൽ, സിസ്റ്റർ നിവേദിതയ്ക്ക് ഹിന്ദുവാണെന്ന് അവകാശം നേടിയെടുക്കുന്നതിനായി കഴിയില്ലെന്ന് പ്രഖ്യാപിക്കാൻ സവർക്കറിന് ഒരു മടിയുമുണ്ടായില്ല. കൗതുകകരമെന്നു പറയട്ടെ, ഹിന്ദുവും ഇന്ത്യക്കാരനും ആയിരിക്കാനുള്ള അവകാശത്തിനായി പാലിക്കേണ്ട വ്യവസ്ഥകളുടെ പട്ടികയിൽ ഇത് ഒരു പുതിയ കൂട്ടിച്ചേർക്കലായിരുന്നു.

> എന്നാൽ ഹിന്ദുത്വത്തിന്റെ മൂല്യപ്രമാണങ്ങൾ നാം നിർണ്ണയിക്കേണ്ടത്, നമ്മുടെ ഭൂരിഭാഗം ജനങ്ങളും ഈ വാക്ക് ഉപയോഗിക്കുന്ന അതിന്റെ യഥാർത്ഥ അർത്ഥത്തിലായിരിക്കണം എന്ന വസ്തുത നാം മറക്കരുത്. അതിനാൽ, ഹിന്ദുത്വത്തിലേക്ക് പരിവർത്തനം ചെയ്യുന്ന ഏതൊരു വ്യക്തിക്കും, അവരുടെ പിതൃത്വം ഹിന്ദു രക്തമല്ലെങ്കിൽക്കൂടി ഹിന്ദു ആകാം. നിർവാജ്യമായ ഉദ്ദേശ്യത്തോടെ, അവൻ അല്ലെങ്കിൽ അവൾ നമ്മുടെ ഭൂമിയെ അവന്റെ അല്ലെങ്കിൽ അവളുടെ രാജ്യമായി സ്വീകരിച്ച് ഒരു ഹിന്ദുവിനെ വിവാഹം കഴിക്കുന്നു, അങ്ങനെ നമ്മുടെ ഭൂമിയെ യഥാർത്ഥ പിതൃഭൂവായി സ്നേഹിക്കുന്നു ; നമ്മുടെ സംസ്കാരം സ്വീകരിക്കുകയും നമ്മുടെ നാടിനെ പുണ്യഭൂവായി ആരാധിക്കുകയും ചെയ്യുന്നു. അത്തരത്തിലുണ്ടാകുന്ന കുട്ടികൾ എല്ലാ മൂല്യങ്ങളും ഉൾക്കൊള്ളുന്ന ഹിന്ദുക്കളായിരിക്കും. ഇതിൽ കൂടുതൽ ഇളവുകളൊന്നും അനുവദനീയമല്ല.[17]

രസകരമെന്നു പറയട്ടെ, മുസ്ലീങ്ങൾക്കും ക്രിസ്ത്യാനികൾക്കും അനുവദനീയമല്ലാത്ത സ്വാതന്ത്ര്യവും വിട്ടുവീഴ്ചയും സിഖുകാർക്ക് അനുവദിച്ചിരുന്നു. സിഖുകാരുടെ കാര്യത്തിൽ ഹിന്ദുത്വത്തോടുള്ള കൂറ് നിശ്ചയിക്കാൻ പരിധികളൊന്നും തന്നെയില്ലായിരുന്നു.

> സനാതനധർമ്മത്തിലുള്ള അന്ധവിശ്വാസങ്ങളെ അല്ലെങ്കിൽ അത്തരത്തിലുള്ള ഏതിനേയും അതായത് വേദങ്ങളെ വെളിപാടായി കാണുന്നതിനെപ്പോലും സിക്കുകാർക്ക് നിരസിക്കാനുള്ള സ്വാതന്ത്ര്യമുണ്ട്. അതിനാൽത്തന്നെ അവർ സനാതനികളാകുന്നില്ല. എന്നാൽ അവർ ഹിന്ദുക്കൾ അല്ലാതെയുമാകുന്നില്ല. അത് മതപരമായ അർത്ഥത്തിൽ അല്ലെന്നേയുള്ളൂ.[18]

സവർക്കർ സിഖുകാരോട് വലിയ ഔദാര്യം കാണിക്കുമ്പോൾ, "സിഖുകാരെ മതപരമായി സിഖുകാരായും; എന്നാൽ വംശീയമായും സാംസ്കാരികമായും ഹിന്ദുക്കളായും"[19] അംഗീകരിക്കാം എന്ന ഇളവ് വാഗ്ദാനം ചെയ്യുന്ന തലംവരെ അദ്ദേഹം എത്തി. എന്നിരുന്നാലും, തന്റെ പുസ്തകത്തിൽ സിഖുകാർക്കൊപ്പം ജൈനരും ബുദ്ധമതക്കാരും ഹിന്ദു രാഷ്ട്രത്തിന്റെ ഭാഗമായിരുന്നുവെന്ന്, ആവർത്തിച്ച് ഊന്നിപ്പറയാനും അദ്ദേഹം മറന്നില്ല. കാരണം അവർ പുരാതന കാലം മുതൽ വംശീയമായും ദേശീയമായും സാംസ്കാരികമായും ഹിന്ദുക്കൾ എന്ന് വിളിക്കപ്പെട്ടിരുന്നു.

ഹിന്ദുക്കൾക്ക് മാത്രമേ ഇന്ത്യൻ പൗരനാകാൻ കഴിയൂ.

സവർക്കറുടെ *ഹിന്ദുത്വ* പ്രകാരം ഇന്ത്യയുടെ മേൽ അവകാശം ഉണ്ടായിരുന്നത് ഹിന്ദുക്കൾക്ക് മാത്രമായിരുന്നു. എല്ലാക്കാലത്തും ഹിന്ദു

സ്ഥാന്റെ മണ്ണുമായി, പിതൃഭൂവായ പുണ്യഭൂവുമായി ഏറ്റവും ആഴത്തിൽ വേരുറപ്പിച്ചിരിക്കുന്നവർ ഹിന്ദുക്കൾ മാത്രമാണ്. ഇന്ത്യൻ ഭരണകൂടത്തിന്റെ അടിത്തറയും സംരക്ഷിത സേനയുമെല്ലാം അവരാണ്.[20]

ഹിന്ദുത്വയും ഹിന്ദുയിസവും ഇന്ത്യൻ ദേശീയതയും അവിഭാജ്യമാം വിധം, സ്വാഭാവികമായും സഹജമായും പ്രവർത്തിക്കുന്നു എന്ന ഒരു സാഹചര്യത്തിലേക്കാണ് സവർക്കറുടെ യുക്തി നയിക്കപ്പെടുന്നത്. അദ്ദേഹത്തിന്റെ അഭിപ്രായത്തിൽ,

> ഹിന്ദുത്വയുടെ മൂല്യ പ്രമാണങ്ങളാണ് ഇന്ത്യൻ ദേശീയതയുടെയും അനുയോജ്യമായ ഘടകങ്ങൾ. നമ്മൾ ആഗ്രഹിക്കുന്നുവെങ്കിൽ, നമ്മുടെ അവസരങ്ങൾ പ്രയോജനപ്പെടുത്താൻ നമുക്ക് കഴിയുമെങ്കിൽ, ഭൂമിയിലെ മറ്റേതൊരു ജനതയ്ക്കും സ്വപ്നം കാണാൻ കഴിയുന്നതിനേക്കാൾ മഹത്തായ ഒരു ഭാവി – ഭൂതകാലത്തേക്കാൾ ശ്രേഷ്ഠമായ – നമുക്ക് ഹിന്ദുത്വത്തിന്റെ ഈ അടിത്തറയിൽ കെട്ടിപ്പടുക്കാൻ കഴിയും![21]

ഇന്ത്യൻ അല്ലെങ്കിൽ ഭാരതീയൻ (ഇന്ത്യൻ എന്നർത്ഥം) അല്ലെങ്കിൽ 'ഹിന്ദി' (അറബികളും ഇറാനികളും 'ഇന്ത്യൻ' എന്നതിന് ഉപയോഗിക്കുന്ന പദം) പോലുള്ള ഭൂമിശാസ്ത്രപരമായ പദങ്ങളുമായി ഹിന്ദുത്വം കൂട്ടിക്കുഴയ്ക്കേണ്ടതില്ലെന്ന് സവർക്കർ വളരെ വ്യക്തമായി പറഞ്ഞു. എങ്കിലും,

> ഹിന്ദു എന്ന വാക്കിന്റെ മൂല അർത്ഥം – ഹിന്ദി എന്ന സഹോദരി വിശേഷണം പോലെ – ഇന്ത്യാക്കാരൻ എന്നായിരിക്കാം. എന്നാൽ ഇന്ത്യയിൽ താമസിക്കുന്നു എന്ന കാരണത്താൽ മാത്രം ഒരു മുഹമ്മദിയനെ ഹിന്ദു എന്ന് വിളിക്കേണ്ടിവരുന്നു. അപ്രകാരം 'ഹിന്ദു'വെന്ന പദം തന്നെ തകർക്കപ്പെടുന്നു എന്നതാണ് നമ്മുടെ ഭയം.[22]

എന്ന് സവർക്കർ ആവർത്തിച്ചുകൊണ്ടേയിരുന്നു.

സവർക്കറുടെ ഹിന്ദുത്വ യുക്തി അനുസരിച്ച്, ഹിന്ദു എന്ന പദം ഭാരതീയ അല്ലെങ്കിൽ ഹിന്ദിയുടെ പര്യായമായോ, ഇന്ത്യൻ നാമകരണവുമായോ ആശയക്കുഴപ്പത്തിലാകാൻപാടില്ല.[23] ഹിന്ദുക്കൾ കേവലം ഇന്ത്യൻ ഭരണകൂടത്തിലെ പൗരന്മാർ മാത്രമല്ല, അവർ ഒരു പൊതു മാതൃരാജ്യം പൊതു വംശം പൊതുവായൊരു മതം എന്നിവയാൽ ബന്ധപ്പെട്ടിരിക്കുന്നു. സവർക്കറുടെ *ഹിന്ദുത്വ*, മുസ്ലീങ്ങളെയും ക്രിസ്ത്യാനികളെയും ഇന്ത്യൻ ദേശീയതയുടെ ഭാഗമാക്കുന്നതിൽനിന്നും ഒഴിവാക്കുന്നതിലൂടെ ഈ മത സമൂഹങ്ങൾ നമ്മുടെ രാഷ്ട്രത്തിന്റെ പൗരന്മാരല്ല എന്ന് സമർത്ഥിക്കുകയാണ് ചെയ്തത് എന്ന വസ്തുത ഇവിടെ നിർണ്ണായകമാണ്. 1937 ൽ അഹമ്മദാബാദിൽ 19–ാമത് ഹിന്ദു മഹാസഭ സമ്മേളനത്തിന്റെ അദ്ധ്യക്ഷ

പ്രസംഗത്തിൽ "ഇന്ത്യയിൽ രണ്ട് വിരുദ്ധ രാഷ്ട്രങ്ങൾ അടുത്തടുത്തായി നിലകൊള്ളുന്നു..." എന്ന് അദ്ദേഹം പറഞ്ഞത് ഈ അർത്ഥത്തിലാണ്.

ഹിന്ദുത്വയുടെ അടിസ്ഥാനതത്വങ്ങൾ: വംശീയത, ജാതീയത, ലോക ആധിപത്യം

സവർക്കറുടെ ഹിന്ദുത്വ പലപ്പോഴും മുസ്ലീം, ക്രിസ്ത്യൻ വിരുദ്ധ വാചാടോപങ്ങൾക്ക് പേരുകേട്ടതാണ്. എന്നാൽ ഹിന്ദുത്വ രാഷ്ട്രീയത്തിന്റെ പരിണാമത്തെ നിർണ്ണയിച്ച മൂന്ന് ഘടകങ്ങളുണ്ട്. അവകൂടി ചർച്ച ചെയ്യേണ്ടത് പ്രധാനമാണ്. ഒരു രാഷ്ട്രമെന്ന നിലയിൽ, ഹിന്ദുക്കൾ പിന്തുടരേണ്ട ദിശയെന്താണെന്നുള്ളതിനെക്കുറിച്ച് ഈ ഘടകങ്ങൾ സൂചിപ്പിക്കുന്നു. ഒന്നാമതായി ഹിന്ദുരാഷ്ട്രം ജന്മംകൊണ്ടത് ഒരു ശ്രേഷ്ഠ വംശത്തിൽ നിന്നാണെന്നും രണ്ടാമത്, ജാതിവ്യവസ്ഥയാൽ (varnas) അത് നിലനിന്നുവെന്നും; പിന്നീട് ലോകമെമ്പാടും ഭരിക്കാൻ വേണ്ടിയാണ് ആ വംശം നിലകൊണ്ടതെന്നും സവർക്കർ വാദിച്ചു.

ഹിന്ദുത്വയുടെ വംശീയ സ്വഭാവം ഊന്നിപ്പറഞ്ഞുകൊണ്ട് സവർക്കർ എഴുതി:

> ഹിന്ദുക്കൾ കേവലം ഇന്ത്യൻ ഭരണകൂടത്തിന്റെ പൗരത്വം കൊണ്ടോ, ഒരു പൊതു മാതൃരാജ്യത്തോടുള്ള സ്നേഹം കൊണ്ടോ മാത്രമല്ല, പൊതുവായ ഒരു വംശംകൊണ്ടും ഐക്യപ്പെടുന്നു. അവർ ഒരു രാഷ്ട്രം മാത്രമല്ല, ഒരു ജാതി കൂടിയാണ്. 'ജാ' എന്ന ധാതുവിൽ നിന്ന് ഉരുത്തിരിഞ്ഞ 'ജാതി' എന്ന വാക്കിന്റെ അർത്ഥം സാഹോദര്യം, ഒരേ രക്തത്തിൽനിന്നും ഉത്ഭവിച്ച ഒരു വംശം എന്നതാണ്. വേദ പിതാക്കൻമാരായ സിന്ധു വംശജരുടെ രക്തമാണ് തങ്ങളുടെയും സിരകളിലുള്ളതെന്നാണ് എല്ലാ ഹിന്ദുക്കളും അവകാശപ്പെടുന്നത്.[24]

സവർക്കർ വാദിച്ചു.

> സപ്തസിന്ധ് മുതൽ സപ്തസമുദ്രംവരെ വ്യാപിച്ചുകിടക്കുന്ന ഈ ഭൂമിയെ തന്റെ പൂർവ്വികരുടെ നാടായി വീക്ഷിക്കുന്നവനാണ് ഹിന്ദു. വേദകാലഘട്ടങ്ങളിലാണ് അവരുടെ വംശത്തിന്റെ വേരുകൾ നിലകൊള്ളുന്നത്. മുന്നോട്ടുള്ള അവരുടെ പ്രയാണത്തിൽ അവർ സ്വാംശീകരിച്ചതിനെയെല്ലാം മഹത്വവൽക്കരിച്ച് അവരുടെ ക്ലാസിക്കൽ ഭാഷയായ സംസ്കൃതത്തിലൂടെ പ്രകടമാക്കിക്കൊണ്ട്, ഒരു പൊതുചരിത്രം, പൊതുസാഹിത്യം, കല, വാസ്തുവിദ്യ, നിയമം, നിയമശാസ്ത്രം എന്നിവയെല്ലാം പ്രതിനിധീകരിക്കുകയും ഈ ഹിന്ദുസ്ഥാനെ അവരുടെ പുണ്യഭൂമി - പ്രവാചകന്മാരുടെയും ദാർശനികരുടെയും ആൾദൈവങ്ങളുടെയും ഗുരുക്കന്മാരുടെയും ഭക്തിയുടേയും തീർത്ഥാടനത്തിന്റെയും ഭൂമിയായി കണ്ട് അവരുടെ

> സംസ്കാരമാണ് ഈ ഭൂമിയുടെ പാരമ്പര്യം എന്ന് അവകാശപ്പെടുകയും ചെയ്യുന്നു.[25]

ഹിന്ദു വംശവും ഹിന്ദുക്കളുടെ ഭൂമിയും ലോകത്തിലെ മറ്റ് മനുഷ്യരെക്കാളും രാജ്യങ്ങളെക്കാളും ശ്രേഷ്ഠമാണെന്ന് സവർക്കർ അടിവരയിട്ടു പറഞ്ഞു. "വിദേശികളുടെ നാടായ മ്ലേച്ഛസ്ഥാനിൽ നിന്ന് വ്യത്യസ്തമായി *സിന്ധുസ്ഥാൻ രാഷ്ട്രമാര്യസ്യ ചോത്തമം* [ആര്യന്മാരുടെ ഏറ്റവും മികച്ച രാഷ്ട്രം] ആയിരുന്നു."[26]

> ദുർഘടമായ എല്ലാ പ്രതിബന്ധങ്ങളെയും അതിജീവിച്ച് ചരിത്രത്തെ സംരക്ഷിക്കുന്നതിൽ വിജയിച്ചവർ ഹിന്ദുക്കൾ മാത്രമാണെന്നും വേദങ്ങളുടെ ആദ്യ അദ്ധ്യായത്തിൽ നിന്നുമാണ് അവരുടെ വംശത്തിന്റെ ചരിത്രം ആരംഭിക്കുന്നതെന്നും സവർക്കർ ഊന്നിപ്പറഞ്ഞു.[27]

ഹിന്ദുക്കൾ ഒരു രാഷ്ട്രം (rashtra) മാത്രമല്ല, ഒരു വംശത്തിന്റെ (jaati) സാഹോദര്യമാണെന്ന് അദ്ദേഹം ഉറച്ചു വിശ്വസിച്ചിരുന്നു. സ്വാഭാവികമായ ഒരു വൈകാരികതയ്ക്ക് അപ്പുറം ഇത് മറ്റൊന്നുമല്ല. രാമൻ, കൃഷ്ണൻ, ബുദ്ധൻ, മഹാവീർ, ഗുരു നാനാക്ക്, ഗുരു ചൈതന്യ, ബസവ, മാധവൻ, രോഹിദാസ് ഇവരുടെയെല്ലാം സിരകളിലൂടെ ഒഴുകിയ അതേ പുരാതന രക്തമാണ് നമ്മൾ ഹിന്ദുക്കളുടെ ഹൃദയത്തിലും സിരകളിലും തുടിക്കുന്നത്. നമ്മൾ ഒരേ രക്തത്താൽ ബന്ധിപ്പിച്ചിരിക്കുന്ന ഒരു ജാതി – വംശം – യാണ്. അതിനാൽ അത് അങ്ങനെ തന്നെ ആയിരിക്കും.[28]

ഹിറ്റ്ലറെയും മുസ്സോളിനിയെയും ബിംബവൽക്കരിക്കുന്നതായിരുന്നു സവർക്കറുടെ ഹിന്ദുത്വം

വംശീയ മേധാവിത്വത്തിലുള്ള വിശ്വാസം ഫാസിസ്റ്റ് ഇറ്റലിയെയും നാസി ജർമ്മനിയെയും ആരാധിക്കാൻ സവർക്കറെ പ്രേരിപ്പിച്ചു. സവർക്കറുടെ ഹിന്ദുത്വത്തിന് ഹിറ്റ്ലറോടും മുസ്സോളിനിയോടും വലിയ ബഹുമാനമായിരുന്നു. 1940 ൽ മധുരയിൽ നടന്ന ഹിന്ദു മഹാസഭയുടെ 22–ാം സമ്മേളനത്തിന്റെ അദ്ധ്യക്ഷ പ്രസംഗത്തിൽ അദ്ദേഹം ഇങ്ങനെ പറഞ്ഞു:

> ഒരു നാസി ആയതുകൊണ്ട് ഹിറ്റ്ലർ രാക്ഷസനോ, ഒരു ജനാധിപത്യവാദിയായതുകൊണ്ട് ചർച്ചിൽ ഒരു ദിവ്യപുരുഷനോ ആകുന്നില്ല. അന്നത്തെ സാഹചര്യത്തിൽ നാസിസം ജർമ്മനിയുടെ രക്ഷകനായിരുന്നുവെന്നുള്ളത് അനിഷേധ്യമായി തെളിയിക്കപ്പെട്ടിട്ടുള്ളതാണ്.[29]

ഫാസിസത്തെയും നാസിസത്തെയും യാതൊരുതരത്തിലും വിമർശിക്കുന്നത് സവർക്കർ ഇഷ്ടപ്പെട്ടിരുന്നില്ല. ജവഹർലാൽ നെഹ്റു ഈ രണ്ട് ഏകാധിപത്യ സിദ്ധാന്തങ്ങളെ രൂക്ഷമായി വിമർശിച്ച് രംഗത്തെത്തിയപ്പോൾ സവർക്കർ തിരിച്ചടിച്ചു:

> ജർമ്മനി, ജപ്പാൻ, റഷ്യ, ഇറ്റലി ഇവരോടൊക്കെ ഒരു പ്രത്യേക ഗവൺമെന്റ് നയം തിരഞ്ഞെടുക്കണമെന്ന് ആവശ്യപ്പെടാൻ നമ്മളാരാണ്? ജർമ്മനിക്ക് ഏറ്റവും അനുയോജ്യമായത് എന്തെന്ന് പണ്ഡിറ്റ് നെഹ്റുവിനെക്കാൾ ഹിറ്റ്ലറിനറിയാം. ജർമ്മനിയും ഇറ്റലിയും നാസികളുടെയും ഫാസിസ്റ്റുകളുടെയും മാന്ത്രിക ദണ്ഡിന്റെ സ്പർശനത്താൽ മുമ്പെങ്ങുമില്ലാത്തവിധം ഉയർത്തെഴുന്നേൽക്കുകയും ഒരു ശക്തയായി വളരുകയും ചെയ്തു എന്ന വസ്തുത തന്നെ ആ രാഷ്ട്രീയ 'ഇസങ്ങൾ' അവരുടെ പ്രശ്നങ്ങൾക്കുള്ള പരിഹാരമായിരുന്നു എന്നു തെളിയിക്കാൻ പര്യാപ്തമാണ്.[30]

ഹിറ്റ്ലറുടെ യഹൂദ വിരുദ്ധ വംശഹത്യകളെ പിന്തുണയ്ക്കാൻ സവർക്കർ രണ്ടുംകല്പിച്ചിറങ്ങി, 1938 ഒക്ടോബർ 14 ന് ഇന്ത്യയിലെ മുസ്ലീം, ക്രിസ്ത്യൻ തുടങ്ങിയ ന്യൂനപക്ഷങ്ങളുടെ പ്രശ്നത്തിനും ഇതേ മാർഗ്ഗം സ്വീകരിക്കുമെന്ന സൂചനകൾ അദ്ദേഹം നൽകി: "ഒരു രാഷ്ട്രം രൂപപ്പെടുന്നത് അതിൽ താമസിക്കുന്ന ഭൂരിപക്ഷത്തെ അടിസ്ഥാനമാക്കിയാണ്. ജർമ്മനിയിൽ ജൂതന്മാർക്ക് എന്താണ് സംഭവിച്ചത്? ന്യൂനപക്ഷമായതിനാൽ അവരെ അവിടെനിന്നും നിഷ്കാസനം ചെയ്യുകയാണുണ്ടായത്."[31]

സവർക്കർ: ജാതീയതയുടെ മഹാനായ സംരക്ഷകൻ

ഹിന്ദുത്വയുടെ പ്രവാചകനായ സവർക്കർ ഹിന്ദു സമൂഹത്തിലെ ജാതീയതയെ അനുകൂലിച്ചുകൊണ്ട്, ശക്തമായ ഒരു രാഷ്ട്രം രൂപപ്പെടുന്നതിനാവശ്യമായ സ്വാഭാവിക ഘടകമായി അതിനെ കണക്കാക്കി. ഒരു ഹിന്ദു രാഷ്ട്രത്തിന്റെ നിർമ്മാണത്തെ അപകടത്തിലാക്കും വിധം പ്രാചീന ഇന്ത്യയിൽ ബുദ്ധമതക്കാർ നശിപ്പിക്കാൻ ശ്രമിച്ച, "നമ്മുടെ രാഷ്ട്രത്തിന്റെ സവിശേഷമായ അടയാളമാണ് ജാതീയതയെന്ന്" അദ്ദേഹം വിശേഷിപ്പിച്ചു. അദ്ദേഹത്തിന്റെ അഭിപ്രായത്തിൽ അന്നത്തെ ജാതിവ്യവസ്ഥ (varnas) ബുദ്ധമത സ്വാധീനത്തിൽ പോലും തുടച്ചുനീക്കാനാവുമായിരുന്നില്ല. പിന്നീട് ഹിന്ദു രാജാക്കന്മാരും ചക്രവർത്തിമാരും അത് പുനഃസ്ഥാപിക്കുക എന്നത് ഒരു പവിത്രമായ കടമയാക്കി മാറ്റി. 'ഇതിനു അനുകൂലമായ പ്രതികരണങ്ങൾ ശക്തമായതോടെ അത് നമ്മുടെ ദേശീയതയെ അടയാളപ്പെടുത്തുന്നിടത്തോളമായി.[33] ജാതീയതയെ ഹിന്ദുരാഷ്ട്രത്തിന്റെ ഘടകമായി കണ്ട സവർക്കർ അതില്ലാത്ത രാജ്യങ്ങളെ *മ്ലേച്ഛരാജ്യമായി* പ്രഖ്യാപിച്ചു.[34] നേരെമറിച്ച് *ആര്യാവർത്തം* അല്ലെങ്കിൽ ആര്യന്മാരുടെ

ദേശം, അടിസ്ഥാനപരമായി ജാതിമതത്തിൽ അധിഷ്ഠിതമായിരുന്നു.[35]

സവർക്കറുടെ ജാതീയതയെക്കുറിച്ചുള്ള അഭിപ്രായം, വാസ്തവത്തിൽ ഹിന്ദു രാഷ്ട്രത്തെക്കുറിച്ചുള്ള അദ്ദേഹത്തിന്റെ വംശീയ സമീപനത്തിന്റെ അനന്തരഫലമാണ്. ജാതീയത, ഹിന്ദു സമൂഹത്തിലെ സ്വതന്ത്രമായ ബന്ധങ്ങൾക്ക് തടസ്സമാകുന്നുവെന്ന വിമർശനത്തെ, ജാതീയതയും ഹിന്ദുസമൂഹവും പരസ്പരപൂരകങ്ങളാണെന്ന് വാദിച്ചുകൊണ്ട് അദ്ദേഹം യുക്തിപൂർവ്വം ഖണ്ഡിച്ചു. ഹിന്ദു വംശത്തിന്റെ പരിശുദ്ധി കാത്തുസൂക്ഷിച്ചത് ജാതീയത മൂലമാണെന്ന് അദ്ദേഹം ഉന്നയിച്ചു. അദ്ദേഹത്തിന്റെ വാക്കുകളിൽ:

> ജാതീയതയെ മനസ്സിലാക്കുന്നതിലും ശരിയായ കോണിലൂടെ വീക്ഷിക്കുന്നതിലും നിങ്ങൾ (ജാതീയതയെ എതിർക്കുന്നവർ) പരാജയപ്പെട്ടതിനാലാണ്, ജാതീയത നമ്മുടെ സമൂഹത്തിലെ സ്വതന്ത്രമായ ബന്ധങ്ങൾക്ക് തടസമാണെന്ന് നിങ്ങൾ സമർത്ഥിക്കുന്നത്. എന്നാൽ വിദേശീയരുടെ കാര്യത്തിൽ നമ്മുടെതിനേക്കാൾ കൂടുതൽ സത്യസന്ധമായും കാര്യക്ഷമമായും നിങ്ങൾ അത് മനസ്സിലാക്കി. ജാതി വ്യവസ്ഥ ആകെ ചെയ്തിട്ടുള്ളത്, നമ്മുടെ സന്ന്യാസിമാരും ദേശസ്നേഹികളായ നിയമജ്ഞരും രാജാക്കന്മാരും ആഗ്രഹിക്കുന്നതരത്തിൽ അതിന്റെ ശ്രേഷ്ഠതയെ കാത്തുസൂക്ഷിക്കുക എന്നത് മാത്രമാണ്.[36]

കൗതുകകരമെന്നു പറയട്ടെ, ജാതീയതയിൽ ഉറച്ചുനിന്ന സവർക്കറും ഹിന്ദു സമൂഹത്തിൽ തൊട്ടുകൂടാത്തവരുടെ പദവിയുടെ ഉന്നമനത്തിനായി വാദിച്ചു. തൊട്ടുകൂടായ്മക്കെതിരെ അദ്ദേഹം പരിപാടികൾ സംഘടിപ്പിച്ചു, ചില സമയങ്ങളിൽ ഹിന്ദു ക്ഷേത്രങ്ങളിൽ അവരുടെ പ്രവേശനത്തിനുവേണ്ടിയും കിണറുകളും കുളങ്ങളും അവരുമായി പങ്കിടണമെന്നും അഭ്യർത്ഥിച്ചു. ഇത് ഏതെങ്കിലും സമത്വ വീക്ഷണമോ അവർക്ക് തുല്യത നൽകാനുള്ള പ്രേരണയോ കൊണ്ടല്ല, മറിച്ച് അസ്പൃശ്യർ ഇസ്ലാമിലേക്കും ക്രിസ്ത്യാനിത്വത്തിലേക്കും സ്ഥിരമായി പരിവർത്തനം ചെയ്തതിനാൽ ഹിന്ദു സമൂഹം അനുഭവിക്കുന്ന സംഖ്യാപരമായ നഷ്ടത്തിൽ അദ്ദേഹം ആശങ്കാകുലനായിരുന്നു എന്നതുകൊണ്ടാണ്. അതിനാൽ തന്നെ അവർക്ക് കൂടുതൽ സാമൂഹിക സമത്വം നൽകാൻ സവർക്കർ ശ്രമിച്ചു.[37]

മാത്രവുമല്ല, അവരെ ജാതിഭ്രഷ്ടരായി കണക്കാക്കിയതിനാൽ, അന്നത്തെ 7 കോടി ശക്തരായ 'ഹിന്ദു ജനത-ശക്തി' 'നമുക്ക്' (ഉന്നത ജാതി ഹിന്ദുക്കൾ) അനുകൂലമായി നിന്നില്ല എന്ന് അദ്ദേഹം തന്നെ സമ്മതിച്ചു. മുസ്ലീങ്ങൾക്കും ക്രിസ്ത്യാനികൾക്കും എതിരായ ഹിന്ദുത്വയുടെ കാലാളുകളായ, ഈ തൊട്ടുകൂടാത്തവരുടെ സേവനങ്ങൾ ഹിന്ദുത്വത്തിന് വളരെയധികം ആവശ്യമാണെന്ന് സവർക്കർക്കറിയാമായിരുന്നു. അതിനാൽ, തൊട്ടുകൂടാത്തവർ തങ്ങളുടെ കൂട്ടത്തിൽ തുടർന്നി

ല്ലെങ്കിൽ, സവർണ്ണ ജാതി ഹിന്ദുക്കൾക്ക് അത് കൂടുതൽ ഭയാനകമായ പ്രതിസന്ധി സൃഷ്ടിക്കുമെന്ന് ഹിന്ദുത്വ കേഡർമാർക്ക് സവർക്കർ മുന്നറിയിപ്പ് നൽകി.

> അത് നമുക്ക് ദോഷകരമായി ബാധിക്കുമെന്നുമാത്രമല്ല, നമ്മുടെ രാജ്യത്തെ വിഭജനത്തിലേക്ക് എത്തിക്കാനുള്ള എളുപ്പമാർഗ്ഗമായി തീരുകയും, നമ്മുടെ അതിരുകളില്ലാത്ത നഷ്ടത്തിന് അത് കാരണമാവുകയും ചെയ്യും.[38]

സവർക്കറുടെ മറ്റൊരു സമകാലികനും ഹിന്ദുത്വവാദത്തിന്റെ മഹത്തായ പ്രഗത്ഭനുമായ ശ്യാമ പ്രസാദ് മുഖർജിയുടെ ചിന്തകളിലും ഇതേ ആശങ്കകൾ ആവർത്തിക്കുന്നതായി കാണാം. ഹിന്ദുക്കൾക്ക് കീഴ്ജാതിക്കാരുടെ ശാരീരിക ശക്തിയുടെ പിന്തുണ എത്രത്തോളം ആവശ്യമാണെന്ന് അദ്ദേഹത്തിന്റെ പ്രസംഗത്തിൽ വ്യക്തമായി കാണാം.

> താഴ്ന്ന ജാതികൾ എന്ന് വിളിക്കപ്പെടുന്ന വ്യക്തികൾ പലപ്പോഴും ഹിന്ദുക്കളിൽ കീഴ്പ്പെടുത്താനാകാത്ത ശക്തിയുടെയും ധൈര്യത്തിന്റെയും ഉറവിടമാണെന്ന് ഓർമ്മയിരിക്കട്ടെ. നിസ്വാർത്ഥമായ ഭക്തിയുടെയും ആരാധനയുടെയും അന്തരീക്ഷത്തിലാണ് ഹിന്ദുമതം അവരിൽ കത്തിജ്വലിക്കുന്നത്. അവരെ സാമൂഹികമായോ സാമ്പത്തികമായോ ദുർബ്ബലമാക്കാൻ ശ്രമിക്കുന്നത് ഇന്ത്യയിലെ ഹിന്ദു ഏകീകരണത്തിന്റെ അടിവേരിൽത്തന്നെ പ്രഹരിക്കുന്നതുപോലെയാണ്.[39]

സവർക്കർ, പ്രധാനമായും ജാതീയതയുടെ നായകനായും *മനുസ്മൃതി*യുടെയോ മനു സംഹിതകളുടെയോ ആരാധകനായും ജീവിതകാലം മുഴുവൻ തുടർന്നു, 'വേദങ്ങൾക്ക് ശേഷം ഏറ്റവും ആരാദ്ധ്യയോഗ്യം' എന്നാണ് അദ്ദേഹം ഇവയെ വിശേഷിപ്പിച്ചത്.

ഹിന്ദുത്വയുടെ സാമ്രാജ്യത്വ ആശയങ്ങൾ: ഹിന്ദുക്കൾ ലോകം ഭരിക്കും

ലോകം മുഴുവൻ ഭരിക്കാനുള്ള ശക്തമായ സാമ്രാജ്യത്വ മോഹവും സവർക്കറുടെ ഹിന്ദുത്വത്തിനുണ്ടായിരുന്നു. സ്പെയിൻ, പോർച്ചുഗൽ തുടങ്ങിയ ചെറിയ രാജ്യങ്ങൾ ലോകത്തിന്റെ ചില ഭാഗങ്ങൾ ഭരിച്ചിരുന്നതായി ചരിത്രം പറയുന്നു. എങ്കിൽ എന്തുകൊണ്ട് അവരെക്കാൾ ശ്രേഷ്ഠരായ ഹിന്ദുക്കൾക്ക് അങ്ങനെ ആയിക്കൂടാ? എന്നതായിരുന്നു അദ്ദേഹത്തിന്റെ വാദം.[40] സവർക്കർ തന്റെ പ്രബന്ധം അവസാനിപ്പിച്ചത് തന്റെ ഹിന്ദു അഭിലാഷത്തോടുള്ള തുറന്ന പ്രഖ്യാപനത്തോടെയാണ്. അദ്ദേഹം എഴുതി:

> ഇരുപത്തിരണ്ട് കോടി ജനങ്ങൾക്ക് [അന്നത്തെ ഇന്ത്യയിലെ ജനസംഖ്യ], ഇന്ത്യയിൽത്തന്നെ നിന്നുകൊണ്ട് ലോകം മുഴുവൻ തങ്ങളുടെ അധീനതയിൽ കൊണ്ടുവരാൻ സാധിക്കും. കാരണം, അവരുടെ പിതൃരാജ്യത്തിനും പുണ്യഭൂമിക്കും പിന്നിൽ അത്തരമൊരു ചരിത്രമുണ്ട്, അത് ഒരു പൊതു വംശവുമായും പൊതു സംസ്കാരവുമായും ബന്ധപ്പെട്ടിരിക്കുന്നു. ലോകം മുഴുവൻ അവരുടെ നിബന്ധനകൾ അനുസരിക്കേണ്ടതും, മനുഷ്യവർഗ്ഗം മുഴുവനും ഈ ശക്തിയെ അഭിമുഖീകരിക്കേണ്ടതുമായ ഒരു ദിവസം വരും.[41]

ഇന്ത്യൻ സമൂഹത്തിന്മേൽ സവർണ്ണ ജാതി മേധാവിത്വം നിലനിർത്താനായി ഹിന്ദു വിഘടനവാദത്തിനുവേണ്ടി ആക്രമണോത്സുകമായി പ്രസംഗിച്ച രാഷ്ട്രീയ ഹിന്ദുത്വമായിരുന്നു സവർക്കാരുടേത്. ഈ ആധിപത്യം അന്താരാഷ്ട്ര രംഗത്തേക്കും വ്യാപിപ്പിക്കാൻ ഉദ്ദേശിച്ചിരുന്നു. സവർക്കറുടെ ഈ ഏകാധിപത്യ ആശയങ്ങളിൽ - ഹിന്ദുത്വമെന്ന് വിശേഷിപ്പിക്കപ്പെടുന്ന - പരിഭ്രാന്തനായ സവർക്കറുടെ സമകാലികനായ ബി ആർ അംബേദ്കറിന് ഇങ്ങനെ അഭിപ്രായപ്പെടാതിരിക്കാൻ കഴിഞ്ഞില്ല:

> ഹിന്ദുരാജ് ഒരു യാഥാർത്ഥ്യമായി മാറുകയാണെങ്കിൽ, അത് ഈ രാജ്യത്തിന് ഏറ്റവും വലിയ വിപത്തായിരിക്കും... [ഇത്] സ്വാതന്ത്ര്യത്തിനും സമത്വത്തിനും സാഹോദര്യത്തിനും ഭീഷണിയായിരിക്കും. അത് ജനാധിപത്യവുമായി യാതൊരുതരത്തിലും പൊരുത്തപ്പെടുന്നില്ല. അതിനാൽ എന്ത് വില കൊടുത്തും ഹിന്ദുരാജ് തടയണം.[42]

ഗ്രന്ഥസൂചി

1. Swami Shraddhanand cited in the Preface of second edition of VD Savarkar, *Hindutva*, Bharti Sahitya Sadan, N. Delhi, 1989 (Sixth edition), p. vi.
2. Dhananjay Keer, *Veer Savarkar,* Popular Prakashan, Bombay, 1988, p. 527.
3. HV Seshadri, *Dr. Hedgewar: The Epoch-Maker*, Sahitya Sindhu, Bangalore, 1981, p. 65.
4. Cited in the Introduction of VD Savarkar, *Hindutva*, Bharti Sahitya Sadan, N. Delhi, 1989 (Sixth edition), pp. x-xii.
5. Ibid., p. ix.
6. The author has used the text of the 1923 edition for all references. Words in italics are reproductions of Sanskrit/Hindi words which appear in *Hindutva* 1923 edition with translations in bracket if necessary.

7. G. P. Deshpande, 'The plural tradition', *Seminar*, September 1985, No. 313, N. Delhi, p. 23.
8. A Maratha [VD Savarkar], *Hindutva*, VV Kelkar, Nagpur, 1923, p. 11.
9. Ibid., p. 3.
10. Ibid., pp. 3-4.
11. Ibid., pp. 102-103.
12. Ibid., p. 88.
13. Ibid., p. 89.
14. Ibid., pp. 89-90.
15. Ibid., pp. 100-101.
16. Ibid., pp. 116-117.
17. Ibid., p. 117.
18. Ibid., p. 111.
19. Ibid., p. 113.
20. Ibid., p. 127.
21. Ibid., pp. 124-125.
22. Ibid., p. 72.
23. Ibid., p. 73.
24. Ibid., pp. 73-74.
25. Ibid., pp. 87-88.
26. Ibid., p. 28.
27. Ibid., p. 81-82.
28. Ibid., p. 78.
29. VD Savarkar, *Samagra Savarkar Wangmaya: Hindu Rashtra Darshan* (Collected Works of V. D. Savarkar) vol. VI, Maharashtra Prantik Hindusabha, Poona, 1963, p. 418.
30. Cited in Marzia Casolari, *'Hindutva's foreign tie-up in the 1930's: archival evidence', The Economic and Political Weekly*, January 22, 2000, p. 223.
31. Cited in Marzia Casolari, Ibid. Casolari has done pioneering work on the subject of linkages between Maharashtrian Hindu nationalist leaders and Italian Fascism. She notes that "the interest of the Indian Hindu nationalists in fascism and Mussolini must not be considered as dictated by an occasional curiosity, confined few individuals; rather it should be considered as the culminating result of the attention that Hindu nationalists, especially in Maharashtra, focused on Italian dictatorship and its leader. To them, fascism appeared to be an example of conservative revolution." Casolari goes on to point out that in the diaries of BS Moonje, available in the Nehru Memorial Museum library, New Delhi, Moonje described in detail a meeting that he had with Mussolini on March 19, 1931. Upon returning from this visit, Moonje remained in close contact with

Savarkar and Hedgewar in order to chalk out plans for the militarization of Hindus.

32. Hindutva, 1923, p. 24.
33. Ibid., p. 27.
34. Land where non-Aryan/evil-doer/Low-born reside and Sanskrit language is not spoken. See Hindi dictionary, *Vrahat Hindi Kosh* edited by Kalika Prasad and others, Gyan Mandal, Varanasi, 1980, p.922.
35. Hindutva, 1923, p. 27.
36. Ibid., pp. 74-75.
37. AR Desai, *Social Background of Indian Nationalism*, Popular Prakashan, Bombay, 1984 edition, pp. 266-267.
38. VD Savarkar, *Hindutva Ke Paanch Pran*, Hindi Sahitya Sadan, New Delhi, 1996, p. 45.
39. Cited in HD Sharma, *100 Best Pre-Independence Speeches 1870-1947*, HarperCollins, Delhi, 1998, p. 343.
40. *Hindutva*, 1923, p. 128.
41. Ibid., p. 1278.
42. BR Ambedkar, *Pakistan or the Partition of India*, Government of Maharashtra, Bombay, 1990 (reprint of 1946 edition), p. 358.

www.ingramcontent.com/pod-product-compliance
Lightning Source LLC
LaVergne TN
LVHW090404051026
849518LV00006B/2236
* 9 7 8 8 1 1 9 1 3 1 2 2 8 *